"आपल्या प्रियजनांसाठी काय-काय करण्याची जिद्द आपल्यात असते, हे कमिला सिद्दीकीच्या या अविस्मरणीय कथेतून सिद्ध होतं."
"मी आत्तापर्यंत वाचलेल्या पुस्तकांपैकी सगळ्यात प्रेरणादायी असे हे पुस्तक आहे."

– ग्रेग मॉर्टेनसन,
'थ्री कप्स ऑफ टी'चे लेखक

"जगभरातील असंख्य अज्ञात नायिकांना 'द ड्रेसमेकर ऑफ खैरखाना'नं आवाज मिळवून दिला आहे. आलेल्या प्रत्येक संकटांचा सामना करत या स्त्रियांनी आशा निर्माण केली आणि एक समाजही निर्माण केला, ज्याला हार मानण्याची सवय नाही. प्रत्येकाला भारावून टाकणारं असंच हे पुस्तक आहे. वाचकांना हे पुस्तक एका वेगळ्या अफगाणिस्तानाचा परिचय करून देणारं ठरेल."

– ॲन्जेलिना जोली, हॉलीवुड अभिनेत्री

"गेल लेमॉननं कमिलाची चित्ताकर्षक कथा अतिशय दिमाखात, सफाईदारपणे आणि उत्कटतेनं सांगताना या तरुणीनं तालिबानच्या राज्यात आपल्या कुटुंबासाठी अगदी शांततेनं एक यशस्वी लढा देताना दाखवलेली असामान्य चिकाटी आणि कल्पकता उत्तम प्रकारे मांडली आहे. देशाचं नेतृत्व आणि भविष्याच्या मांडणीत स्त्रियांच्या सक्रिय सहभागाचा – त्यांच्या कल्पकतेचा, हिकमतीचा, झोकून देण्याच्या वृत्तीचा आणि पराभवांना पचवून पुन्हा उभं राहाण्याच्या ताकदीचा स्वीकार केल्याशिवाय अफगाणिस्तान आपलं गतवैभव मिळवू शकणार नाही, याची पुन्हा एकवार जाणीव करून देणारं हे अतिशय प्रभावी पुस्तक आहे."

– टिना ब्राऊन

"'द ड्रेसमेकर ऑफ खैरखाना' वाचताना ती काल्पनिक कथा वाटते; पण ती सत्य घटना आहे. वाचकाला अगदी पहिल्या ओळीपासून साऱ्या सीमांना पार करून एका अद्भूत सफरीवर घेऊन जाणारं हे पुस्तक आहे. या सफरीमध्ये एका वेगळ्या संस्कृतीची, भौगोलिक प्रांताची, बौद्धिकतेची आणि सगळ्यात महत्त्वाचं म्हणजे एका वेगळ्या भावनिकतेची ओळख वाचकाला होते. प्रत्येकानं अगदी वाचावं असंच हे पुस्तक आहे."

– मोहम्मद अल-एरीयन,
लेखक, व्हेन मार्केट्स कोलाइड

"एका अत्यंत धाडसी समाज निर्मिती प्रक्रियेची ही प्रेरणादायी कथा आहे. अनेक वर्षांच्या अभ्यासाचं, वार्तांकनाचं आणि मुलाखतींचं हे फलित आहे... अत्यंत बारकाईनं प्रत्येक गोष्टींची नोंद घेत गेलनं तालिबानच्या अखत्यारीतील काबूलचं चित्र यात रेखाटलं आहे."

– करकस रिव्ह्यू

आपल्या स्नेहीजनांना पुस्तके भेट द्या

'द ड्रेसमेकर ऑफ खैरखाना' या इंग्रजी पुस्तकाचा मराठी अनुवाद

खैरखानाची वस्त्रोद्योजिका

पाच बहिणी, एक विलक्षण कुटुंब आणि
इतरांच्या सुरक्षिततेसाठी स्वत:चा जीव धोक्यात घालणाऱ्या
एका तरुणीची कथा!

मूळ लेखक
गेल झेमॉक लेमॉन

अनुवाद
वर्षा वेलणकर

मेहता पब्लिशिंग हाऊस

Please contact us at **Mehta Publishing House,** 1941, Madiwale Colony, Sadashiv Peth, Pune 411030.

✆ +91 020-24476924 / 24460313

Email : info@mehtapublishinghouse.com
production@mehtapublishinghouse.com
sales@mehtapublishinghouse.com

Website : www.mehtapublishinghouse.com

- *या पुस्तकातील लेखकाची मते, घटना, वर्णने ही त्या लेखकाची असून त्याच्याशी प्रकाशक सहमत असतीलच असे नाही.*

THE DRESSMAKER OF KHAIR KHANA
by GAYLE TZEMACH LEMMON

Translated into Marathi Language by Varsha Velankar

खैरखानाची वस्त्रोद्योजिका / अनुवादित सत्यकथा

अनुवाद : वर्षा वेलणकर
१०२, निर्मन इटरनिटी, सुतारवाडी, पाषाण-सूस रोड, अभिनव आर्ट कॉलेजजवळ, पुणे - ४११ ०२१

मराठी अनुवादाचे व प्रकाशनाचे हक्क मेहता पब्लिशिंग हाऊस, पुणे ३०.

प्रकाशक : सुनील अनिल मेहता, मेहता पब्लिशिंग हाऊस,
१९४१, सदाशिव पेठ, माडीवाले कॉलनी, पुणे – ४११०३०.

मुद्रक : पार्कसन्स ग्राफिक्स, १५, शहा इंडस्ट्रिअल इस्टेट,
वीरा देसाई रोड, अंधेरी (प.) मुंबई – ४०० ०५३.

मुखपृष्ठ : मेहता पब्लिशिंग हाऊस, पुणे

प्रथमावृत्ती : सप्टेंबर, २०१६

किंमत : ₹ २००/-

P Book ISBN 9789386175069

ज्यांची कथा आजवर कुणीही सांगितली नाही;
त्या सर्व स्त्रियांना...
आणि
ऱ्होडा झेमाक व
फ्रान्सिस स्पाईलमन
यांना...

लेखिकेचं मनोगत

तब्बल तीन वर्षांत काबूल, लंडन आणि वॉशिंग्टन डीसी येथे घेतलेल्या मुलाखती आणि संशोधन यातून उलगडलेल्या सत्याला मी पुस्तकातील प्रत्येक प्रसंग आणि कथानकाच्या माध्यमातून वाचकांसमोर ठेवलं आहे. या काळात अफगाणिस्तानातील एकंदर राजकीय व सामाजिक परिस्थिती फारच खालावली होती. त्यामुळे यातील काही व्यक्तींची नावं बदलावी लागली आणि बरेच संदर्भ राखून ठेवावे लागले आहेत. त्या व्यक्तींच्या सुरक्षिततेचा विचार करता, ते आवश्यक होतं. काही संदर्भातून त्यांना शोधून काढणं सहज शक्य झालं असतं, म्हणून त्यांच्या विनंतीला मान देऊन हे फेरबदल पुस्तकात करण्यात आले आहेत. याशिवाय तारखा आणि ऐतिहासिक संदर्भांच्या सत्यासत्यतेबाबत मी फार मेहनत घेतली. मात्र तरीही मुलाखतींमधील अशा संदर्भांना पूर्णतः जोखून घेणं शक्य नव्हतं आणि त्याचं मुख्य कारण म्हणजे अफगाणिस्तानातील निरंतर स्थित्यंतरे!

कृपया वाचकांनी याची दखल घ्यावी.

अनुवादिकेचे मनोगत

मनुष्यप्राण्याच्या मनाचा ठाव घेणं अशक्य नाही. पण कठीण मात्र आहे. त्याच्या मनात भावभावनांचा खजिना तर आहेच. पण त्याच बरोबर त्यात विरोधाभासही आहे. आशा-निराशा, आनंद-दुःख, विश्वास-अविश्वास, धारिष्ट्य-लाजरेपणा... यादी लांबलचक आहे. एक व्यक्ती अशी विविधतेनं नटलेली असते. ती कधी बरोबर असते, तर कधी चूकही. परिस्थितीनुरूप ती वागते असंही आपण म्हणू शकतो. पण एकाच परिस्थितीला सामोरं जाताना दोन व्यक्तींच्या भिन्न प्रतिक्रिया आपल्याला पाहावयास मिळतात.

पत्रकार म्हणून नागपूरला मी एका वर्तमानपत्रात काम करत असताना, शेतकरी आत्महत्यांसंदर्भात विदर्भातील काही जिल्ह्यांमध्ये वार्तांकनाची संधी मला मिळाली. अनेक आत्महत्या झालेल्या कुटुंबांना त्या वेळी जवळून पाहिलं; त्यांच्या घरच्या लोकांशी खूप बोलणं झालं आणि काही काळ त्यांच्या सतत संपर्कातही राहाता आलं. थोडक्यात 'फॉलोअप स्टोरीज'साठी ते आवश्यकही होतं. त्यात दोन स्त्रियांची मला आज प्रकर्षानं आठवण होते आहे. आणि त्याचं कारण म्हणजे 'द ड्रेसमेकर ऑफ खैरखाना' हे पुस्तक!

दोघींच्याही पतींनी कर्जानं निराश होऊन आत्महत्येचा पर्याय निवडला होता. दोघींनाही वैधव्य आलं. दोघींनाही मुलं-बाळं होती आणि दोघींनाही सरकारी मदत मिळाली होती. दोन वर्षे लोटल्यावर, जेव्हा या दोघींनाही भेटले तेव्हा त्यातील एकीनं परिस्थितीसमोर हार मानली होती. मात्र दुसरीनं आपल्या हिमतीवर संसाराचा गाडा रेटायचा निर्णय घेऊन तो अमलातही आणला होता. एकीनं जवळच्या एका पुरुष नातेवाइकाच्या दबावाला शरण जात त्याला घरातील निर्णय प्रक्रियेत सामील केलं आणि दुसरीनं मात्र आपल्या मुलामध्ये निर्णयक्षमता येईपर्यंत स्वत: राबण्याचा निश्चय केला.

अफगाणिस्तानची राजधानी काबूल येथील कमिला सिद्दीकी आणि मला भेटलेल्या हिंगणघाटमधील या दुसऱ्या महिलेत साम्य आहे. त्यांनी आलेल्या परिस्थितीला शरण जाण्याऐवजी त्याचा सामना केला. निराशा आणणारी संकटं डोक्यावर असताना मनातील

अंधूकशा आशेची निवड केली आणि तळपती तलवार बनून त्यांनी एक व्यक्तिगत अशी लढाई लढली. तीच लढाई आज एक उदाहरण म्हणून जगासमोर उभी आहे.

तालिबान नावाचं दुष्टचक्र अफगाणिस्तान आणि तेथील लोकांच्या नशिबी बहुधा कायमस्वरूपी आहे. पण जेव्हा ते पहिल्यांदा या देशात आपल्या सर्व शक्तिनिशी उभं ठाकलं, तेव्हा मात्र देशाची दैना झाली होती. त्याचा सगळ्यात जास्त त्रास या देशातील महिलांनी भोगला. या स्त्रियांनी आपापल्या परीनं आलेल्या परिस्थितीचा सामना केला. दुर्दैवानं या अज्ञात नायिकांच्या कथा आपल्यापर्यंत पोहोचू शकल्या नाहीत.

आपल्या हार्वर्डमधल्या अभ्यासाचा भाग म्हणून गेल झेमॉक लेमॉन या पत्रकार महिलेनं मात्र एक तरी अशी नायिका जगापुढे आणण्याचा चंग बांधला आणि संकटांनी घेरलेल्या देशांमधल्या महिला उद्योजिकांचा शोध घेण्याच्या मोहिमेवरच ती निघाली. अफगाणिस्तानातील तिच्या या सफरीत तिला कमिला सिद्दीकी भेटली.

तालिबान आणि त्यांच्या देशाची संस्कृती (?) जपण्यासाठी सुरू झालेली मोहीम यांचा पहिला बळी अफगाणिस्तानातील महिला वर्ग होता. स्त्री ही पुरुषांना अनैतिकतेकडे घेऊन जाणारी एक 'बला' आहे आणि तिला दूर सारण्यासाठी तिच्या पायाचं नखही दिसता कामा नये, अशा विक्षिप्त विचारांच्या या राज्यकर्त्यांनी देशातील सगळ्या महिलांना वेठीस धरलं आणि मनमानी करायला सुरुवात केली. मुलींना शिक्षणासाठी केलेली बंदी मात्र अनेकांच्या जिव्हारी लागली. आणि तेव्हाच एका छुप्या संघर्षाला सुरुवात झाली. बंधनांना झुगारून न देता त्यांच्या दायऱ्यात राहून या महिलांनी आपलं स्वत्व जपण्यासाठी जे केलं, त्याचं प्रतिनिधित्व करणारी कमिला सिद्दीकी ही एक तरुणी आहे. प्रचंड आशावादाच्या जोरावर तिनं स्वत:च्या कुटुंबासाठीच नाहीतर समाजासाठीही जे-जे केलं त्याची अतुलनीयता निर्विवाद आहे.

हे पुस्तक लिहिताना लेखिकेच्या हाती होतं, ते फक्त सत्य. सत्याला शब्दबंबाळ करण्याची कधीच गरज नसते. त्यामुळे पुस्तकाची ओघवती शैली वाचकाला थेट कमिलाच्या पुढ्यात घेऊन जाते. अनुवाद करतानाही ते तसंच असावं, असा प्रयत्न केला आहे.

अफगाणिस्तान, तिथली राजकीय परिस्थिती, महिलांचे हाल किंवा आणखी बरंच काही या पुस्तकाच्या माध्यमातून वाचकाला कळतं. पण वाचकांच्या मनाला सगळ्यात जास्त भिडणारी गोष्ट म्हणजे व्यक्तीच्या अंगभूत विरोधाभासी वृत्तीमधल्या योग्य वृत्तीची निवड करण्याची पद्धत. संकट असामान्य आणि कुणालाही नेस्तनाबूत करण्याची क्षमता असलेलं होतं. पण तशा परिस्थितीतही एका तरुणीनं स्वत:तील एका योग्य वृत्तीची निवड करून आयुष्यात कसे बदल घडवून आणले, याची ही कहाणी आहे. अगदी प्रत्येकानं वाचावी अशी!

– वर्षा वेलणकर

आरंभ

दोन दिवस लंडन मार्गे बोस्टन ते दुबई असा जिकिरीचा प्रवास करत २००५च्या एका गारठलेल्या मध्यरात्री मी दुबई आंतरराष्ट्रीय विमानतळाच्या टर्मिनल क्रमांक दोनवर काबूलला जाणाऱ्या एरियाना विमानाची वाट पाहात होते. अपुऱ्या झोपेनं खुपणाऱ्या डोळ्यांना आणि गरगरणाऱ्या डोक्याला खरं तर झोपेची नितांत गरज होती. मात्र विमान पहाटे साडेसहाला निघणार होतं. त्यातच नियोजित वेळेच्या तब्बल तीन तास आधी विमानतळावर हजर राहाण्याची विमान कंपनीची विनंतीवजा तंबी मिळाल्यानं डोळ्यांवरील झोप परतवून लावण्यापलीकडे माझ्याकडे काहीही पर्याय नव्हता.

अर्धवट बांधकाम झालेल्या टर्मिनलच्या एका कोपऱ्यात मी माझा फोन चार्ज होण्याची वाट पाहात होते. भिंतीवरच्या वेळापत्रकावर नजर गेली आणि विमानाच्या इतर स्थानांची यादी पाहाताच उरात धडकी भरली. कराची, बगदाद, कंदहार ही नावं, आंतरराष्ट्रीय राजकीय परिस्थिती लक्षात घेता 'हॉट डेस्टिनेशन्स' होती. अशात दुसऱ्याच क्षणी मला त्या संपूर्ण विमानतळावर मी एकटीच स्त्री असल्याची जाणीव झाली. सलवार-कमीज घातलेल्या रांगड्या पुरुषांच्या नजरा आपल्यावर रोखल्या आहेत, हे पाहून तर मी एका कोपऱ्यात लपून बसण्याचा प्रयत्न करत होते. एवढ्या पहाटे ही एकटी बाई इथे कशाला कडमडली, हा प्रश्न प्रत्येकाच्या नजरेत होता. हातातील ओसंडून भरलेल्या व नायलॉनच्या दोऱ्यांनी करकचून बांधलेल्या सामानाला ट्रॉलीवर कोंबून नेताना प्रत्येकाची नजर एकदा तरी माझ्याकडे जात होती.

प्रामाणिकपणे सांगायचं, तर मी स्वत:ही या परिस्थितीमुळे चकित झाले होते. फक्त २५ तासांपूर्वी हार्वर्ड बिझनेस स्कूलच्या हॉस्टेलमधील एका खोलीत माझी

मैत्रीण आलिया आणि मी बसलो होतो. अफगाणिस्तानात मला कशा आणि किती संभावित धोक्यांना तोंड द्यावं लागेल, याची ती मला जाणीव करून देत होती. विमानतळाच्या स्वच्छतागृहात आरशासमोर उभं राहून मी त्या सगळ्यांची उजळणी करू लागले.

बोस्टनहून निघताना केलेले कपडे आता यापुढील प्रवासात मला अडचणीत आणणारे ठरणार होते. करड्या रंगाचा टर्टलनेक टॉप, जीन्स आणि इंग्लिश लेदर शूज या सर्वांना अलविदा म्हणण्याची वेळ आता आली होती. एक ढगळ काळी पॅन्ट, लांब बाह्यांचा तेवढाच ढगळ शर्ट आणि काळ्याच रंगाचे मोजे व अ‍ॅरोसोल जोडे असा पोशाख मी अंगावर चढवला. आणि केंब्रिज येथील मॅसेच्युसेट्समधील 'न्यू एज क्रिस्टल' दुकानातून घेतलेला वुलन स्कार्फ मी हातात घेतला आणि आलियानं सांगितल्याप्रमाणे तो डोक्यावर व खांद्यावर सांभाळण्याचा बराच वेळ प्रयत्न करत राहिले. ''झकास!'' अगदी स्वत:लाच ऐकू येईल एवढ्या मोठ्यानं मी उद्गारले. ''आपली ही यात्रा अगदी यशस्वी होणार!'' उसनं अवसान आणून मी स्वत:ला बजावलं आणि आरशात आपलं ध्यान पाहाताच माझं मलाच आश्चर्य वाटलं. ती मी नव्हतेच!

आठ तासांनंतर काबूलच्या आंतरराष्ट्रीय विमानतळाच्या एस्कलेटरवर मी पाऊल ठेवलं. धुराचा वास घेऊन थंडगार बोचऱ्या वाऱ्याची एक झुळूक तिथल्या प्रखर उन्हातही मला स्पर्श करून गेली. आलियानं दिलेल्या स्कार्फशी झटापट करत मी बॅग्ज सांभाळत होते. मात्र तो स्कार्फ डोक्यावर सावरून धरणं मला अशक्य होतं. हे सगळं कसं शक्य आहे, हा प्रश्न मनात येताच मी सभोवताली नजर टाकली. काळ्या रंगाच्या दुपट्टयानं झाकलेली शेकडो डोकी माझ्या आजूबाजूला वावरताना दिसली. दिमाखात वावरणाऱ्या राजहंसाच्या कळपात बदकाच्या कुरूप, गबाळ व बावळट पिलासारखी माझी अवस्था झाली होती.

साठच्या दशकातील विमानतळांसारखी काबूलच्या विमानतळाची अवस्था होती. मी तिथे तासभर उभी होते. सोव्हिएत संघानं अफगाणिस्तानातून प्रस्थान करून दशक लोटलं होतं. मात्र एका रशियन टँकचे अवशेष अजूनही शेजारी एका धावपट्टीवर तसेच पडून होते. मी कौतुकानं ते दृश्य न्याहाळत बसले. पासपोर्टच्या रांगेत कुठल्याही अडचणीला सामोरं न जाता माझी लवकर सुटका झाली. आतापर्यंत तरी सारं काही सुरळीत पार पडलं होतं. पण मग कस्टमच्या तावडीतून सुटका होताच माझ्या लक्षात आलं की, सगळे भराभर आपापल्या दिशेनं निघून जात आहेत आणि मला मात्र आपल्याला कुठल्या दिशेला जायचं आहे, हेच कळेना. त्यामुळे भीतीनं माझ्या पोटात गोळा आला. देश-विदेशात स्टोरीसाठी जाणारे पत्रकार नेहमी स्थानिक मदत मिळवतात आणि मग हे मध्यस्थी करणारेच त्यांच्या राहाण्याची, फिरण्याची

आणि आवश्यक मुलाखतींची सगळी व्यवस्था पाहातात. निदान आजपर्यंत तरी हाच शिरस्ता आहे. मीही तेच केलं होतं. पण माझा हा मोहम्मद नावाचा मदतनीस नजरेस पडत नव्हता. मी मनातून प्रचंड घाबरलेली होते. पण इतर कुणाला त्याचा अंदाज येऊ नये, म्हणून स्वत:ला सावरण्याचा निष्फळ प्रयत्नही करत होते. आपण खूप शांत आणि स्थिर आहोत, असे भासवण्यासाठी मी हातातल्या पर्समध्ये मोहम्मदचा फोन नंबर असलेली चिठ्ठी शोधू लागले. कुठे असेल हा? मी चक्रावले होते. एबीसीची माजी वृत्तनिर्माती असलेल्या या अमेरिकन बाईला आपण ई-मेल करून विमानतळावर घ्यायला येऊ असं कळवलं आहे, हे तो विसरला की काय?

शेवटी एकदाचा त्याचा फोन नंबर असलेला तो कागदाचा चुरगळलेला कपटा मला पर्सच्या तळाशी सापडला. पण मी त्याला फोन करू शकत नव्हते. अतिकाळजी करत मी आपला इंग्लंडचा फोन विमानतळावर चार्ज वगैरे करून घेतला होता. पण माझं लंडनचं सिमकार्ड काबूलमध्ये चालणार नाही, एवढी साधी गोष्ट मला कळली नाही? याला तयारी म्हणतात का? मी स्वत:वरच चरफडले.

दहा मिनिटं गेली... वीस मिनिटं गेली... तरीही मोहम्मद तिथे नव्हता. काबूल विमानतळावर आपण अडकून पडलो आहोत आणि पाच दिवस लोटून गेलेले आहेत; सर्व अफगाणी प्रवासी आनंदानं आपापल्या प्रवासाला निघाले आहेत, अशी सारी काल्पनिक दृश्यं माझ्या नजरेसमोर तरळून गेली. दुबईच्या टर्मिनल क्रमांक दोनवर जाणवला नव्हता, एवढा एकटेपणा अचानक माझ्या मनात दाटून आला. पहाटेचे तीन वाजले होते. जराशा अंतरावर ब्रिटिश सैनिक नॅटोच्या एका भव्य टँकसमोर गंभीर चेहऱ्यांनी येरझारा घालताना दिसले आणि थोडा धीर आला. परिस्थिती फारच बिकट झाली, तर या सैनिकांना विनंती करून त्यांच्याबरोबर परत जाता येईल, हा विचार मनात डोकावला. युद्धासाठी वापरला जाणार एवढा मोठा टँक एखाद्या विमानतळावर पाहून मला बरं वाटावं, हे जरा विचित्र होतं. पण मला खरंच धीर आला होता.

जरा वेळ गेला आणि विमानतळाच्या दारालगत एका कोपऱ्यात एक विशीतला दाढी वाढवलेला तरुण सिमकार्ड, कॅन्डी आणि तत्सम गोष्टी विकताना मला दिसला. मी हसून पाच डॉलर त्याच्यापुढे केले आणि त्याचा फोन वापरू देण्याची विनंती केली. तोही हसला आणि लगेच त्यानं मला फोन दिला.

''मोहम्मद!'' त्याला स्पष्ट ऐकू जावं, या उद्देशानं मी अक्षरश: किंचाळले. ''हॅलो, हॅलो, मी गेल, अमेरिकेची पत्रकार. मी विमानतळावर आहे. तू कुठे आहेस?''

''हॅलो, गेल!'' तो अगदी शांतपणे उत्तरला. ''मी वाहनतळावर आहे. गेले दोन तास मी इथेच आहे. सुरक्षिततेच्या कारणामुळे आम्हाला आणखी तिकडे येता येणार नाही. तुम्ही गर्दीसोबत बाहेर या. मी इथेच थांबतो.''

अगदी बरोबर. सुरक्षाव्यवस्था असणारच. मी हा विचार आधी का केला नाही?

ती प्रचंड मोठी सामानाची ट्रॉली स्वत:च ढकलत मी वाहनतळाच्या दिशेनं निघाले. नॅटोच्या टँकजवळच्या ब्रिटिश सैनिकांपासून ते फार लांब होतं. मी नजर सर्वदूर फिरवली. सांगितल्याप्रमाणे मोहम्मद प्रसन्नपणे हसत तिथे उभा होता.

''काबूलला तुमचं स्वागत असो!'' माझी बॅग हातात घेत तो म्हणाला. ती एडी बॉर डफल बॅग फक्त या प्रवासासाठी घेतलेल्या काही विशिष्ट सामानानं खच्चून भरली होती. अशा किती नवख्या लोकांचं स्वागत यापूर्वी मोहम्मदनं केलं असेल, हा विचार मनात डोकावला. असंख्य विदेशी पत्रकारांसोबत मोहम्मदनं काम केलं होतं आणि तो स्वत:ही एक पत्रकार होता. लंडन सीबीएस न्यूजच्या माझ्या मैत्रिणीनं मोहम्मदची माहिती दिली होती आणि त्यालाच मदतनीस बनवण्याचा आग्रहही केला होता. तो अत्यंत विश्वासू, अनुभवी आणि कामात सच्चा असल्यानं त्याची काबूलमध्ये भरपूर मदत होईल, हेही तिनं सांगितलं होतं. अशा मदतीची आणि आधाराची गरज भासावी, असाच तो काळ होता. २००५च्या हिवाळ्यात क्षेपणास्त्रांचा मारा आणि बॉम्बस्फोटांचं प्रमाण वाढलं होतं. तिथे आणीबाणीची परिस्थितीच निर्माण झाली होती. मोहम्मदसाठी आग्रही राहिल्याबद्दल मनातल्या मनात मी मैत्रिणीचे आभार मानले होते.

अफगाणिस्तानच्या या राजधानीचे रस्ते म्हणजे निव्वळ कोलाहल होता. कुणीही कुठेही आणि कसंही जात होतं. कुबड्यांच्या आधारानं कसंतरी स्वत:ला सावरून चाललेले जखमी लोक, मोडकळीस आलेल्या गाड्या, गाढवं, इंधन घेऊन निघालेल्या सायकल्स आणि त्यात संयुक्त राष्ट्रसंघाच्या चकाकणाऱ्या एसयुव्हीज. कुठलाही वाहतुकीचा नियम नसताना या रस्त्यांवरील आपल्या हक्कासाठी सारे झटत होते. दिशादर्शक वगैरे प्रकार तिथे नव्हता. काही वाहतूक पोलीस या सगळ्या गोंधळाला सावरण्याचा निष्फळ प्रयत्न करताना दिसत होते. काबूलच्या त्या मातकट, तपकिरी हवेनं माझ्यावर जणू आक्रमणच केलं होतं. फुप्फुसं, स्वेटर, स्कार्फ आणि खिडकीच्या काचांवरही धूळ साचली होती. दशकाहूनही जास्त काळ चाललेल्या युद्धाचे अवशेष सर्वदूर पसरले होते. अगदी झाडांपासून ते गटारांपर्यंत सारं काही उद्ध्वस्त झालं होतं.

अशा शहरी जंगलीपणाचा माझा हा पहिलाच अनुभव होता. मी बसलेल्या निळ्या टोयोटाच्या अगदी दोन इंचावर इतर गाड्या येऊन थांबायच्या आणि मग अचानक मागे जात दुसऱ्याच बाजूनं निघायच्या. एकमेकांना अगदी चिकटून चाललेल्या टोयोटा, होंडा, मर्सिडीज आणि इतर वाहनांतून अफगाणी संगीताचा अक्षरश: गोंगाट ऐकू येत होता. संपूर्ण शहर हॉर्नच्या आवाजानं व्यापलं होतं. ब्लँकेट लपेटलेले वयोवृद्ध लोक अचानक गाड्यांसमोर येत होते आणि निर्विकार चेहऱ्यांनी निघूनही जात होते. खरं तर ही मंडळी आणि काबूलचा प्रत्येक रहिवासी

या सर्वांनी त्यांच्या देशातील उद्ध्वस्तता आणि अव्यवस्थितपणा यांचा जणू स्वीकारच केला होता.

पण अशा या परिस्थितीला सामोरं जाण्याची माझी तरी ही पहिलीच वेळ होती.

हार्वर्ड बिझनेस स्कूलच्या एमबीए कोर्सचं माझं दुसरं वर्ष होतं आणि हिवाळ्याच्या सुट्यांचा तो काळ होता. पत्रकारिता माझं पहिलं प्रेम होतं. पण एक वर्षापूर्वी मी नोकरी सोडली, त्या वेळी अमेरिकेतील अध्यक्षीय निवडणुकीच्या दरम्यान एबीसी न्यूजच्या पोलिटिकल युनिटसाठी मी काम करत होते. माझ्या आयुष्यातील महत्त्वाची वर्षं मी या युनिटच्या कामाला दिली होती. मात्र तिशी ओलांडल्यावर आंतरराष्ट्रीय विकासासंदर्भात काम करण्याच्या माझ्या सुप्त इच्छेला प्राधान्य देण्याचा मी निर्णय घेतला. त्यासाठी नोकरी सोडणं गरजेचं होतं आणि तेव्हा जर मी हा निर्णय घेऊ शकले नसते, तर ते कधीच शक्य झालं नसतं. अगदी शेवटी मी वॉशिंग्टन डीसीतील माझ्या सरळसोट आणि अगदी शांततेत चाललेल्या आयुष्याला रामराम ठोकला आणि कॉलेजच्या दिशेनं पाऊल टाकलं. ज्या विषयांना कुणीही आजपर्यंत हात घातलेला नाही आणि ज्यात भरपूर काम करण्यास वाव आहे, अशा विषयाचा शोध घेण्यास मी सर्वप्रथम सुरुवात केली.

या प्रक्रियेत एका विषयानं माझं लक्ष वेधून घेतलं. देश युद्धाला आणि इतर संकटांना सामोरा जात असताना आपल्या बहादुरीनं प्रेरणादायी असा व्यवसाय उभारणाऱ्या महिलांविषयी जाणून घेण्याची ऊर्मी माझ्या मनात दाटून आली. जगातील सगळ्यात भीषण व तणावजन्य परिस्थितीत किंवा ती निवळत असताना आपल्या कामाची छाप पाडणाऱ्या स्त्रियांविषयी जाणून घ्यायची माझी इच्छा होती.

रवांडामध्ये मी माझ्या संशोधनाची सुरुवात केली. आपल्या कोलमडलेल्या देशाची पुन्हा उभारणी करताना स्वत:ला व इतरांना सुद्धा कामाच्या संधी उपलब्ध करून देणाऱ्या स्त्रियांना प्रत्यक्ष भेटण्यासाठी मी तिथे जाण्याचा निर्णय घेतला. १९९४च्या संहारानंतर रवांडातील एकूण लोकसंख्येत महिलांचे प्रमाण तीन चतुर्थांश होते आणि एक दशक लोटल्यावर त्या बहुमतात आल्या. रवांडाची राजधानी किगाली येथे आंतरराष्ट्रीय स्तरावर काम करणाऱ्या अधिकाऱ्यांनी स्पष्ट सांगितलं की, इथे कुठलीही अशी विशेष बातमी मला मिळणार नाही. छोटा-मोठा व्यवसाय करणाऱ्या स्त्रिया इथे नाहीत आणि बचत गटासारख्या अत्यंत कमी उत्पन्नाच्या माध्यमातून हस्तकलेचं साहित्य आणि फळे विकणे, यासारखी कामं त्या करतात, अशी माहिती त्यांनी मला पुरवली. मला मिळालेली माहिती मात्र अगदी याच्या विरुद्ध होती. मला भेटलेल्या स्त्रिया गॅस स्टेशन चालवणाऱ्या आणि हॉटेल व्यवसायात पाय रोवून उभ्या होत्या. फळे विकणाऱ्या ज्या स्त्रियांची मी मुलाखत घेतली, त्या स्त्रिया त्यांची फळे आठवड्यातून दोनदा युरोपमध्ये निर्यात करत होत्या.

अशा यशस्वी महिलांची माहिती आणि मुलाखती मी फायनान्शिअल टाइम्सला पाठवल्या. यातील एक महिला तर न्यू यॉर्कमधील प्रसिद्ध डिपार्टमेंटल स्टोअर 'मेसीज'करिता बास्केट निर्यात करणारी होती.

आणि आता त्यानंतर काही महिन्यांतच मी काबूलला आले होते. पुन्हा एकदा फायनान्शिअल टाइम्सकरिता, येथील तालिबानी राजवटीदरम्यान दडपशाहीला झुगारून आपल्या कर्तबगारीचं उदाहरण जगापुढे ठेवणाऱ्या ताज्या दमाच्या महिला व्यावसायिकांबद्दल मला लिहायचं होतं. शिवाय भविष्यात हार्वर्डमध्ये शिकवताना अभ्यासासाठी कायम उपयोगी पडेल, अशा एका अद्वितीय अफगाणी महिला उद्योजिकेचा शोध घेण्याचं वचनही मी त्यांना दिलं होतं. काबूलच्या या मिशनसाठी तयारी करताना माझ्या पत्रकार मित्रांनी आणि माजी सहकाऱ्यांनी मला भरपूर मदत केली होती. मात्र इथे पाऊल टाकताच आपल्याला या देशासंदर्भात असलेली माहिती किती तोकडी आहे, याची मला क्षणात जाणीव झाली होती.

माझ्याकडे जर काही भरपूर होतं, तर ते म्हणजे ही स्टोरी मिळवण्यासाठीची प्रचंड जिद्द!

युद्ध आणि त्यानंतरचा काळ यात मुख्यत: पुरुषांच्या कथाच जास्त चर्चिल्या जातात. विशेषत: सैनिक, युद्धातून सहीसलामत बचावलेल्या व्यक्ती आणि राजकीय नेते यांच्यावरच सगळ्यांचं लक्ष लागलेलं असतं. पण ज्या महिला मागे राहिल्या होत्या आणि नशिबी आलेली उद्‌ध्वस्तता स्वीकारून ज्यांनी आपला संसार सांभाळण्याची तयारी दाखवली होती, त्या महिलांविषयी मला ओढ होती. युद्धांमुळे ज्यांच्या आयुष्यात सारं काही उलटं-पालटं झालं होतं आणि अनपेक्षितरित्या किंवा कुठलीही मानसिक तयारी नसताना ज्यांना घरातील कमावत्या व्यक्तीची भूमिका स्वीकारावी लागली होती, अशांना मला भेटायचं होतं. जगण्याच्या जिद्दीपोटी फक्त आपल्या लेकरांसाठीच नाहीतर समाजासाठीही काहीतरी भरीव काम करण्यासाठी परिस्थितीनं त्यांना भारून टाकलं होतं. पण त्यांच्या कथा जगासमोर आल्याच नाहीत. विपरीत परिस्थितीत स्वकष्टानं उभं राहून प्रेरणास्त्रोत बनणाऱ्या महिलांना आदरस्थानी ठेवण्यापेक्षा युद्धाच्या आगीत होरपळून निघालेल्या आणि पिचलेल्या महिलांप्रती सहानुभूती व्यक्त करणं आपल्यासारख्या अनेकांना सोईस्कर वाटतं आणि त्याची जणू आपल्याला सवयच झाली आहे. मला ही वृत्तीच बदलायची होती.

अशा एका कथेच्या शोधात मी काबूलमध्ये पाय ठेवला. अफगाणी आणि अमेरिकी सैन्यानं तालिबानींची हकालपट्टी केल्यानंतर, जगभरात अफगाणी महिलांच्या शोषणाच्या आणि त्यांच्या दुर्दैवाच्या कहाण्या सांगितल्या जात होत्या. सप्टेंबर ११, २००१च्या अमेरिकेवरील दहशतवादी हल्ल्यापूर्वीचा तो काळ होता. ज्या देशात चार वर्षांपूर्वी स्त्रियांना शिक्षण आणि नोकऱ्यांपासून वंचित ठेवण्यात आलं होतं, त्या देशातील

स्त्री ही परिस्थितीशी झगडून व्यवसाय उभा करण्याची हिंमत कशी करू शकते, याचा प्रत्यक्ष अनुभव मला घ्यायचा होता. बोस्टनहून येतानाच इथे कामी येतील, अशा काही लोकांची नावं आणि संपर्कासाठी त्यांची माहिती मी व्यवस्थित टाईप करून बरोबर घेऊन आले होते. ज्यांच्याशी संपर्क साधता येईल, अशा लोकांचे पत्ते, ई-मेल्स वगैरेचा तपशील त्यात होता. त्यासाठी किमान एक आठवडा मी माझ्या पत्रकार मित्रांशी, सहकाऱ्यांशी, हार्वर्डमधील लोकांशी बोलण्यात घालवला होता.

मुलाखतीसाठीच्या माझ्या काय-काय कल्पना आहेत, याबद्दल मी मोहम्मदशी चर्चा केली. पत्रकारांची कायम वर्दळ असणाऱ्या एका हॉटेलरूमच्या डायनिंग हॉलमध्ये चहा पिताना मी त्याला, अशा काही महिला उद्योजकांची माहिती आहे का? म्हणून विचारलं. तो हसला. "तुम्हाला माहिती आहे ना, अफगाणी पुरुष... स्त्रियांच्या कामात ढवळाढवळ करत नाहीत." पण क्षणभर विचार करून माझ्याकडे पाहात त्यानं कबूल केलं की, अशा काही स्त्रिया त्याच्याही ऐकिवात आहेत. त्याचं म्हणणं खरं व्हावं, अशी इच्छा मी मनोमन व्यक्त केली.

दिवस भराभर जात होते. ज्या मुलाखतीतून काहीतरी माहिती मिळेल, अशा सगळ्या शक्यता मी पडताळून पाहात होते. मात्र हाती काहीच लागत नव्हतं. ज्या महिलांची माहिती मला देण्यात आली होती, त्यातील बहुतांश महिला समाजसेवी किंवा स्वयंसेवी संस्था चालवणाऱ्या होत्या. ते उद्योग नव्हते. मग मला सांगण्यात आलं की, २००२मध्ये जेव्हा जागतिक संस्थांचा अफगाणिस्तानात मोठ्या प्रमाणात प्रवेश झाला, तेव्हा स्वयंसेवी संस्था स्थापन करणं, हे एखादी कंपनी स्थापन करण्यापेक्षा सोपं होतं. त्याचे फायदे पण ठरलेले होते. वॉशिंग्टनमध्ये आणि इथे काबूलमध्ये अफगाणी महिला उद्योजकांच्या नावावर विविध उपक्रमांच्या माध्यमातून हजारो डॉलर्सचा धुव्वा उडवणाऱ्या अमेरिकी अधिकाऱ्यांची संख्या कमी नव्हती. पण मी मात्र एका तरी खराखुरा व्यवसाय करणाऱ्या स्त्रीच्या शोधात भटकत होते. त्या अस्तित्वात होत्या हे नक्की. मग मी त्या दिशेनं अजून पाहिलंच नव्हतं का?

काबूलमधील माझ्या वास्तव्याचे दिवस आणि मला कामासाठी मिळालेला वेळ दोन्हीही संपत चालले होते. रिकाम्या हातानं परतून हार्वर्डमधील माझे प्रोफेसर आणि फायनान्शिअल टाइम्स यांना दिलेला शब्द खाली पडतो की काय, अशी परिस्थिती निर्माण झाली होती. आणि तशात न्यू यॉर्कच्या बीपीस (Bpeace) या संस्थेसाठी काम करणाऱ्या एका महिलेनं मला कमिला सिद्दीकीबद्दल सांगितलं. शिवणकाम करणारी ही तरुणी फारच कमी काळात एक यशस्वी उद्योजिका म्हणून नावारूपाला आली होती. विशेष म्हणजे, अफगाणिस्तानात तालिबानींची राजवट असतानाच या तरुणीनं अगदी लहान वयात आपल्या कामाची सुरुवात केली होती आणि त्याचं रूपांतर एका व्यवसायात झालं होतं.

प्रत्येक वार्ताहराला जगण्याची ऊर्मी देणारी उत्साहाची जी लहर असते, तिची जाणीव मला क्षणात झाली. कायम बुरखा वापरणाऱ्या एका मुलीनं आपल्यावर कर्त्या पुरुषासारखी दाणापाणी कमवण्याची वेळ येताच तालिबानींनाही न जुमानता एका उद्योगाची सुरुवात करावी, हेच क्रांतिकारी होतं. इतर असंख्य परदेशी व्यक्तींप्रमाणेच मीही घराच्या चार भिंतीत गाडल्या गेलेल्या आणि मुकाट अत्याचार सहन करणाऱ्या स्त्रियांची फक्त कल्पनाच केली होती. त्यांच्याबद्दल जाणून घेण्याची माझी उत्सुकता आता शिगेला पोहोचली होती.

माहिती मिळवायला सुरुवात केली तेव्हा लक्षात आलं की, कमिलाप्रमाणे तालिबानींच्या क्रूरकर्मा राज्यकर्त्यांच्या नाकावर टिच्चून काम करणाऱ्या अशा खूप तरुणी होत्या. देशाच्या कोलमडलेल्या अर्थव्यवस्थेत आणि अव्यवस्थेच्या स्थितीत घरातील लोकांच्या पोटांची खळगी भरण्याची जबाबदारी अंगावर पडताच नियमांच्या कचाट्यातून मार्ग काढत कामासाठी मिळालेल्या संधीचं त्यांनी सोनं केलं होतं. जगभरातील स्त्रियांप्रमाणेच त्यांनीही आपल्या घरकुलाला सावरण्यासाठी आणि ते भक्कम करण्यासाठी काही मार्ग शोधलेच होते. व्यवस्थेतून मार्ग काढून स्वत:चं अस्तित्व टिकवण्याची कला त्यांनी शिकून घेतली होती.

काहींनी स्त्रियांच्या आरोग्य क्षेत्रात काम करणाऱ्या परदेशी स्वयंसेवी संस्थांमध्ये स्वत:ला सामावून घेतलं होतं. कारण अशा संस्थांनी तालिबानींकडून कामाची परवानगी घेतली होती. डॉक्टरांना तर कामाची मुभा होतीच. प्राथमिक स्वच्छता आणि आरोग्यासाठी काम करणाऱ्या महिलांना मदत करण्यासाठीही महिलांना परवानगी होती. काहींनी भूमिगत शाळांमध्ये विविध विषय शिकवायला सुरुवात केली होती. त्यात दारी (बोली भाषा), कुराण, गणितापासून मायक्रोसॉफ्ट विंडोजपर्यंत साऱ्यांचाच समावेश होता. संपूर्ण काबूलमध्ये हे अशा प्रकारचे शिकवणीवर्ग घराघरांत आणि कधीकधी तर स्त्रियांसाठी राखीव असलेल्या रुग्णालयातही चालायचे. कारण तालिबानींनी असे दवाखाने सुदैवानं नियमांच्या कचाट्यातून मोकळे सोडले होते. पण त्यांना निर्धास्त होणं शक्य नव्हतं. अशा शिकवणीच्या ठिकाणी कुणीतरी धावत येऊन तालिबान्यांच्या येण्याची माहिती दिली की, क्षणात आवराआवरी करून पळ काढावा लागत असे. अशाही परिस्थितीत कमिलासारख्या मुलीनं आपल्या घरातच एका उद्योगाची पायाभरणी केली आणि स्वत:च्या जिवाची पर्वा न करता आपल्या कामासाठी ग्राहकही मिळवले. या सगळ्यांच्या व्यवसायांचं स्वरूप जरी वेगळं असलं तरीही एक गोष्ट या साऱ्या जणींमध्ये समान होती. जगण्यासाठीचा आटापिटा आणि उपासमार यातील जो फरक आहे, तोच त्यांच्या कामात होता. या परिस्थितीचा सामना करण्यासाठी त्यांनी आपापल्या पद्धती शोधल्या होत्या इतकंच.

या विरांगनांची पूर्ण कहाणी कुणाकडेही नव्हती. ज्या कथा ऐकिवात होत्या, त्यात तालिबान्यांनी केलेल्या अत्याचारानं, अन्यायानं होरपळून निघालेल्या स्त्रियांच्या करुण व्यथा होत्या. त्यांच्या राजवटीनंतर स्वत:ला सावरणाऱ्या महिलांच्या प्रेरणादायी पुस्तकांचाही यात समावेश होता. पण कमिलाची कथा या सगळ्यांपेक्षा वेगळी होती. बाहेरच्या जगाला ज्यांचा विसर पडला, अशांना मदत करण्यासाठी आणि जगवण्यासाठी धडपडणाऱ्या स्त्रीची ही गोष्ट होती. गरीब आणि कोलमडलेल्या देशाव्यतिरिक्त कुठलाही ठिकाणा नसताना स्वत:च स्वत:चा आधार बनून राहिलेली व आपणच आपल्या भविष्याला दिशा देणारी अशी ती युवती होती.

कमिला दूरदृष्टी असलेल्यांपैकी एक होती, असं म्हणायला काहीच हरकत नाही. कारण या तरुणीच्या कामाचा परिणाम आजच्या आधुनिक अफगाणिस्तानावर झाल्याचं स्पष्ट दिसतं. तिच्या दारासमोरची तालिबान्यांची गस्त थांबल्यावरही, ज्या देशात आमच्या देशाचं (अमेरिकेचं) सैन्य येतंच राहिलं, त्या देशाबद्दल कमिलाची कथा बरंच काही विशद करते. शिवाय गेल्या काही वर्षांत जे प्रगतीचे वारे या अफगाणिस्तानात वाहात आहेत, ते इथल्या महिलांसाठी आयुष्याची नवी सुरुवात आहे की परदेशी हस्तक्षेप निघून जाताच क्षणात नाहीसं होणारं मृगजळ आहे, याची जाणीव करून देणारी तिची गोष्ट आहे.

कमिलाची कथा लिहिण्याचा निर्णय घेणं सोपं होतं. मात्र प्रत्यक्षात हे एक कठीण कर्म होतं. कमिलाचे कुटुंबीय, सहकारी व तिचा मित्रवर्ग यांच्या मुलाखतींच्या काळात देशातील सुरक्षाव्यवस्थेचा पार धुव्वा उडाला होता. आत्मघातकी बॉम्बहल्ले आणि क्षेपणास्त्राच्या हल्ल्याची क्षमता आणि शक्यता दोन्ही वाढल्या होत्या. काबूली लोकांना त्यांच्या घरात आणि कार्यालयातच तासन्‌तास ठाण मांडून बसण्यास भाग पाडण्यापर्यंत या हल्ल्यांचे नियोजन आणि नियंत्रण केले गेले होते. नेहमी धीरानं वावरणाऱ्या मोहम्मदच्या चेहऱ्यावरही अनेकदा काळजीचं काहूर माजलेलं मला जाणवायचं. मग आपल्या बायकोचा इराणी स्कार्फ तो मला द्यायचा. मी त्यांच्यातीलच एक दिसावी यासाठी त्याचा हा प्रयत्न होता. अशा प्रत्येक घटनेनंतर मी माझ्या नवऱ्यालाही फोन करून खुशाली कळवायची खबरदारी घेत असे. त्याच्या गुगल अलर्टमधील अफगाणिस्तानशी संबंधित बातम्यांकडे दुर्लक्ष करण्याचा सल्लाही मी देत असे. दरम्यान संपूर्ण काबूलमध्ये सिमेंटच्या उंच-उंच भिंती आणि त्यावर लावलेल्या तारांची जाडी दिवसेंदिवस वाढत होती. या सुरक्षाव्यवस्थेशी जुळवून घेण्याचा प्रत्येक जण प्रयत्न करत होता. कुठल्याही इमारतीत प्रवेश करताना सुरक्षाकर्मी आणि सुरक्षा उपकरणांना तोंड देण्याची आता आम्हालाही सवय झाली होती. मदतकार्य करणारे आणि विदेशी पत्रकार यांना अपहृत करण्याचा सपाटाच बंडखोरांनी लावला होता. त्यांच्या कार आणि पैसा मिळवणं, ही अपहरणाची मुख्य

कारणं होती आणि कधीकधी राजकीय कारणही पुढे केलं जायचं. झालेले हल्ले, संभाव्य हल्ले आणि सुरक्षाव्यवस्थेकडून एखाद्या भागात न जाण्याविषयी मिळालेल्या सूचना याची माहिती एकमेकांना कळवण्यात मी आणि माझे पत्रकार मित्र तासन्तास घालवायचो. एक दिवस अशाच खूप मुलाखती घेतल्यानंतर मला दुपारी अमेरिकेच्या दूतावासातून फोन आला. आदल्या दिवशी अपहरण करण्यात आलेली अमेरिकन लेखिका मीच आहे का, याची शहानिशा करण्यासाठी त्यांनी हा फोन केला होता. ती मी नव्हते, हे मी त्यांना पटवून दिलं.

सतत बिघडत जाणारी ही परिस्थिती माझ्या कामात अडथळे निर्माण करत होती. तालिबानींची राजवट असताना ज्या मुलींनी कमिलासोबत काम केले, त्यांना मला मुलाखतीसाठी भेटायची प्रचंड भीती वाटत होती. आपल्या परिवारातून आणि कामाच्या ठिकाणाहून या परदेशी लोकांशी बोलण्याला विरोध होईल, ही भीती कायम त्यांच्या मनात होती. काहींना त्यांच्या सहकाऱ्यांनी अशा मुलाखतींना न जाण्याचा सल्ला दिला. ''तालिबानी पुन्हा येत आहेत हे ठाऊक आहे ना तुम्हाला?'' एका महिलेनं मला दबक्या आवाजात प्रश्न विचारला होता. संयुक्त राष्ट्रसंघाद्वारे चालणाऱ्या एका स्वयंसेवी संस्थेत ती नुकतीच कामाला लागली होती. पण त्यापूर्वी तालिबानी राजवटीत ती ज्या संस्थेमध्ये कामाला होती, त्याचे बरेच किस्से तिनं मला ऐकवले होते. ''त्यांना सगळं कळतं आणि मी तुमच्याशी बोलले, हे जर माझ्या पतीला कळलं, तर तो मला सरळ तलाकच देईल.'' ती तरुणी मला सांगत होती.

अशा प्रश्नांची उत्तरं माझ्याकडे नव्हती. पण त्यांनी केलेले असे उल्लेख मुलाखतींमध्ये येऊ न देण्याची खबरदारी मी घेत होते. अती काळजीपोटी अफगाणी स्त्रियांपेक्षाही जास्त पारंपरिक पेहराव करायला सुरुवात केली होती. कॅलिफोर्नियाच्या अनाहॅम नावाच्या मुस्लीम दुकानातून स्वत:साठी घेतलेला एक स्कार्फ मी बांधायचे. इतकंच नाहीतर 'दारी' ही त्यांची स्थानिक भाषाही बोलायला मी शिकले. पण सुरक्षारक्षकांशी, दुकानदारांशी आणि हॉटेलच्या रिसेप्शनिस्टशी बोलण्यासाठी मी मोहम्मदलाच पुढाकार घेऊ देत असे. कारण मुकाट राहून आपण जितकं त्यांच्यात एकरूप होऊ तेवढं जास्त सुरक्षित राहाता येईल, याची मला पुरेपूर जाणीव होती.

अशाच एका रिपोर्टिंगच्या दिवशी सकाळी संयुक्त राष्ट्रसंघाच्या गेस्ट हाउसवर हल्ला झाला. ज्यात राष्ट्रसंघाचे पाच लोक मारले गेले. या घटनेनंतर जराही खुट्ट झालं किंवा शेजारच्यांच्या मांजरीनं जरी आमच्या छतावरील प्लॅस्टिकवर आवाज केला, तरी मी ताडकन बिछान्यात उठून बसत असे. कुणीतरी आत येण्याचा प्रयत्न करत असल्याचा मला भास व्हायचा. असा एखादा हल्ला झालाच, तर त्याला तोंड देण्यासाठी पूर्वतयारी म्हणून मी खोलीत एक एके-४७ आणून ठेवावी, असा सल्लाही मला एका मित्राने दिला होता. अर्थात तो गमतीचा भाग होता. मी 'हो'

म्हणताच मात्र सगळ्या रूममेट्सचं धाबं दणाणलं. शस्त्र हाताळण्याचं माझं कौशल्य लक्षात घेता हा उपायाऐवजी अपाय ठरण्याचीच शक्यता जास्त असल्याचा त्यांचा अंदाज होता.

कमिला आणि तिच्या बहिणींनाही माझ्या सुरक्षेची काळजी वाटायची.

''तुला काळजी वाटत नाही? कुटुंबातील लोक तुला काही बोलत नाहीत?'' कमिलाच्या मोठ्या बहिणीनं – मलिकानं मला शेवटी एकदा विचारलंच. ''सध्या परदेशी लोकांच्या जिवाला इथे फारच धोका आहे.'' ती म्हणाली.

सारं विपरीत असतानाही त्या बहिणींनी कधीच काम सोडलं नाही, याची मी त्यांना आठवण करून दिली. मग मी का थांबावं? त्यांनी आपला विरोध व्यक्त केला. पण माझं म्हणणं बरोबर होतं, याची त्यांना जाणीव होती. तालिबानींची सत्ता असणाऱ्या काळातच या भगिनींनी आपलं काम सुरू केलं आणि कुठल्याही प्रकारची भीती मनात न बाळगता, आणि आपण करत असलेल्या कामावर श्रद्धा ठेवून त्या ते करत राहिल्या. मीही तेच करत होते.

मी काबूलमध्ये थांबले आणि त्यानंतरही सतत त्यांना भेटत राहिले. आमच्यात एक दृढ नातं निर्माण झालं होतं. या सर्व भेटींतून मला कमिलाच्या कुटुंबासंदर्भात बरीच माहिती मिळाली. त्यांची कामाप्रती आणि शिक्षणाप्रती असलेली श्रद्धा, निष्ठा, देशाच्या परिस्थितीत सुधारणा घडवून आणण्यासाठी स्वत:ही सहभागी होण्याची धडपड या अशा गोष्टींमुळे माझ्या मनातील त्यांच्यासाठीचा आदर द्विगुणित झाला होता. मीही त्यांच्या या निष्ठेला अंगी बाणण्याचा प्रयत्न करत होते.

कालांतराने मीही कमिलाच्या कुटुंबाचा भाग बनले. तिची एक बहीण मला दारी बोलायला शिकवायची, तर दुसरी तिच्या अमेरिकेतील काही शाकाहारी पाहुण्यांसाठी उत्तमोत्तम पदार्थ बनवायची. संध्याकाळी मी जायला निघाले की, मी पायात चप्पल सरकवण्यापूर्वी माझी गाडी दारात उभी आहे, याची त्या वारंवार खात्री करून घ्यायच्या. दिवसा आम्ही त्यांच्या घरी दिवाणखान्यात पाय मोकळे सोडून तासन्‌तास बसून चहा आणि 'तूत' या उत्तरेत मिळणाऱ्या सुकवलेल्या बेरींचा फडशा पाडायचो. काही काम नसेल तर नवरे, राजकारण आणि काबूलमधील परिस्थिती म्हणजेच सुरक्षेसंदर्भातील किश्शांची देवाण-घेवाण चालायची. कमिलाच्या लहानग्या देखण्या भाच्यांबरोबर गाणी गाणं आणि नाचणंही या दिवसांचा एक भाग होता. तसंच एकमेकांची चिंता हाही आता आमच्या विचारांचा अविभाज्य घटक होता.

काबूलमधील वास्तव्यात मला एक गोष्ट प्रकर्षानं जाणवली. या स्त्रियांमधला एकोपा विलक्षण होता. या एकोप्याला समजूतदारपणा, हास्यविनोद, धाडस, जगातील घडामोडींचा मागोवा घेण्याची जिज्ञासा आणि आपल्या कामावरील निष्ठा या साऱ्या छटा होत्या. आपला व्यवसाय सुरू करताना आणि इतर स्त्रियांना त्यात

सामावून घेताना आपण आपल्या हलाखीच्या परिस्थितीतही देशाला मदत करू असा ठाम विश्वास कमिलाच्या मनात असल्याचं मला आमच्या पहिल्या भेटीतच जाणवलं होतं. ही जिद्द, ही जाणीव कुठून आली होती? कमिलाच्या या कथेचा मागोवा घेताना अफगाणिस्तानचं भविष्य आणि अमेरिकेचा या देशातील सहभाग याबद्दल काय जाणून घेता येईल? माझ्यातील पत्रकाराला ही उत्सुकता शांत बसू देईना.

हीच कहाणी मी तुम्हाला सांगायला निघाले आहे. या सर्व प्रश्नांची उत्तरंही यातच मी तुम्हाला देणार आहे.

❖

अनुक्रमणिका

एक उद्ध्वस्त करणारी बातमी

"कमिलाजान, तुला आज हे प्रमाणपत्र देताना मला फार अभिमान वाटतो आहे."

पांढरे केस आणि सुरकुत्यांनी भरलेल्या चेहऱ्याच्या एका ठेंगण्या माणसानं त्या युवतीच्या हातात एक सरकारी दस्तऐवजासारखा दिसणारा कागद ठेवला. कमिलानं तो घेतला आणि ती वाचू लागली:

हे प्रमाणपत्र, कमिला सिद्दीकी यांना सय्यद जमालुद्दीन शिक्षक प्रशिक्षण संस्थेत अभ्यासक्रम यशस्वीरीत्या पूर्ण केल्याबद्दल देण्यात येत आहे.

काबूल, अफगाणिस्तान
सप्टेंबर, १९९६

"शुक्रिया, आगा!" अदबीनं झुकून तिनं त्यांचे आभार मानले. तिच्या चेहऱ्यावर एक प्रसन्न हास्य उमटलं. हा अभ्यासक्रम पूर्ण करणारी तिच्या घरातील ती दुसरी व्यक्ती होती. यापूर्वी तिच्या मोठ्या बहिणीनं – मलिकानं, सय्यद जमालुद्दीन संस्थेतून हा दोन वर्षांचा अभ्यासक्रम पूर्ण केला होता आणि काबूलच्या एका शाळेत तिला शिक्षिकेची नोकरीदेखील मिळाली होती. फक्त मलिकाला तिच्या शैक्षणिक प्रवासात कधीही अंतर्गत यादवी, रॉकेट आणि बॉम्बस्फोटांच्या भयंकर सावटाचा सामना करावा लागला नव्हता.

कमिलानं तो कागद उराशी घट्ट धरला. डोक्यावरून किंचित मागे सरकलेल्या दुपट्ट्यातून तिच्या खांद्यापर्यंत लांबीच्या गर्द तपकिरी केसांच्या बटा कपाळावर रुळत होत्या. तिनं घातलेल्या पायघोळ काळ्याशार कोटातून तिचा ढगळ काळा पायजमा आणि पायातील छोटे अणकुचीदार टाचांचे जोडे डोकावत होते. देशाच्या परंपरागत पोशाखासंदर्भातील नियमांविरुद्ध बंडखोरी करण्यात काबूलच्या स्त्रिया प्रसिद्ध आहेत.

कमिलाही त्याला अपवाद नव्हती. अफगाणिस्तानात सोव्हिएत सरकारच्या मदतीनं उभ्या असलेल्या डॉ. नजीबुल्लाह यांच्या नेतृत्वाखालील सरकारला जोपर्यंत स्वत:ला पवित्र योद्धे म्हणवणाऱ्या मुजाहिदीनांनी उलथवून लावलं नव्हतं, तोपर्यंत काबूलच्या महिला उघड्या डोक्यांनी आणि पाश्चिमात्य पद्धतीचे कपडे घालून बाजारात वावरताना दिसायच्या. १९९२पर्यंत ही स्थिती होती. पण गेल्या चार वर्षांत हे दृश्य पालटलं. स्त्रियांच्या स्वातंत्र्याला मर्यादा घालत, त्यांनी पुरुष आणि स्त्री यांच्या कामाच्या ठिकाणी विभागणी केली, त्यांना वेगळी कार्यालयं दिली आणि त्यांच्या पेहरावावरही बंधनं घातली. ढगळ आणि संपूर्ण अंग झाकणारा अगदी साधा पोशाख आणि डोक्यावर दुपट्ट्याची सक्ती करण्यात आली होती. वयस्क असोत नाहीतर तरुण. काबूलच्या स्त्रियांनी पेहरावाची बंधनं स्वीकारली असली, तरी त्यातही आपल्या बंडखोरीला थोडी वाट मोकळी करून द्यायला त्या मागे-पुढे पाहात नसत. ढगळ आणि कुठलाही आकार नसलेल्या बुरख्याखाली पायात वेगळ्या पद्धतीचे जोडे घालण्यातही त्यांना आनंद मिळत होता. कमिलाही त्यातीलच एक होती.

१९५० आणि १९६० या दशकांत काही शहरांत अफगाणी महिलांना युरोपातील प्रचलित स्कर्ट आणि त्याला साजेसा किंबहुना त्याच रंगाचा रुमाल डोक्याला बांधून मिरवताना पाहाणं नित्याचं होतं. आताची कपड्यांची पद्धत त्यांच्या त्यावेळच्या स्टाईलच्या किंचितही जवळ जाणारी नव्हती. सत्तरच्या दशकात तर परंपरांना जिवापेक्षाही जास्त महत्त्व देणाऱ्या देशवासीयांना गुडघ्यापर्यंत मिनीस्कर्ट आणि अत्याधुनिक जोड्यांचा वापर करणाऱ्या अफगाणिस्तान विद्यापीठातील तरुणींनी वेडावून सोडलं होतं. विद्यापीठ परिसरातील विरोध आणि राजकीय वादळांनी त्या काळात खळबळ माजवली होती.

कमिलाच्या काळापर्यंत हे वादळ शमलं. पण दुसऱ्या एका दुर्दैवानं आपलं डोकं वर काढलं. सोव्हिएत फौज अफगाणिस्तानात पोहोचण्याच्या दोन वर्षं आधी म्हणजे १९७९मध्ये कमिलाचा जन्म झाला होता. त्यानंतरची संपूर्ण दोन दशकं अफगाणांचा सगळा वेळ आणि शक्ती रशियन लोकांना विरोध करण्यात खर्ची पडली. मुजाहिदीनांचं तर ते एकमेव ध्येय होतं. त्यांनी या परकीय आक्रमणाचा पुरेपूर विरोध केला. सोव्हिएत सेनेच्या पहिल्या रणगाड्यानं अफगाणिस्तानात प्रवेश केला आणि त्यानंतर दोन दशके कमिला आणि तिच्या समवयस्कांना शांतता काय असते हे ठाऊकच नव्हतं. सोव्हिएत सेनेला पराभवाची धूळ चाखायला भाग पाडल्यानंतर १९९२मध्ये त्यांची गच्छंती झाली. पण मग काबूल कुणाचे, या एका मुद्यावर मुजाहिदीनांमध्ये परस्परांतच जुंपली. एका रात्रीत शहरातील रस्त्यांचं रूपांतर सीमारेषांमध्ये झालं. गटबाजी सुरू झाली आणि गोळ्या शत्रूंच्या ऐवजी स्वकीयांच्या छातीचा वेध घेऊ लागल्या.

यादवी माजली असली तरी कमिला, तिचे कुटुंबीय आणि हजारो काबूलचे

रहिवासी नित्यनेमानं शाळेत आणि कामावर जायचे. मात्र इतर लाखो अफगाणी लोकांनी आपल्या सुरक्षिततेसाठी पाकिस्तान आणि इराणला बस्तान हलवलं. हातात आलेली शिक्षिकेची पदविका घेऊन कमिला भविष्याच्या स्वप्नरंजनात गुंगली होती. १९८०मधील सोव्हिएतांच्या काळात काही शैक्षणिक सुधारणा घडल्या होत्या. त्यातील एक म्हणजे मुला-मुलींसाठी एकत्र शिक्षणाची सोय असलेल्या शाळा-कॉलेजची स्थापना या काळात करण्यात आली होती. त्यातील काबूल पेडॅगॉजिकल इन्स्टिटयूटमध्ये (शिक्षकांच्या प्रशिक्षणासाठीची संस्था) आता कमिलाच्या पुढच्या शिक्षणाची सोय होणार होती. मग दोन वर्षांनंतर तिच्या हातात पदवी येणार होती. त्यानंतर तिला कदाचित दारी (अफगाणिस्तानची बोलीभाषा) या भाषेची शिक्षिका म्हणून काम करता येणार होतं किंवा तिला साहित्याची प्राध्यापिका म्हणूनही एखाद्या महाविद्यालयात रुजू होता आलं असतं.

पण तिच्या इतक्या वर्षांच्या मेहनतीचं आणि तिच्या स्वप्नांच्या पूर्ततेसाठी तिनं मिळवलेल्या या यशाचं स्वागत होण्याची कुठलीही चिन्हं दिसत नव्हती. देशातील यादवीनं राजधानीच्या वैभवालाच सुरुंग लावला होता. भव्य व सुंदर इमारती आणि मध्यमवर्गीय लोकांच्या रहिवासाचं रूपांतर भग्न वास्तूंमध्ये झालं होतं. शहराला अवकळा आली होती. रस्ते छिन्न-विछिन्न झाले होते. पाणीपुरवठा व्यवस्था उद्ध्वस्त झाली होती. सैनिकांनी अवकाशात सोडलेल्या क्षेपणास्त्रांनी काबूलच्या रस्त्यावरील निष्पाप लोकांचा जीव घेणं, हे तर नित्याचं होतं. लोकांना आपल्या दैनंदिन कामासाठी घराबाहेर पडणं, हे जीवघेणं ठरू शकत होतं. मग काही महत्त्वाचे समारंभ आणि इतर कार्यक्रम यांचा विचार करणंही शक्य नव्हतं.

हातातील सुबक छापील कागद कमिलानं व्यवस्थित काळजीपूर्वक एका ब्राऊन फाइलमध्ये ठेवला. शाळेच्या कार्यालयातून बाहेर पडताना तिच्या मागे मुलींची एक मोठी रांग होती. पदविका घेण्याची आता त्यांची पाळी होती. संस्थेच्या इमारतीला अगदी छताला भिडलेल्या मोठमोठ्या खिडक्या होत्या. कॉरिडॉरमधून कमिला प्रवेशद्वाराकडे निघाली, तेव्हा दोन मुली काहीतरी महत्त्वाचं बोलण्यात गुंगल्या आहेत, हे तिच्या ध्यानात आलं. तिला त्यांचं बोलणं ऐकण्याची तीव्र इच्छा झाली.

"मी ऐकलं की, 'ते' आजच येणार आहेत." एक मुलगी दुसरीला सांगत होती.

"माझ्या चुलत बहिणीनं सांगितलं, 'ते' अगदी काबूलबाहेर येऊन ठेपले आहेत." ती दबक्या आवाजात बोलत होती.

'ते' म्हणजे कोण हे कमिलाला लगेच कळलं. ते म्हणजे तालिबानी आणि त्यांचं येणं अटळ होतं, हे तिला चांगलंच ठाऊक होतं. अफगाणिस्तानच्या विविध प्रांतांमध्ये पसरलेल्या कुटुंबांकडून ही बातमी शेवटी काबूलला येऊन धडकली. त्यांच्या राजवटीत काय-काय होणार, याच्या चर्चांनाही ऊत आला होता. त्यातल्या

त्यात देशातील स्त्रियांसाठी आता कठीण काळ येणार, असं या चर्चांमधून निष्पन्न होताना दिसत होतं. आपल्या मुलींच्या भवितव्यासंदर्भात काहीतरी चांगलं घडावं, अशी अपेक्षा थोड्या दुर्गम अशा देशाच्या ग्रामीण भागात असणं, जरा तरी शक्य होतं. पण तालिबानींनी शहरी भागाकडे जोरानं मुसंडी मारली आणि ती शक्यता धुळीस मिळाली. विशेष म्हणजे त्यांना आजपर्यंत कुठेही आणि कुठलाही पराभव स्वीकारावा लागला नव्हता.

रोज शाळेत येण्यासाठी कमिलानं कधीही आपल्या जिवाची पर्वा केली नाही. मात्र आता त्याच शाळेच्या कॉरिडॉरमध्ये ती सुन्न होऊन त्या दोन मुलींचं बोलणं ऐकत होती. तिची अस्वस्थता वाढली. नीट ऐकता यावं म्हणून ती आणखी थोडी पुढे सरकली आणि त्या मुलींचा संवाद ऐकू लागली.

''तुला कळलं का, हेरातमध्ये त्यांनी मुलींच्या शाळाच बंद केल्या.'' तरतरीत नाक असलेल्या त्या देखण्या तरुणीनं आपल्या मैत्रिणीला सांगितलं. तिच्याही आवाजात काळजी आणि भीती जाणवत होती. पश्चिमेकडच्या काही शहरांमध्ये तालिबानींनी वर्षभरापूर्वीच आपलं साम्राज्य प्रस्थापित झाल्याची घोषणा केली होती. ''माझ्या बहिणीनं सांगितलं की, एकदा त्यांचं राज्य आलं की, स्त्रियांना घराबाहेर पाऊल टाकण्यासही मनाई असते. आणि आपल्याला इकडे वाटत होतं की, आपला वनवास संपुष्टात आला आहे.'' तिनं आपली काळजी बोलून दाखवली.

''जाऊ दे, चल. कदाचित इतकीही वाईट परिस्थिती राहाणार नाही.'' आवाजात आश्वासकता आणून त्या दुसऱ्या मुलीनं आपल्या मैत्रिणीचा हात हातात घेतला. ''अल्लाची मर्जी झाली, तर कदाचित त्यांच्या येण्यानं आपल्या देशात शांतताही प्रस्थापित होईल.''

प्रमाणपत्र ठेवलेली फाइल कमिलानं हृदयाशी घट्ट कवटाळली आणि धडाधड पायऱ्या उतरत ती खाली आली. काबूलच्या खैरखाना नामक उपनगरातील तिच्या घरी पोहोचायला तिला लांबचा बस प्रवास करावा लागणार होता. काही महिन्यांपूर्वी तिनं हा सात मैलांचा प्रवास पायी केला होता. कारण, तिच्या शाळेलगतच्या 'करताह चार' या भागात एका क्षेपणास्त्रामुळे बरंच नुकसान झालं होतं. सैनिकांसाठीच्या एका इस्पितळाचा काही भाग या हल्ल्यात ढासळला होता आणि बस सेवा खंडित झाली होती.

क्षेपणास्त्र सोडल्यानंतरचा होणारा आवाज आता प्रत्येकाच्या परिचयाचा झाला होता आणि तो कानावर पडला की, घरांच्या चार भिंतीत किंवा तळघरात आपल्या प्राणांची रक्षा करण्यासाठी धडपड करणाऱ्या काबूलवासीयांना आता या परिस्थितीचीही सवय झाली होती. सततच्या या हल्ल्यापासून बचावाचा एक उपाय म्हणून 'करताह चार'मधून शिक्षिकांचं प्रशिक्षण केंद्र वर्षभरापूर्वीच स्थानांतरित आलं होतं. शहराच्या दुसऱ्या भागात असलेल्या एका फ्रेंच शाळेत आपल्या विद्यार्थिनी सुरक्षित राहातील,

अशी प्रशिक्षण केंद्राच्या संचालकांची अपेक्षा होती. पण काही काळ जातो न जातो तोच, या नव्या ठिकाणापासून अगदी काही अंतरावर असलेल्या गृहमंत्रालयाच्या इमारतीवर टाकण्यात आलेलं एक क्षेपणास्त्र शाळेच्या इमारतीसमोर पडलं.

या सगळ्या आठवणींचा कल्लोळ मनात माजला असतानाच कमिला घाईघाईनं मिली नावाच्या मळकट निळ्या बसमध्ये बसली. एकेकाळी मिली ही काबूलची सरकारी बस सेवा होती. धुळीनं माखलेल्या खिडकीच्या गजावर मान कलती करून ती बसली. पण कानांत प्राण आणून ती बसमधल्या इतर स्त्रिया काय बोलत आहेत, हे ऐकण्याचा प्रयत्न करत होती. करताह चारच्या पार उद्ध्वस्त झालेल्या रस्त्यांवर बस धक्के खात निघाली होती. त्यात हा संवाद ऐकण्याची कमिलाची धडपड सुरू होती. काबूलवासीयांच्या नशिबात आता काय वाढून ठेवलं आहे आणि तालिबानी राजवट म्हणजे नेमकं काय, याबाबत प्रत्येकाची वर्णनं आणि मतं व्यक्त होत होती.

''कदाचित त्यांच्या राजवटीत खूप चांगली सुरक्षाव्यवस्था येण्याची शक्यताही नाकारता येत नाही.'' कमिलापासून मागे काही दूर अंतरावरच्या सीटवर बसलेली एक महिला आपल्या सहप्रवासी महिलेला सांगत होती.

''मला तसं काहीही वाटत नाही.'' तिची मैत्रीण उत्तरली. ''मी तर रेडिओवर असंही ऐकलं आहे की, ते जिथे जातात तिथे शाळांवर बंदी घालतात. नोकऱ्याही बंद आणि आपल्याला तर त्यांच्या परवानगीशिवाय दाराबाहेर पाऊल टाकणंही शक्य होणार नाही. पण ते काही महिन्यांसाठीच इथे राहाणार आहेत...'' ती म्हणाली.

तिच्या आजूबाजूच्या आवाजांकडे दुर्लक्ष करत कमिलानं आपली नजर खिडकीच्या बाहेर खिळवली. ती मुलगी जे काही बोलत होती ते खरंही असू शकतं; यावर तिलाही विश्वास ठेवायचा होता. पण जे काही बोललं जात होतं, ते जर खरं ठरलं, तर घरात असलेल्या आपल्या चार बहिणी आणि स्वत:साठी त्याचा काय अर्थ निघू शकेल, याचा विचार आता तिला सतावू लागला. बसच्या मार्गातील रस्त्यावर तिची नजर गेली. दुकानं बंद करण्यासाठी सगळे सरसावले होते. गेल्या चार वर्षांत काबूलमधल्या दुकानांची दारं म्हणजे येणाऱ्या किंवा आलेल्या संकटाचं द्योतक बनली होती. जरा दूर कुठे एखादा रॉकेटचा हल्ला झाला किंवा काही अघटित घडलं, तर ही दारं बंद दिसायची. उघडी असली तर समजायचं की, येऊन गेलेल्या संकटानंतर आता पुन्हा सामान्य आयुष्य जगण्याची तयारी सुरू झाली आहे. पण भरदिवसा दारं बंद होताना दिसली की, आपणही घराच्या चार भिंतीत सुरक्षितता शोधावी, हा संकेत आता काबूलवासीयांच्या अंगवळणी पडला होता.

बसनं एक आचका दिला आणि ती ढकलल्यागत थोडी पुढे जात थांबली. कमिलाचा स्टॉप आला होता. अफगाणिस्तानातील दुसऱ्या क्रमांकाचा सगळ्यात मोठा समुदाय असलेल्या ताजिक नागरिकांचं खैरखाना या काबूलपासून उत्तरेकडे

असलेल्या उपनगरात प्राबल्य होतं. इतर ताजिक परिवारांप्रमाणे कमिलाचे पालकही अफगाणिस्तानच्या उत्तरेकडून आले होते. दक्षिण भाग परंपरागत पश्तुनी म्हणून गणला जात होता. अफगाण आर्मीत वरिष्ठ अधिकारी म्हणून काम करताना आपल्या सगळ्यात शेवटच्या कामगिरीनंतर कमिलाचे वडील आपल्या कुटुंबाला घेऊन खैरखानाला स्थायिक झाले होते. उणेपुरे तीन दशक त्यांनी देशाच्या सैन्यासाठी दिले होते. आपल्या नऊ मुलींच्या शिक्षणासाठी काबूलसारखं दुसरं ठिकाण देशात नाही, असं त्यांना वाटलं होतं. शिवाय शिक्षण हे फक्त मुलांच्याच नाहीतर देशाच्या भवितव्यासाठीही अत्यंत आवश्यक आहे, यावर त्यांची प्रचंड श्रद्धा होती.

रस्त्यावरच्या धुळीपासून संरक्षण व्हावं, या हेतूनं कमिलानं स्कार्फ तोंडावर धरला आणि ती भराभर चालू लागली. एक छोटं दुकान आणि काही भाजी विकणाऱ्यांना मागे टाकत ती पुढे निघाली होती. एका फोटो स्टुडिओच्या दारात टांगलेल्या नववधूंच्या हसऱ्या फोटोंकडे दुर्लक्ष करत ती चालू लागली. बेकरीतून ताज्या नानचा खरपूस वास बाहेर वातावरणात मिसळला होता तर त्यानंतरच्या खाटीकखान्यात रक्तानं ओंथबलेल्या एका बोकडाचं मांस एका हूकवर टांगलेलं होतं. दोन दुकानदार आपापसात बोलत असताना कमिला त्यांच्या जवळून गेली. त्या दोघांच्या बोलण्यातही आजच्या सगळ्यात मोठ्या घडामोडीचा उल्लेख होताच. देशाच्या राजधानीत राहाणाऱ्या इतर काबूली लोकांप्रमाणेच या दोघांनीही अनेक राज्यकर्त्यांना येताना आणि पदच्युत होताना पाहिलं होतं. त्यामुळे डोक्यावर तलवारीसारख्या टांगलेल्या संकटाची आणि त्याच्या परिणामांची त्यांना जाणीव होती. त्यातील टक्कल असलेल्या, सुरकुतलेल्या चेहऱ्याच्या माणसानं दुसऱ्याला माहिती दिली की, मसूदच्या माणसांनी राजधानीतून काढता पाय घेतलेला आहे. पण दुसऱ्याचा त्यावर विश्वास बसला नाही आणि त्यानं फक्त नकारार्थी मान हलवली.

"आता आणखी काय-काय नशिबात वाढून ठेवलं आहे ते फक्त पाहायचं." तो म्हणाला. "अल्लाच्या मेहरबानीनं कदाचित काही चांगलंही होऊ शकतं. पण मला तशी आशा वाटत नाही."

कमिलाचं कुटुंब ज्या परवान नामक प्रदेशातून आलं होतं, तिथून जवळ असलेल्या पंजशीरच्या दऱ्याखोऱ्यातील 'ताजिक सैन्याचा मर्द नायक' म्हणून गणला जाणारा कमांडर अहमद शाह मसूद हा देशाचा संरक्षण मंत्रीही होता. मुजाहिदीन योद्ध्यांमध्ये 'शेर-ए-पंजशीर' म्हणून ख्यातनाम असलेल्या या मसूदला मदत केल्याच्या संशयावरून रशियन सैन्याचा अफगाणिस्तानात वरचष्मा असताना डॉ. नजीबुल्लाह सरकारनं कमिलाच्या वडिलांना गजाआड टाकलं होतं. १९९२मध्ये रशियन लोकांनी अफगाणिस्तानातून आपलं सैन्य बाहेर काढलं आणि बुऱ्हानुद्दीन रब्बानी यांची राष्ट्रपतीपदी नियुक्ती झाल्यानंतर कमिलाच्या वडिलांची सुटका करण्यात आली होती. सुटकेनंतर मसूदच्या सैन्यासोबत काही काळ काम केल्यानंतर

त्यांनी परवान या आपल्या बालपण घालवलेल्या प्रदेशात निवृत्ती घेण्याचा निर्णय घेतला. परवान ही त्यांची जगातील एकमेव प्रिय जागा होती.

तालिबानींच्या हल्ल्यांना थोपवण्याचा मसूदनं विडा उचलला होता. तरीही १९९६च्या उन्हाळ्यात तालिबानींनी शहरांवरचे हल्ले सुरूच ठेवले आणि एक-एक शहर काबीज करत ते पुढे निघाले होते. जर सरकारी सैन्य खरंच काबूलमधून बाहेर पडण्यास सज्ज असेल, तर मग तालिबानी राजधानीच्या सीमेशी येऊन ठेपलं आहे हे नक्की, कमिलानं मनाशी विचार केला. पायाखालच्या वाटेवर नजर खिळवून ती झपाझप चालू लागली. आत्ताच संकटाचा विचार करण्याची तिची इच्छा नव्हती. खैरखानाच्या बऱ्यापैकी रहदारी असलेल्या भागातील तिच्या घराच्या हिरव्या फाटकाजवळ येताच तिनं सुटकेचा श्वास सोडला. बस स्थानकाच्या इतक्या जवळ घर देण्यासाठी तिनं उपरवाल्याचे आभार मानले.

फाटक उघडून कमिला आत शिरली. तिला पाहाताच तिची आई रुहास्वा लगबगीनं अंगणात आली. लहान चणीच्या या बाईनं आपल्या लेकीला घट्ट मिठीच मारली. केसातील पांढऱ्या बटा तिने व्यवस्थित विंचरल्या होत्या आणि त्यामुळे तिचा गोल चेहरा अगदी ठळकपणे जाणवत होता. कमिलाच्या दोन्ही गालांचे तिने मुके घेतले आणि पुन्हा एकदा तिला छातीशी कवटाळलं. त्यांनीही तालिबानींच्या आगमनाची बातमी सकाळीच ऐकली होती आणि कमिलाच्या काळजीपोटी त्या घरात येरझारा घालत तिची वाट पाहात होत्या. तिला सुरक्षित पाहून त्यांना भरून आलं.

संध्याकाळ सरून अंधार पसरू लागला होता. कमिला एकदाची घरी परतली होती. दिवाणखान्यातील एका पिवळ्या मखमली उशीवर ती बसली. घरातील प्रत्येक कोपऱ्यात ठेवलेल्या काडेपेटीनं तिने कंदील पेटवले आणि आपल्या आवडत्या कवितांचं पुस्तक घेऊन ती बसली. संपूर्ण अफगाणिस्तानात वीज म्हणजे चैनीची गोष्ट होती. ती कधीही प्रकट होत असे आणि दिवसाला तास-दोन तास राहून पुन्हा गडप होत असे. अंधारात चाचपडत जगण्याची आता सगळ्यांना सवय झाली होती. अख्ख्या कुटुंबापुढे एक पूर्ण अंधारी रात्र पसरली होती. काही वेळानं कमिलाचे वडील तिच्या शेजारी बसले. रेडिओवर लंडन बीबीसी सेवेकडून प्रसारित होणाऱ्या बातम्यांची ते वाट पाहात होते. आता पुढे काय होणार, याची उत्सुकता प्रत्येकालाच लागली होती.

तिकडे चार मैलांवर कमिलाच्या मोठ्या बहिणीच्या – मलिकाच्या आयुष्यात हा दिवस अनेक घडामोडींना घेऊन आला होता.

✳ ✳

''अम्मी, मला बरं वाटत नाही गं!'' हुसैन म्हणाला.

हुसैन हा मलिकाचा चार वर्षांचा धाकटा मुलगा होता. कमिलाचा त्याच्यावर फार जीव होता आणि त्यालाही आपली कमिला मावशी फार आवडायची. खैरखानातील घराच्या अंगणात त्याच्याशी तासन्तास खेळण्यात ती रमत असे. दारापुढून कधीतरी बकऱ्या आणि मेंढ्यांचा कळप जाताना दिसला की ही दोघंही त्यांना मोजण्यात दंग होत. तो त्याचा आवडता खेळ होता.

आज या लहानग्याच्या पोटात दुखत होतं. हगवणही लागली होती आणि दुपार सरता-सरता त्याची प्रकृती आणखी खालावल्यासारखी झाली होती. दिवाणखान्याच्या मध्यभागी टाकलेल्या लाल गालिच्यावर मलिकानं त्याच्यासाठी एक छोटा बिछाना तयार केला होता आणि त्यावर तो लोळत पडला होता. त्याला प्रचंड ग्लानी आली होती. श्वासोच्छ्वासही जोरात सुरू होता.

हुसैनच्या प्रकृतीचा वारंवार अंदाज घेतल्यावर तिची काळजी आणखी वाढत गेली. मलिका गरोदर होती आणि आजच्या घडामोडींचा अंदाज घेतलेल्या तिच्या शेजाऱ्यांनी तिला घरातच राहाण्याचा सल्ला दिला होता. त्यामुळे आता काय करावं, हा मोठा प्रश्न तिच्यापुढे होता. ती आज कामावरही गेली नव्हती. घरात बसल्यावर काय करावं म्हणून तिनं शेजाऱ्यांनी तिच्याकडे शिवायला दिलेल्या एका रेयॉनच्या ड्रेसचं काम केलं. पण हुसैनमुळे तिचं लक्ष आता कामातूनही पार उडालं होतं. त्याच्या कपाळावर घाम दिसू लागला आणि त्याचे हात-पायही थंडगार झाले होते. त्याला डॉक्टरकडे नेणं आवश्यक आहे, हे तिनं चटकन ओळखलं.

मलिकानं कपाटातून सगळ्यात मोठा पायघोळ कोट आणि डोक्याला गुंडाळायचा मोठा रुमाल काढला. रुमालाने फक्त डोकंच नाही तर चेहऱ्याचा अर्धा भागही तिनं झाकून घेतला. सुशिक्षित अफगाणी महिलांप्रमाणे ती पण इतर वेळी फक्त डोक्यावर रुमाल बांधायची आणि उरलेला भाग खांद्यांवर सोडायची. पण आज असं करणं म्हणजे संकटाला आमंत्रण देण्यासारखं होतं. जर तालिबानी खरंच काबूलच्या दिशेनं निघाले असतील, तर ते इथल्या प्रत्येक स्त्रीला दारी भाषेत ज्याला चादरी (बुरखा) म्हणतात ती घेण्याची आणि पूर्ण चेहरा झाकण्याची सक्ती करतील याची तिला खात्री होती. काही आठवड्यांपूर्वी तालिबानींनी काबीज केलेल्या हेरात आणि जलालाबाद यांमध्ये हा नियम आधीच लागू करण्यात आला होता. मलिकाकडे बुरखा नव्हता. पण पायघोळ कोट आणि चेहरा रुमालानं झाकला तर तालिबानींच्या नियमांचं उल्लंघन होणार नाही, असा तिचा अंदाज होता.

मलिकाची जाऊ तिच्या मोठ्या मुलाला सांभाळायला घरी आली आणि मलिकानं लगेच हुसैनला उचलून घेतलं. आपल्या लांबलचक, ढगळ कोटात तिच्या वाढलेल्या

पोटाजवळ तिनं त्याला घट्ट धरलं आणि साधारण दहा मिनिटांच्या अंतरावर असलेल्या डॉक्टरच्या दवाखान्याकडे ती निघाली.

रस्त्यावरची भीषण शांतता तिला घाबरवणारी होती. अशा टळटळीत दुपारी तिच्या घराजवळच्या रस्त्यावर नेहमी टॅक्सी, सायकल, ट्रक आणि गाढवांचा गोंगाट असायचा. पण आज यातील एकही गोष्ट त्या रस्त्यावर दूरवर कुठेही नव्हती. तालिबानींच्या येण्याचा धसका प्रत्येकानेच घेतला होता आणि तिचे सगळे शेजारी आपापल्या घरात दडून बसले होते. घराची दारं बंद होती आणि प्रत्येक खिडक्यांवर जाड पडदे टांगले होते. त्यामागे बसलेल्या प्रत्येक व्यक्तीसाठी आता वाट पाहाण्यापलीकडे काहीही शिल्लक नव्हतं. येणारा क्षण काय घेऊन येणार एवढा एकच विचार प्रत्येकाच्या मनात होता.

पायवाटेवरून चालताना स्वत:च्याच चपलांच्या आवाजानं मलिका दचकत होती. मान खाली घालून चालत असतानाच तिला डोक्यावरून सतत घसरणारा स्कार्फ सावरावा लागत होता. पण तो जाड स्कार्फ एका जागी टिकायला तयार नव्हता. तो सावरताना ती हुसैनला एका हातावरून दुसरीकडे घेण्याचाही प्रयत्न करत होती. तो रुमाल, हुसैन आणि आपल्या चालण्याचा वेग हे सगळं सांभाळताना तिची तारांबळ उडाली होती. ती आता कासावीस झाली होती. करताह परवानच्या गल्ली बोळांमध्ये आता दुपारची सावली पडण्याची चिन्हं दिसू लागली होती.

मलिकानं मुख्य रस्त्यावरून उजव्या बाजूला जाणाऱ्या रस्त्याची वाट धरली आणि ती दवाखान्याच्या दाराशी पोहोचली. एका रांगेत असलेल्या दुकानांपैकी एका खोलीतील तळमजल्यावर डॉक्टरनं आपला दवाखाना थाटला होता. सगळ्या दुकानांच्या छतांची उंची कमी होती.

तपकिरी दगडांच्या पायऱ्या चढून जाऊन दुकानाच्या बाल्कनीत असलेल्या घरात ती पोहोचली. त्या घरात शिरताच मलिकाला एकदम सुरक्षित वाटलं. डॉक्टर आहेत की नाही, याची तिनं खात्री करून घेतली. दाराचा आवाज ऐकून डॉक्टरही तपासणी कक्षातून बाहेर आले.

"माझ्या मुलाला ताप आहे. मला वाटतं तो आजारी आहे." ती एका श्वासात बोलली. "शक्य तितक्या लवकर मी त्याला इथे आणलं आहे."

डॉक्टर वयस्क होते. मलिका आणि तिच्या सासरकडची मंडळी त्यांच्याकडे नेहमी जात असत. तिच्याकडे पाहात ते आश्वासक हसले.

"काही काळजी करू नकोस. तू आधी खाली बैस. तपासणीला फार वेळ लागणार नाही." ते म्हणाले.

आलेल्या रुग्णांना बसायला केलेल्या रिकाम्या आणि अंधाऱ्या खोलीत मलिका

बसली. हुसैनला अत्यंत काळजीपूर्वक तिनं एका लाकडी खुर्चीत बसवलं. अस्वस्थ मन:स्थितीत ती पुन्हा उठली आणि खोलीत फेऱ्या मारू लागली. खोल श्वास घेण्याचा प्रयत्न करत तिनं आपल्या पोटावरून हळूहळू हात फिरवायला सुरुवात केली. हुसैनचा चेहरा अगदी मलूल झाला होता. त्याचे डोळे पाणावल्यासारखे दिसत होते, पण त्यात कुठलाही भाव नव्हता. ती त्याच्या शेजारी बसली आणि त्याला तिनं उराशी कवटाळलं.

अचानक रस्त्यावर काहीतरी गोंधळ चालल्याचं तिच्या लक्षात आलं. ती ताडकन खुर्चीतून उठली आणि खिडकीकडे धावली. धूराचे काळे ढग रस्त्यावर तरळताना तिला दिसले. तेवढ्यात एक ट्रक धडधडत गेला. काबूलमध्ये वारंवार दिसणाऱ्या ट्रकपैकी तो नव्हता. तो बऱ्यापैकी नवीन होता. आणि मग तिला बस थांब्याच्या मागे तीन लोक उभे असलेले दिसले. त्यांनी डोक्यावर उंच आणि जाड पगड्या होत्या आणि हातात दंडूके होते. ते कशावर तरी मारत आहेत एवढं तिला कळलं. मात्र काही स्पष्ट दिसलं नाही.

प्रयत्न केल्यावर तिच्या लक्षात आलं की, ज्या वस्तूवर ते काठ्या आपटत होते ती वस्तू म्हणजे एक स्त्री होती. अंगाचं मुटकुळं करून ती तिच्यावर होणाऱ्या हल्ल्याचा प्रतिकार करण्याचा प्रयत्न करत होती. पण ते तिघंही तिच्यावर अक्षरश: तुटून पडले होते. दंडूक्याच्या सपासप वाराचा भीषण आवाज मलिकाच्या कानांवर आघात करत होता. त्या स्त्रीच्या पायावर, हातावर, पाठीवर सपासप वार होत राहिले आणि ती असाह्यपणे ती रस्त्यावर तळमळत होती.

"तुझी चादरी कुठे आहे?" त्यातील एक माणूस त्या बाईवर ओरडला आणि हातातला दंडा हवेत वर नेत त्यानं पुन्हा तिच्यावर वार केला. "तू अशी बुरखा न घेता बाहेर पडलीसच कशी? कशी स्त्री आहेस तू?"

"थांबा!" ती बाई कळवळून ओरडली. "माझ्यावर दया करा. मी डोक्यावर रुमाल घेतला आहे. माझ्याकडे चादरी नाही. आम्हाला ती पूर्वी कधी घालण्याची गरज पडली नाही." ती सांगत होती.

ती बाई हमसून-हमसून रडत होती. हा सगळा प्रकार पाहून मलिकाच्या डोळ्यातही पाणी आलं. तिचं मन तिला सांगत होतं की धावत जाऊन त्या बाईला मदत करावी. पण ते शक्य नाही, हे तिचं मन तिला बजावत होतं. डॉक्टरच्या दवाखान्यातून ती बाहेर पडली असती तर तिचीही अवस्था त्या स्त्री सारखीच झाली असती. एका गरोदर बाईला मारण्यासही त्यांनी मागे-पुढे पाहिलं नसतं, मलिकानं विचार केला. मात्र या क्षणी तिला तिच्या आजारी मुलाची काळजी घ्यायची होती. ती असाहाय्यपणे खिडकीजवळ अश्रू ढाळत उभी राहिली.

"तुला काय वाटतं हे पूर्वीचंच सरकार आहे?" डोळ्यात काजळ घातलेल्या

एका तरुण शिपायानं त्या महिलेला उद्देशून म्हटलं. "डॉ. नजीबुल्लाह किंवा मुजाहिदीनांचं हे सरकार नाही." तो म्हणाला. त्याची मुठ पुन्हा वळली होती. "आम्ही इस्लामच्या शरियामध्ये विश्वास ठेवणारे आहोत आणि त्या कायद्याप्रमाणे महिलांनी स्वत:ला संपूर्ण झाकून ठेवायलाच हवं. तुझ्यासाठी हा फक्त एक सावध राहाण्याचा इशारा आहे, हे लक्षात ठेव" तो तिच्या अंगावर पुन्हा ओरडला.

शेवटी ते तिघंही ट्रकमध्ये बसले आणि निघून गेले. स्वत:ला सावरत, धडपडत ती स्त्री उठून उभी राहिली. एका हातात आपली पर्स सांभाळत आणि लंगडत ती कशीबशी चालत पुढे निघाली.

मलिका खिडकीजवळून बाजूला झाली आणि तिनं पुन्हा हुसैनकडे पाहिलं. तो खुर्चीत अगदीच लोळागोळा होऊन बसला होता आणि हलकेच कण्हत होता. त्याचा चिमुकला हात हातात घेताना ती शहारली. बाहेर पाहिलेल्या त्या स्त्रीप्रमाणेच मलिकाही काबूलच्या एका अशा पिढीतील मुलगी होती जिनं कधी चादरी वापरली नव्हती. १९५०नंतर देशातील महिलांना मोकळा श्वास घ्यायला मुक्त करणाऱ्या पंतप्रधान मुहम्मद दाऊद खानच्या राजधानीत मलिका आणि तिच्या आधीच्या पिढ्या जन्माला आल्या होत्या. अमानुल्लाह खान या बादशाहनं ३०वर्षांपूर्वी महिलांची बुरख्याच्या जोखडातून मुक्त करण्याचा प्रयत्न केला होता. पण १९५९पर्यंत ते शक्य झालं नव्हतं. शेवटी पंतप्रधानांच्या बायकोनं स्वत: स्वातंत्र्यदिनाच्या कार्यक्रमात फक्त डोक्यावर रुमाल लपेटून प्रवेश केला आणि त्यानंतर चादरीची प्रथा देशातून हळूहळू लोप पावली. या त्यांच्या एका कृतीनं राजधानीत सांस्कृतिक चळवळीची पायाभरणी झाली होती. त्यानंतर काबूलच्या महिला स्वत: शिकल्या, शिक्षिका झाल्या, कारखान्यात काम करू लागल्या, डॉक्टर झाल्या आणि शासकीय आणि नागरी सेवांमध्येही त्या सहभागी झाल्या. डोक्यावर एक हलकासा रुमाल वजा दुपट्टा घेऊन चेहऱ्याचा कुठलाही भाग न झाकता त्या कामावर जाऊ लागल्या, वावरू लागल्या. या आजच्या दिवसापूर्वी त्यांना त्यांच्या आजीच्या काळातील पायघोळ कोट वापरण्याचीही गरज पडली नव्हती.

पण पुन्हा सगळं चित्र पालटलं होतं. स्त्रियांना आता पुन्हा एकदा विशिष्ट प्रकारचे कपडे घालण्याचं आणि तसाच लादलेला विशिष्ट विचार करण्यास भाग पाडण्यात आलं होतं. हे नियम लादणाऱ्या राज्यकर्त्यांना स्वत:शिवाय इतर कशाचीही पर्वा नव्हती. डॉक्टरकडून बाहेर पडल्यावर आपल्याही नशिबी असाच एक प्रसंग येणार का? हुसैनला घेऊन ती सुरक्षित घरी पोहोचू शकेल की नाही, या विचारानंच मलिकाच्या छातीत प्रचंड धडधडू लागलं. खिडकीतून पाहिलेल्या त्या बाईसारखा मलिकाचा रुमाल तिचा सगळा चेहरा झाकून घेण्याइतका मोठा नव्हता. त्या सैनिकांकडे दयेची भीक तरी कुठल्या आधारावर मागायची? तिनं हुसैनला पुन्हा एकदा कुरवाळलं आणि स्वत:लाही थोडं सावरण्याचा प्रयत्न केला.

नेमकं तेव्हाच डॉक्टर बाहेर आले.

त्यांनी हुसैनची व्यवस्थित तपासणी केली. ती लवकरच आटोपली. त्यांनी मलिकाला धीर दिला. काळजी करण्याची काहीही गरज नव्हती. त्याला भरपूर पाणी पाजण्याचा सल्ला देत त्यांनी काही औषधं लिहून दिली. मलिका हुसैनला घेऊन पुन्हा बाहेरच्या खोलीकडे निघाली. पण क्षणभर थबकली.

"डॉक्टर, मी आणखी थोडा वेळ इथे थांबू शकते का?" तिनं हातातील हुसैनकडे आपली नजर वळवत डॉक्टरांना विचारलं. "याला पुन्हा घरी नेण्यापूर्वी मला थोडा आराम करण्याची गरज आहे."

तिनं जे काही बाहेर पाहिलं होतं, त्याची वाच्यता डॉक्टरांकडे करण्याची तिची अजिबात इच्छा नव्हती. पण त्या सगळ्या प्रसंगानं तिच्या मनावर खोलवर परिणाम झाला होता. सुखरूप घरी पोहोचणं एवढंच तिच्यासाठी या क्षणी सगळ्यात महत्त्वाचं होतं.

"हो, हो, अगदी!" डॉक्टर उत्तरले, "तुला वाटेल तेवढा वेळ तू थांबू शकतेस."

प्रतिक्षालयात हुसैनला पुन्हा खुर्चीवर बसवून ती येरझारा घालू लागली आणि मदतीसाठी अल्लाकडे दुवाही मागू लागली. चादरी अंगावर नसताना बाहेर रस्त्यावर जाणं धोकादायक होतं, याची तिला पुरेपूर जाणीव होती. पण ती मिळवायची कुठून, या प्रश्नाचं तिच्याजवळ काहीच उत्तर नव्हतं.

पण क्षणात तिचा चेहरा उजळला. खिडकीतून नजर बाहेर गेली आणि तिला सोराया दिसली. तिच्या मोठ्या मुलाची ती शिक्षिका होती आणि ती डॉक्टरच्या दवाखान्याच्या दिशेनंच येत होती. मलिकानं दुरूनच ही संधी हेरली. सोरायाच्या काळ्या रुमालातून तिचा चेहरा जरासा दिसत होता. तिच्या दोन्ही हातात भाजीच्या पिशव्या होत्या. मलिकानं रस्त्याच्या दुतर्फा एक नजर टाकली आणि परिस्थितीचा अंदाज घेत ती पटकन दाराकडे धावली.

"सोराया जान!" मलिकानं दारातूनच तिला हाक मारली, "मी मलिका, सईदची आई."

सोराया दचकून एकदम भानावर आली आणि मलिका उभी होती, त्या दाराकडे ती गेली. मलिकानं तिला घडलेला सगळा प्रकार सांगितला. सोराया सारं ऐकून चकित झाली होती. आजचा तिचा संपूर्ण दिवस आवश्यक असलेल्या भाज्या आणि इतर खाद्यपदार्थ शोधण्यात गेला होता. तालिबानी शहरातील बारा लाख लोकांसाठी येणारी आवकच बंद करण्याचा प्रयत्न चालवला होता. खाद्यपदार्थ घेऊन येणाऱ्या वाहनांना रोखण्याचे प्रकार त्यांनी सुरू केले होते. त्यामुळे बाजारात इतर वेळी सहज उपलब्ध असणाऱ्या अनेक जीवनावश्यक

वस्तू मिळणं, आता दुरापास्त झालं होतं. त्याचा अनुभव आज सोरायालाही आला होता. मोठ्या मुश्किलीनं तिला काही बटाटे आणि कांदे मिळवता आले होते. आज रात्री पुलाव करायला ते पुरेसे होते. तालिबानींच्या येण्याची चाहूल बाजारालाही लागली होती. पण त्यांचं रूप काय असणार आणि काय-काय भोगावं लागणार याची पुरती कल्पना आजच्या दिवशी फक्त मलिकाला आणि त्या बाईला आली होती. तालिबानींच्या राजवटीचा चेहरामोहरा तिनं त्या तीन सैनिकांच्या रूपात पाहिला आणि अनुभवला होता.

"माझं घर इथे जवळच आहे." मलिकाचा हात हातात घेत सोराया म्हणाली. "तुम्ही दोघंही माझ्याबरोबर घरी चला आणि तुझ्यासाठी चादरी कशी मिळवायची यावर विचार करू. ती घालून तुला सुरक्षित घरी जाता येईल. तू अजिबात काळजी करू नकोस. आपण नक्की यातून काहीतरी मार्ग काढू." आश्वासक स्वरात सोराया म्हणाली.

आज पूर्ण दिवसात पहिल्यांदाच मलिकाच्या चेहऱ्यावर हास्य उमललं.

"सोराया जान, तुझे खूप-खूप आभार!" ती म्हणाली. "मी तुझे हे उपकार कधीही विसरणार नाही."

काही अंतर चालून त्या दोघीही सोरायाच्या घरी पोहोचल्या आणि पिवळ्या रंगाच्या फाटकामागे उभ्या राहिल्या. घरापर्यंत चालत जाताना त्या दोघीही एक चकार शब्दही परस्परांशी बोलल्या नाहीत. कोणीही त्यांना गाठू नये म्हणून दोघीही मनोमन देवाची करुणा भाकत होत्या. त्या असहाय्य स्त्रीचा चेहरा आणि तो प्रसंग मलिकाच्या डोळ्यांपुढून हटतच नव्हता.

काही क्षणांत त्या दोघी सोरायाच्या स्वयंपाकघरात एकत्र बसल्या होत्या. सोरायानं दिलेल्या गरम चहाचा कप मलिकानं घट्ट हातात धरला. आज दिवसभरात आत्ता या क्षणी तिला थोडं निवांत वाटलं. आपल्या या मैत्रिणीच्या घरी मिळालेल्या स्नेहपूर्वक वागणुकीमुळे तिला फार बरं वाटलं होतं. शिवाय डॉक्टरनं दिलेली गोळी घेतल्यानंतर आता हुसैनलाही जरा तरतरी आली होती.

"मला एक कल्पना सुचली आहे, मलिका!" सोराया तिला म्हणाली. तिनं आपल्या मुलाला, मोहम्मदला हाक मारली. दुसऱ्या खोलीत तो खेळत होता. तो आल्यावर सोरायानं त्याला एक कामगिरी दिली. "तू आत्या ओरझालाकडे जा आणि तिला म्हणावं की, तिच्या चादरीची मलिका काकूला गरज आहे. दोन-तीन दिवसांनी ती परत करू असंही नक्की सांग. मी आता जे काही तुला सांगितलं, ते फार महत्त्वाचं आहे. कळलं?"

आठ वर्षांच्या मोहम्मदनं होकारार्थी मान डोलवली.

अर्ध्या तासात मोहम्मद घरी परतला आणि दिवाणखान्यात बसलेल्या मलिकाच्या हातात त्यानं पांढऱ्या रंगाची एक प्लॅस्टिकची पिशवी दिली. त्यात निळ्या रंगाची

एक चादरी होती. "आत्या म्हणाली की, चादरी हवी तितके दिवस तुम्ही वापरू शकता." मोहम्मद खूप प्रसन्न चेहऱ्यानं तिला सांगत होता.

मलिकानं तो पोशाख पिशवीतून काढला आणि नीट निरखून पाहिला. वेगवेगळ्या कापडाच्या प्रकारांना एकत्र करून ती चादरी शिवली होती. समोरच्या भागासाठी पॉलीएस्टरचं कापड वापरण्यात आलं होतं. त्यावर खूप सुंदर कशिदाकारी केली होती आणि डोकं झाकण्यासाठी एक टोपीसारखा भाग ही शिवण्यात आला होता. चादरी चुण्या घालून अगदी व्यवस्थित शिवली होती आणि लांबी पायघोळ होती. अंगावर घालताना चादरी अत्यंत काळजीपूर्वक घालावी लागते, म्हणजे डोक्यावर जी टोपी येते ती अशी असावी की, डोळ्यांवर येणारी खिडकी आवश्यक त्या ठिकाणी नीट यावी. त्या खिडकीवर दोऱ्यांची एक जाळी असते, ज्यातून थोडं फार दिसू शकतं.

सोरायाच्या कुटुंबानं मलिकाला जेवणासाठी थांबण्याचा आग्रह केला. थोडा पुलाव आणि बटाटे खाल्ल्यानंतर ती उठली आणि तिनं चादरी अंगावर चढवली. तिच्या तपकिरी आधुनिक पद्धतीच्या पोशाखाची पायाकडची छोटीशी किनार त्या चादरीमधून दिसत होती. यापूर्वी मलिकानं याप्रकारचे कपडे अगदीच दोन-चार वेळा घातले होते. शरीर झाकून घेण्यासाठी तिला खूप आटापिटा करावा लागत होता. डोळ्यावर येणाऱ्या त्या खिडकीतून पाहाण्यासाठीही तिला प्रयत्न करावा लागत होता. ते भोक फक्त दोन इंच लांब आणि साडेतीन इंच रुंद होतं. हा सगळा प्रकार सांभाळत सोरायाला निरोप देताना दाराकडे जाता-जाता मलिकाचा चादरीला अडखळून तोलही गेला.

"माझा मुलगा ही चादरी तुम्हाला परत आणून देईल." अशा संकटकाळी धावून येणाऱ्या या मैत्रिणीला तिनं मिठी मारली.

आता हुसैनला उचलून घेण्याऐवजी तिनं हाताशी धरलं आणि घराची वाट धरली. आकाशात चांदणं दिसू लागलं होतं. पुन्हा अडखळणार नाही किंवा तोल जाणार नाही, याची ती काळजी घेत झपाझप चालू लागली होती. मनातल्या मनात अल्लाकडे दुवा करणे सुरूच होते. दिवस निभावला होता. आता परत जाताना एखादं क्षेपणास्त्र इकडे पडू नये, यासाठी तिचा धावा सुरू होता. सुखरूप घरी पोहोचण्याची तिला घाई झाली होती.

हा सगळा प्रकार आपल्या माहेरच्या लोकांना सांगण्यासाठी तिला अनेक दिवस वाट पाहावी लागली. पण सय्यद जमालुद्दीनच्या कॉरिडॉरमध्ये ती लहान मुलगी जे बोलली त्याचा प्रत्यय घेणारी या परिवारातील मलिका ही पहिली व्यक्ती ठरली; एवढं मात्र खरं!

निरोप घेण्याचा काळ

दिवाणखान्यातील कपाटाच्या एका कप्प्यात ठेवलेल्या रेडिओतून आवाज येत होते. कमिलाचे वडील वोजा अब्दुल सिद्दीकी त्या जुनाट चिनी उपकरणाच्या काळ्या स्पीकरला कान लावून बीबीसीकडून प्रसारित होणाऱ्या बातम्या नीट ऐकण्याचा प्रयत्न करत होते. वार्ताहराच्या बोलण्याचा अर्थ लावण्यासाठी त्यांची धडपड चालली होती. सिद्दीकी दिसायला अतिशय रुबाबदार होते. त्यात सैनिकी शिस्त आणि राहणीमान यामुळे त्यांच्या व्यक्तिमत्त्वाला एक राजसी वलय प्राप्त झालं होतं. पण अशी ही राजसी व्यक्ती सध्या त्या छोट्याशा उपकरणाला शरण गेली होती. मुलं आपल्या वडिलांचा हा खटाटोप अगदी शांतपणे न्याहाळत बसली होती. हा सिद्दाकींचा नित्यक्रम होता. एका सैनिकाला न शोभणाऱ्या हळुवारपणे ते रेडिओला हाताळायचे. आताही त्यांची तीच धडपड चालली होती. थोड्याच वेळात बीबीसीच्या पर्शियन बातम्यांचं प्रसारण होतं. प्रत्येक शब्द लक्ष देऊन ऐकण्यासाठी सगळे सज्ज होते. रात्रीच्या जेवणापूर्वी या बातम्या ऐकणं, त्यांच्यासाठी फार आवश्यक असायचं. कारण तालिबानींच्या येण्यानं त्यांच्यासारख्या हजारो कुटुंबांचा बाहेरच्या जगाशी संपर्क तुटला होता आणि हा रेडिओ हेच त्यांच्या चार भिंतींबाहेरच्या जगाशी संपर्काचं एकमेव साधन होतं.

गेल्या महिन्याभरात रोज प्रसारित होणाऱ्या बातम्या नाट्यमय होत्या. पगडी बांधलेल्या तालिबानी सैनिकांच्या तुकड्या, चकाकणाऱ्या गाड्या, रणगाडे यांनी काबूलच्या प्रत्येक कोपऱ्यात प्रवेश केला होता. त्यांच्यासाठी हा दैवी विजय होता. विजयानंतर पहिल्याच दिवशी त्यांनी माजी कम्युनिस्ट अध्यक्ष डॉ. नजीबुल्लाह यांना फासावर लटकवले. काबूलच्या एरियाना चौकात एका लाल-पांढऱ्या ट्रॅफिक पोलवर त्यांना फाशी दिली गेली. धर्म आणि देव न मानणाऱ्या सोव्हिएत सैन्याला जवळ करून १९८०च्या दरम्यान आपल्याच धर्मातील लोकांना म्हणजे मुस्लिमांना

छळणारा म्हणून नजीबुल्लाह ओळखला जात होता. त्यामुळे त्यालाच सगळ्यात आधी मृत्यूच्या स्वाधीन करून तालिबान्यांनी जणू एक संदेश जगाला दिला. त्यांच्या वाटेत येणाऱ्यांना ही अशी शिक्षा मिळणार, हे त्यांनी आपल्या या कृतीतून स्पष्ट केलं होतं. नजीबुल्लाहच्या टांगलेल्या मृतदेहाला जगासमोर एक उदाहरण म्हणून त्यांनी ठेवले होते. त्याच्या तोंडात सिगारेट्स आणि त्याच्या नैतिक दिवाळखोरीचं प्रतिक म्हणून त्याच्या पॅन्टच्या खिशात नोटा कोंबण्यात आल्या होत्या. रक्तानं माखलेला, फुगलेला त्याचा मृतदेह दोन दिवस त्या खांबावर लटकत होता.

कमिलाच्या वडिलांची ऐन तारुण्यातच सैन्यात निवड झाली होती. तत्कालीन सरकारातील काही वरिष्ठ अधिकारी परवानला त्यांच्या घरी आले असताना त्यांनी या तरुणाला आपल्यासोबत घेऊन जाण्याची मनिषा व्यक्त केली होती. दारूगोळा विभाग, भूसर्वेक्षक आणि वरिष्ठ सल्लागार अशा महत्त्वाच्या पदांवर सैन्यात काम करताना त्यांनी अनेक राजकीय घडामोडी अगदी जवळून पाहिल्या होत्या. इतकंच नाहीतर माजी पंतप्रधान मोहम्मद दाऊद खाननं आपल्याच राजाला – मोहम्मद झहीर शाहला – नेस्तनाबूत करून स्वत:ची सत्ता प्रस्थापित केली, त्या घटनेचे वोजा सिद्दीकी साक्षीदार होते. शाहला हटवून देशाला सार्वभौम घोषित करणारा दाऊद खान होता. पण पाच वर्षांनी कट्टर कम्युनिस्टांच्या एका शिक्षित गटानं त्याचा खून केला. स्वत:च्या विरोधकांना बंदी करून त्यांचा छळ करणं आणि त्यांना मारून टाकणं, हा या गटातील लोकांचा शिरस्ता होता. पण या क्रांतिकाऱ्यांवर फार काळ विश्वास ठेवता येणार नाही, असं वाटताच १९७९मध्ये लाल सैन्यानं अफगाणिस्तानात प्रवेश केला आणि तेव्हा पासून देशातील युद्धजन्य परिस्थिती कायम झाली होती.

ज्या सरकारसोबत सिद्दीकींनी काम केलं, त्या सरकारला त्याच्या विरोधकांकडून आणि त्यांच्याच काही लोकांकडून कायम उलथवल्या जाण्याचा धोका होता. ही टांगती तलवार मानेवर कोसळण्यापासून रोखण्यासाठी प्रत्येक सरकारनं सैन्याची मदत घेतली होती. स्थैर्यासाठी त्यांना सैन्याच्या कुबड्यांची कायम आवश्यकता भासायची. पण आता ज्या सैन्याच्या हातात सरकारची दोरी होती त्यांच्या तऱ्हा फारच वेगळ्या होत्या आणि लोकांवर सरळ परिणाम करणाऱ्या होत्या.

हे सगळं घटनाचक्र सुरू झाल्यानंतर सिद्दीकींना आपल्या कुटुंबाच्या भवितव्याचीही काळजी वाटू लागली. ज्यांना तालिबानी आपला शत्रू मानतो त्यांचं काय होतं, हे त्यांनी पाहिलं होतं. कारण डॉ. नजीबुल्लाह आणि मसूदच्या कार्यकाळात त्यांनी काम केलं होतं. तालिबानींना संपूर्ण देशात साम्राज्य स्थापन करण्यापासून रोखणारा मसूद हा 'शेर-ए-पंजशीर' म्हणून ओळखला जायचा. त्यामुळे तो आता तालिबानींचा नंबर एकचा शत्रू होता. त्याच्याशी असलेले सिद्दीकींचे संबंध हे तालिबानींचा रोष ओढवून घेण्यासाठी पुरेसे होते. पण आपल्या मुलांना ते धीर देण्याचा प्रयत्न करत

होते. ''अरे, मी एक निवृत्त वृद्ध व्यक्ती आहे. माझा आता राजकारणाशी काहीही संबंध नाही.'' ते मुलींना म्हणाले. पण दिवसागणीक कमिलाची अस्वस्थता वाढू लागली होती. नी ताजिक तरुणांचा छळ सुरू केला होता. मसूदला शस्त्रास्त्र आणि माहिती पुरवण्याच्या संशयावरून या तरुणांना मशिदींतून आणि बाजारपेठांतून कैद करून त्यांना फोडून काढण्याची एकही संधी सोडली नव्हती. मसूदनं आता काबूलच्या उत्तरेकडे आपल्या सैन्यासह तळ ठोकायला सुरुवात केली होती. आपल्या विरोधकांची आणि त्यांच्यापासून होणाऱ्या संभावित उपद्रवांची आगाऊ काळजी घेण्यासाठी तालिबान्यांनी आपल्या सैनिकांना शहरात ठिकठिकाणी गस्तीसाठी पेरून ठेवलं होतं. खांद्यावर कलाश्निकोव्हस् घेऊन फिरणारे पगडीधारी तालिबानी सैनिक रणगाडे आणि वाहनांमधून शहरात सर्वदूर फिरताना पाहाणे, आता लोकांनाही नित्याचं झालं होतं.

सिद्दीकी सुशिक्षित होते आणि आपल्या सैन्यातील नोकरीच्या काळात त्यांनी संपूर्ण देश पालथा घातला होता. पंथ भेदाची आग निदान अफगाणी लोकांना तरी स्पर्श करणार नाही; या भेदभावाच्या भिंती आपल्या लोकांना विलग करू शकणार नाहीत, असा काहीसा त्यांचा समज होता. निर्वासितांच्या छावण्यांमध्ये वाढलेल्या या तालिबानी सैन्यातील मुलांमुळे जगाला धोका संभवतो, याचीही त्यांना पुरेपूर जाणीव होती. पण आपल्या मुलींना काळजी करू नका, असं समजावून सांगणं आता त्यांनाही कठीण झालं होतं. सोव्हिएत सेनेनं पुकारलेल्या युद्धात आणि बॉम्बस्फोटात यांपैकी शेकडो मुलांचे माय-बाप नाहक बळी गेले होते. देशाच्या दक्षिणेकडे अशा अनेक कत्तली झाल्या आणि शेकडो मुलं पोरकी झाली. घरदार सगळं उद्ध्वस्त झालं. त्यांना आपल्या देशातही कधी व्यवस्थित राहाता आलं नाही किंवा प्रवेशही करता आला नाही. इतकंच नाहीतर स्वत:चा देश किंवा त्याची राजधानी पाहाण्याची त्यांची ही पहिली वेळ असावी. ''मला वाटतं यातील बहुतांशी मुलांनी काबूलमध्ये प्रथमच पाऊल टाकलं असावं.'' सिद्दीकी आपल्या मुलांना सांगत होते. ''आणि कदाचित प्रथमत:च त्यांनी इतक्या वेगवेगळ्या पंथांच्या लोकांना इतक्या मोठ्या संख्येनं पाहिलं असावं.'' ही मुलं पाकिस्तानच्या दक्षिण किंवा पूर्वोत्तर भागांमध्ये असलेल्या विस्थापितांच्या छावण्यांमध्ये लहानाची मोठी झाली होती. त्यांना त्यांच्या देशाच्या इतिहासाची जी काही थोडीफार जाणीव झाली ती मदरशांमध्येच. पण यात शिकवणारे शिक्षक जेमतेम शिक्षण घेतलेले, कट्टरपंथी, इस्लामचा आणि त्यातील शिकवणीचा एकांगी व आपल्या सोईनुसार अर्थ काढणारे होते. धर्माची त्यांची शिकवण आणि अफगाणी परंपरांमध्ये खूप-खूप अंतर होतं. ज्या छावण्यांमध्ये या मुलांचं संगोपन झालं आणि ते मोठे झाले, तिथे राहाणाऱ्या कुटुंबांनी आपल्या बायकांना, मुलींना क्वचितच बाहेर पडू दिलं होतं. ''तालिबानींच्या

पांढऱ्या झेंड्याच्या छायेत वाढलेल्या या मुलांचा कधी स्त्रियांशी संबंधच आला नाही. ते कधी त्यांच्या संपर्कात आलेच नाही.'' सिद्दीकी आपल्या मुलींना एक-एक गोष्ट व्यवस्थित समजावून सांगत होते.

तालिबानी सैनिकांना मिळालेली शिकवण हीच होती. स्त्रियांपासून जितके दूर राहाता येईल, तितके योग्य आणि त्यांच्याप्रती आकर्षण निर्माण होऊ न देणे, हाच त्यांचा एकमेव उद्देश होता. स्त्रियांची खरी जागा घराच्या चार भिंतीत आहे आणि त्यांनी तिथेच राहावे, हा आग्रहही यातूनच निर्माण झाला होता. त्यामुळे काबूलसारख्या राजधानीच्या शहरातील रस्त्यांवर आपली सत्ता आल्यानंतर तिथलं मोकळं, सुधारणावादी व परदेशी संस्कृतीचा प्रभाव असलेलं वातावरण पाहून, तर या मुलांची मन:स्थिती अगदीच बावचळल्यासारखी झाली होती. त्यांना काबूल म्हणजे सुंदर, मोहक, आकर्षक आणि नटव्या अप्सरांना मुक्तपणे वावरण्यासाठीची जागा वाटू लागली होती. असं शहर म्हणजे त्यांच्यासाठी जहन्नमच होतं. इथे स्त्रिया पाश्चात्त्य पद्धतीचे भडक कपडे घालून फिरतात, बाजारपेठांमध्ये दुकानदार नमाजाच्या वेळांकडे कानाडोळा करून फक्त पैसा कमवत असतात, सगळ्याच गोष्टी मुबलक प्रमाणात इथे उपलब्ध आहेत; अगदी मद्यसुद्धा सहज मिळतं. त्यामुळे या तालिबानी उत्साही सैनिकांसाठी हे शहर पापी लोकांचं शहर होतं. पाप, अपराध आणि गुन्हेगारांचा एक असा प्रदेश जिथे धार्मिकतेचा अभाव आहे आणि त्यात पावित्र्य आणणं अत्यंत गरजेचं आहे, असा ग्रह या सैनिकांचा झाला होता.

सतराव्या शतकातील इस्लामिक मान्यतांना डोळ्यांसमोर ठेवून, मनाला येईल त्या प्रकारे राजधानीला पुनर्निर्मित करण्याच्या तालिबानी सैनिकांच्या कारवायांकडे मुकाट पाहात बसण्याशिवाय काबूलवासीयांकडे आता काही पर्याय उरला नव्हता. अत्यंत क्रूर पण प्रभावी अशी कायदा व सुव्यवस्था पद्धती त्यांनी लवकरच राजधानीत लागू केली होती. चोरी करणाऱ्यांना आपला एक हात आणि एक पाय गमवावा लागत असे. इतरांपर्यंत हा संदेश व्यवस्थित पोहोचवण्यासाठी मग कापलेले असे अवयव शहरातील चौका-चौकांत खांबांवर टांगण्यात येत असत. त्यामुळे शहरातील गुन्ह्यांची संख्या रातोरात कमी झाली. यानंतर नमाज आणि धार्मिक कर्मकांड आणि कार्यांमध्ये अडथळा आणणाऱ्या ज्या काही गोष्टी होत्या त्यांवर बंदी आणण्याचा सपाटा या सैनिकांनी चालवला होता. यात, अफगाणी परंपरेची खासियत असलेलं संगीत ऐकणे, चित्रपटांचा आस्वाद लुटणे, टीव्ही, पत्ते आणि इतकंच नाहीतर शुक्रवारी पतंग उडवण्यावरही आता तालिबान्यांनी बंदी घातली. हे ही नव्हते थोडके की काय, तर युरोपियन माणसांप्रमाणे कपडे किंवा केस ठेवणाऱ्यांना आता तालिबानींच्या आसूडांना समोर जावं लागणार होतं. किमान हाताच्या मुठीत मावेल इतकी दाढी वाढवण्यासाठी सगळ्या पुरुषांना थोडी मुदत

देण्यात आली आणि केशकर्तनालयांना टाळं लागण्याची पाळी आली. कारण पुरुषांनी दाढी करायची नाही, असा नवा कायदा अमलात आणला गेला. आधुनिकता किंवा त्याच्याशी मिळतं-जुळतं जे काही होतं, त्याला हद्दपार करण्यात आलं होतं.

पण काबूलमध्ये प्रवेश करताना तालिबानी सैन्यानं जे काही बदल घडवून आणले, त्यात सगळ्यात दुर्दैवी ठरल्या त्या महिला. कमिला, तिच्या बहिणी आणि शहरातील स्त्रियांच्या आयुष्यात उलथापालथ घडवणारा हा काळ होता. नव्यानं जे नियम रहिवाशांवर लादण्यात आले होते ते म्हणजे :

स्त्रिया घरात राहातील.
त्यांना नोकरी करता येणार नाही.
स्त्रियांना सार्वजनिक ठिकाणी संपूर्ण बुरख्याशिवाय म्हणजेच चादरीशिवाय जाता येणार नाही.

महिलांना कामावर किंवा शाळांमध्ये जाण्यास परवानगी नाकारण्यात आली होती. पण कमिलाच्या बहिणीप्रमाणे – मलिकाप्रमाणे – इतर अनेक स्त्रिया त्या करत असलेल्या कामाचा पगार घेण्यासाठी दर आठवड्याला आपापल्या कार्यालयांमध्ये जात होत्या. त्यांना दिलेलं काम करण्याची संधीच आता नाकारण्यात आली होती. जे काम त्या करू शकत नव्हत्या, त्याचा मोबदला मात्र मिळत होता. मुलींच्या शाळांना तर लगेच टाळं ठोकण्यात आलं. अगदी २४ तासांच्या आत सय्यद जमालुद्दीन संस्थेतील मुलांच्या टक्केवारीनं २० टक्क्यांवरून १०० टक्क्यांची मजल मारली होती. चादरीची सक्ती तर होतीच. त्यात कुणालाही सूट नव्हती. कमिला आणि तिच्या बहिणींपासून इतर अनेक महिलांसाठी चादरीची सक्ती ही तितकी महत्त्वाची समस्या नव्हती. खरी समस्या वेगळीच होती. आता त्यांना घराबाहेर पडून कुठे जाताच येणार नाही, ही गोष्ट त्यांना अस्वस्थ करणारी होती. घरांच्या चार भिंतींपलीकडे असलेल्या जगात त्यांना प्रवेश नाकारण्यात आला होता. एका रात्रीत शहरातील रस्त्यांवरून स्त्रिया नाहीशा झाल्या होत्या. एक दिवस आधी याच महिलांचा शहरातील नागरी सेवांमध्ये ४० टक्के आणि एकूण शिक्षकांच्या लोकसंख्येत ५० टक्के सहभाग होता. स्त्रियांवर आलेल्या या बंधनांचा परिणाम खूप खोलवर जाणवणं अगदी स्वाभाविक होतं. कारण, काबूलच्या किमान तीस हजार घरांचं नेतृत्व विधवा महिला करत होत्या. पूर्वी सोव्हिएत सैन्याशी आणि नंतर अनेक वर्षं देशातंर्गत चाललेल्या बंडाळीत या महिलांचे पती आणि कर्ती मुलं मारली गेली होती. तालिबान्यांनी त्यांना घरातच अडकवल्यामुळे आता या महिलांवर अवलंबून असलेल्या कुटुंबांना नवीन संकटाला सामोरं जावं लागणार होतं. घरातील लहानग्यांच्या उदरनिर्वाहाचाच प्रश्न निर्माण झाला होता.

देशभक्त आणि नागरी सेवेतील एक अत्यंत प्रामाणिक अधिकारी म्हणून आयुष्यभर जगलेल्या सिद्दीकींसाठी, तर ही सगळी स्थिती खूप अस्वस्थ करणारी होती. तारुण्यात या माणसानं त्याचं जन्मगाव गुलबहार येथील पंचवीस दशलक्ष किमतीच्या स्विस कापडाच्या अत्याधुनिक अशा कारखान्यात काम केलं होतं. युरोपातील अनेक महिला कर्मचाऱ्यांना त्यांच्या नवऱ्यांसोबत आणि अफगाणी पुरुष कर्मचाऱ्यांच्या खांद्याला खांदा लावून काम करताना त्यांनी पाहिलं होतं. स्वतःच्या कुटुंबासाठी पैसे कमवणाऱ्या या महिला आणि आपल्या देशातील महिलांमधील तफावतीचा हा घटक त्यांनी प्रकर्षानं अनुभवला होता. अफगाणी महिलांमध्ये असलेला शिक्षणाचा अभाव त्यांना खटकायचा. आपल्या मुलींच्या नशिबीही असंच काहीसं वाढून ठेवलं आहे, हे त्यांना सतत जाणवायचं. देशातील युद्धजन्य परिस्थिती आणि इतर अस्थिरतेला अगदी जवळून पाहात असतानाही आपल्या नऊ मुली आणि दोन मुलांनी शिक्षणापासून वंचित राहू नये, असा सिद्दीकींचा आग्रह होता. शिक्षणाच्या संदर्भात त्यांनी मुलगा-मुलगी असा भेदभाव कधीच केला नाही. "माझ्या नजरेत तुम्ही सगळे समान आहात." हे विधान ते वारंवार करायचे. मुलांना शिक्षित करणं, हे त्यांच्यासाठी सर्वांत महत्त्वाचं नैतिक कर्तव्य होतं. शिक्षण घेऊन ही मुलं आपल्या समाजाच्या उत्थानासाठी झटतील, असा त्यांचा विश्वास होता. त्यामुळे तालिबान्यांनी मुलींच्या शाळा बंद केल्यानं त्यांना निराशेनं घेरलं होतं.

सत्ता हातात घेताच तालिबानी राज्यकर्त्यांनी रेडिओ अफगाणिस्तानचं 'रेडिओ शरीया' म्हणून नामकरण केलं होतं. आता आणखी आपल्या नशिबात काय वाढून ठेवलं आहे, हे जाणून घेण्यासाठी सिद्दीकी कुटुंबीय रेडिओच्या सभोवती गोळा झाले होते. प्रत्येक जण अस्वस्थ होता. रेडिओवर प्रसारित होणाऱ्या बातम्यांमधून दररोज एक नवीन कायदा किंवा नियम लोकांना कळवण्यात येत होते. स्वतःला आणि आपल्या सगळ्या चिंतांना झोपेच्या स्वाधीन करण्यापूर्वी एक दिवस कमिलाच्या मनात विचार आलाच. हिरावून घेण्यासारखं आता काही शिल्लक उरलं आहे का? अजून किती कायदे, नियम तयार होण्याची शक्यता आहे?

तालिबानी राजवट आल्यापासून मुलींनी घराबाहेर पाऊलही टाकलं नव्हतं. पण यापुढे हा असा बंदिवास सहन करण्याची आपली ताकद नाही, या निर्णयाप्रत त्या आल्या होत्या. गेले सात दिवस या मुली घरातील एका खोलीतून दुसरीकडे आणि तिथून आणखी तिसऱ्या खोलीत फिरत होत्या. आवडी-नावडीची जेवढी म्हणून पुस्तक घरात होती, ती प्रत्येकीनं वाचून काढायला सुरुवात केली. कधी वाचन, कधी रेडिओवर शांतपणे बातम्या ऐकणे, आपापसातील चर्चा आणि पालकांनी केलेल्या सूचनांचं पालन करणे, असा दिनक्रम झाला होता. रेडिओ ऐकतानाही तो इतरांना ऐकू जाणार नाही, याची काळजी घ्यावी लागत होती. पूर्वी कधीही या मुली

सलग इतके दिवस घराच्या चार भिंतीत राहिल्या नव्हत्या. त्यांच्या देशात – विशेषत: दक्षिणेकडे – स्त्रियांना पर्दा करण्याची सक्ती असणारी कुटुंबं होती आणि परपुरुषासमोर बोडक्या डोक्यानं महिलांनी जाणं, त्यांना अजिबात मान्य नव्हतं. या प्रथेची सिद्दीकी भगिनींना पूरेपुर कल्पना होती. पण त्यांच्यासाठी मात्र हे असे नियम आणि प्रथा दंतकथेसारख्या होत्या. आपल्या मुलींनी खूप शिकावं आणि कुठलं तरी व्यावसायिक शिक्षण घ्यावं, यावरच सिद्दीकी आणि त्यांच्या पत्नीचा भर होता. त्यांच्या या प्रयत्नांचं फलित त्यांना मिळालंही होतं. नऊ मुलांपैकी तीन मुलींनी शिक्षिकेची पदवी मिळवली होती. सतरा ते सहा या वयोगटातील मुलींचं शिक्षण अजूनही सुरू होतं. त्या विद्यापीठ शिक्षणाची तयारी करण्यात गुंग होत्या. ''तलवारीपेक्षा लेखणीची ताकद जास्त असते.'' अशा शब्दांत सिद्दीकी आपल्या मुलींना शिक्षणासाठी वारंवार प्रवृत्त करत. संध्याकाळी आपापल्या पुस्तकांमध्ये गढलेल्या मुलांना ते, अभ्यास करत राहा, असे सतत सांगत असत.

पण आता परिस्थिती पूर्ण बदलली होती. या उत्साही, शिक्षित मुली दिवाणखान्यात ठेवलेल्या बैठकांवर चिंताक्रांत चेहऱ्यांनी बसून बीबीसीच्या बातम्या ऐकण्याचा प्रयत्न करत होत्या. आलेली परिस्थिती आणखी किती काळ टिकणार या एकाच प्रश्नाचं उत्तर त्यांचं मन शोधत होतं. ज्या वादळानं त्यांच्या आयुष्यात प्रवेश केला त्याच्या उठलेल्या धुरळ्यात त्यांची सगळी स्वप्नं जणू क्षणांत गडप झाली.

कमिलानं तरीही थोडा धीर धरला होता. तिच्या बहिणी अस्वस्थ झाल्या किंवा अधिर झाल्या, तर ती त्यांना समजवायची. ''हे सारं फक्त काही महिनेच चालणार आहे. मग सारं काही पूर्ववत होईल.'' ती सांगायची. पण प्रत्यक्षात तिलाही खूप मानसिक त्रास होत होता. सतत तिच्या डोळ्यांपुढे तालिबानींनी लादलेल्या नियमांपूर्वीचं तिचं आयुष्य तरळायचं. शाळा आणि मैत्रिणी अशा सुखद आठवणी त्या आयुष्याचा रोजचा भाग होता. पण तिला आणखी एका गोष्टीचं खूप वाईट वाटत होतं. ती, तिच्या बहिणी किंवा काबूलच्या स्त्रियांविनाही बाहेरचं जग अगदी सुरळीत चाललं होतं. त्यातील व्यवहारात काहीच बदल घडला नव्हता. ही परिस्थिती कायमस्वरूपी नाही, यावर तिचा विश्वास होता. चादरी घालायलाही तिची ना नव्हती. पण असं हे घरात काहीही न करता डांबून राहाणं तिच्यासाठी त्रासदायक होतं. शाळा-विद्यापीठांपर्यंत पोहोचणं शक्य नसलं, तरीही अभ्यास आणि काम करण्यासाठी काहीतरी मार्ग असणारच ना? खैरखानामध्ये घरात त्या पाच मुली होत्या. आज वडील आणि भाऊ सोबत आहेत. पण किती दिवस ते आपल्या संरक्षणाची काळजी वाहतील? यदाकदाचित जर ही परिस्थिती अशीच राहिली, तर मदतीसाठी आणखी काहीतरी करण्याची गरज नक्कीच भासेल आणि ती गरज पूर्ण करण्याचा मार्गही आपल्याला शोधावा लागेल, याची आता तिला जाणीव होऊ लागली होती.

काबूलच्या कानाकोपऱ्यांतून येणाऱ्या परिस्थितीचं वर्णन फारचं हृदयद्रावक होतं. शहराच्या बदललेल्या चेहऱ्याची इत्थंभूत माहिती कमिलाचा भाऊ नजीब तिला द्यायचा. तालिबानींच्या येण्यानं गोंधळ उडाला होता. पण वातावरण निवळू लागलं होतं. नव्या राज्यकर्त्यांनी आपली आवळलेली मूठ जरा ढिली केली आणि मग शहरातील काही दुकानं पुन्हा पूर्ववत सुरू झाली. जीवनावश्यक जिन्नसांची बाजारातील आवकही वाढली. वाहतुकीला रस्ते मोकळे झाले, तसे कडाडलेले बाजारभावही लोकांच्या आवाक्यात आले. सुटकेचा नि:श्वास काबूलच्या हवेतही जाणवू लागला. युद्धाला विराम मिळाला होता. शहरावर होणाऱ्या क्षेपणास्त्र हल्ल्यांची तीव्रताही कमी झाली होती. सुरक्षा व्यवस्थेत खूपच बदल झाला होता. पण तरीही शहरात एक भीषण शांतता नांदत होती. रस्त्यावरची ओसंडून वाहाणारी गर्दी जणू नाहीशी झाली. तशाच स्त्रियांही बाहेर रस्त्यांवरून गायब झाल्या होत्या. नजीबला एका दुपारी दोघी जणी दिसल्या. पण त्यांनी स्वत:ला चादरीमध्ये पूर्ण लपेटून घेतलं होतं. नजर जमिनीवर खिळवून त्या झपाझप चालत होत्या.

काबूलसाठी अपरिचित असणारं असं आणखी काहीतरी तालिबानींच्या येण्यानं आलं. नैतिकतेचा पुरस्कार करणं आणि दुर्गुणांना ठेचणं, यासाठी एका शासकीय विभागाची निर्मिती करण्यात आली. हा विभाग तालिबानला साहाय्य करणाऱ्या देशांपैकी असलेल्या सौदी अरेबियातील अशा प्रकारच्या विभागावर आधारित होता. तिचा काबूलमध्ये तालिबानसह प्रवेश झाला. त्यामुळे तथाकथित नैतिकतेच्या रक्षणासाठी तालिबानींनी *अम्र बील-मारूफ* आणि *नही अल मुनकिर* या दोन गटांची निर्मिती केली आणि त्यांच्या सैनिकांना काबूलच्या रस्त्या-रस्त्यांवर तैनात करण्यात आलं होतं. नैतिकतेच्या रक्षणाची जबाबदारी फक्त आपलीच आहे, असा समज करून घेतलेले हे ताज्या दमाचे सैनिक संपूर्ण शहरावर एखाद्या सावलीसारखे वावरू लागले होते. इस्लामच्या कायद्याला – शरीयाला – त्यांनी स्वत:च्या कुवतीप्रमाणे अर्थ लावले आणि पश्तूनी रिवाजांचा प्रभाव असलेला हा कायदा, हे सैनिक अतिदक्षतेनं राबवू लागले. त्यांची जरब इतकी होती की, कायदा लोकांनी मान्य करावा, यासाठी त्यांनी आरंभलेली पद्धत त्यांच्या कंदहारमधल्या नेतृत्वाच्याही अंगावर शहारा आणणारी होती.

या सैनिकांपैकी अनेकांचं मिसरूड फुटण्याचंही वय नव्हतं. त्यामुळे दाढी वाढण्याचा प्रश्नच नव्हता. गणवेशाऐवजी काळी किंवा पांढरी पगडी, अस्ताव्यस्त गुडघ्यापर्यंत आलेलं ढगळ कमिज आणि चुस्त सलवार, असा त्यांचा वेष असायचा. हातात एक दंडूका, धातूची सळई किंवा चामड्याचा पट्टाही ते ठेवत. तो दंडूका काय करू शकतो, याची प्रचिती मलिकाला डॉक्टरांच्या दवाखान्यासमोर घडलेल्या प्रकारातून आलीच होती. पट्ट्याचा वापर नमाजच्या वेळांची सूचना मिळाल्यावर

दुकानदारांना सक्तीनं एकत्र आणण्यासाठी व्हायचा. मारूफचे इतर लोक या दुकानदारांना दुकानं बंद करण्यासाठी पट्टा हवेत फिरवून आरडाओरड करायचे. आपण सांगितलेल्या नियमांचा भंग करणाऱ्यांना पकडण्यासाठी हे सैनिक अगदी डोळ्यांत तेल घालून दिवस-रात्र काबूलच्या प्रत्येक कोपऱ्यात फिरायचे. अशा कायदा मोडणाऱ्यांमध्ये स्त्रियांना शोधणं जणू त्यांचं परम कर्तव्य होतं. बाजारात काही खरेदी करायला आलेल्या एखाद्या स्त्रीनं जरा हिंमत करून एखादी वस्तू बारकाईनं पाहाण्यासाठी चादरी चेहऱ्यावरून बाजूला करण्याचा प्रयत्न केला किंवा सामान घेताना पुढे झालेला हात चादरीतून जरा जरी बाहेर आला तर तिच्या जीवावर बेतलंच म्हणून समजा. तिच्या या कृतीची शिक्षा देण्यासाठी, स्वत:ला नैतिकतेचे संरक्षक म्हणवणारे हे राक्षस न्यायाच्या नावाखाली त्या असहाय्य स्त्रीची कातडी सोलायलाही मागे पुढे पाहात नसत. नियमांच्या उल्लंघनाची काय शिक्षा होऊ शकते, हा संदेश इतरांनाही कळावा म्हणून भर बाजारात त्या महिलेला बेदम मारहाण करण्यासही त्यांना संकोच वाटत नव्हता. अशा वेळी त्या बाईला मदत करण्यास कुणी धजावत नसे. कारण तसं करणं, म्हणजे मृत्यूला आमंत्रणच! व्यभिचार किंवा त्यांना गंभीर वाटणाऱ्या काही गुन्ह्यांसाठी तालिबान्यांनी महिलांनाही तुरुंगात डांबायला सुरुवात केली होती. त्या कोठडीतून कधी काही कालावधीनंतर किंवा थोड्या कमी गंभीर गुन्ह्यासाठी पैसे देऊन सुटका होत असे. पण असे प्रसंग क्वचित घडायचे.

तालिबानी सरकारचा शहरावर फास आवळू लागल्याबरोबर येथील रहिवाश्यांनी स्थलांतराला सुरुवात केली. कमिलाचे अनेक शेजारी शहर सोडून जाण्यास सज्ज झाले होते. या स्थलांतराला फक्त राजकीय बदल कारणीभूत होता असं नाही. झपाट्यानं रसातळाला गेलेल्या अर्थव्यवस्थेनंही या कुटुंबांची कंबर मोडली होती. घरात होता नव्हता तो, सगळा पैसा आता संपला होता आणि अक्षरश: पोटात दोन घास घालायला अन्न मिळवणंही दुरापास्त झालं होतं. सरकारी विभागांमध्ये काम करणाऱ्यांना पगार मिळणं जवळ-जवळ बंद झालं होतं. प्रत्येक कुटुंबातील काम करणाऱ्या एका तरी व्यक्तीचा पगार पूर्णपणे थांबला होता. तालिबान्यांच्या येण्याआधी देशात सुरू असलेल्या यादवी युद्धातील हिंसाचार आणि मृत्यूच्या तांडवाला कंटाळून खैरखानातील अनेकांनी आपली घरंदारं सोडली होती. जे मागे राहिले त्यांनी जिवंत राहाण्यासाठी होतं-नव्हतं ते सारं विकण्याचा सपाटा लावला होता. घराची दारं-खिडक्याही अग्निच्या स्वाधीन झाली होती. मध्यमवर्गीयांनी थोडी तग धरली होती. पण आता तेही जीवावर उदार होऊन खैरखाना सोडून पाकिस्तान आणि इराणच्या मार्गाला लागले होते.

अशा परिस्थितीत एक दिवस बाजारातून परतल्यावर नजीबनं आपल्या चुलत भावंडांची खबर दिली. त्यांनी शहर सोडून जाण्याचा निर्णय घेतला आहे, असं

नजीबनं आपल्या कुटुंबीयांना कळवलं. कुणाला आश्चर्याचा धक्का बसला नाही. उंच, देखण्या आणि रुबाबदार नजीबनंही ही बातमी अतिशय शांतपणे सांगितली.

"आज शाहिद चाचाकडे त्यांना भेटायला गेलो होतो. ते शहर सोडून जायचं म्हणत आहेत. मुलींना शिकायला जाता येत नाही आणि मुलांच्या सुरक्षिततेचा मोठा प्रश्न आता निर्माण झाला आहे म्हणून असा निर्णय घेण्याची गरज भासते आहे, असं ते म्हणाले." तो सांगत होता. आपल्या या निश्चल भावाला इतकं अस्वस्थ झालेलं कमिलानं यापूर्वी कधीच पाहिलं नव्हतं. तिचे चुलत भाऊ देखील नजीबसारखे तरुण होते आणि काबूलची परिस्थिती त्यांनीही प्रत्यक्ष अनुभवली होती. उत्तरेकडून आलेले ताजिक म्हणून त्यांचा छळ होणे आणि त्यांना ठरवून त्रास देणे, सहन करण्यापलीकडचं होतं. संकट आलं आहे आणि ते जाणारंच हा त्यांचा सुरुवातीचा विश्वास आता डळमळू लागला होता. कारण परिस्थितीत कणभरही सुधारणा झाली नव्हती.

पूर्वी कमिलाच्या नातलगांचा घरात सतत वावर असायचा. कुठल्याही कामासाठी सल्लामसलत करायला ते लोक त्यांच्या घरी येत असत. पिस्ते-बदाम आणि तूत (वाळलेल्या बेरी) यांचा फराळ व गरमागरम चहाचा आस्वाद घेत अशा चर्चा घराच्या दिवाणखान्यात रंगताना कमिलानं अनेकदा पाहिल्या होत्या. पण आता हेच नातेवाईक कुणाला काहीही न कळवता आपल्या घरादारांवर पाणी सोडून गुपचूप शहर सोडू लागले होते. आपल्यावर जीवापाड प्रेम करणाऱ्या आणि विश्वासातील लोकांना भेटण्यासाठीही त्यांच्याकडे सवड नव्हती.

सिद्दीकी कुटुंबही काही पर्यायांवर विचार-विनिमय करण्यात मश्गूल होतं. आई-वडिलांमध्ये होणाऱ्या या चर्चांची कमिलाला जाणीव होती. पण कुठल्याही परिस्थितीत आपले वडील पाकिस्तान आणि इराणमध्ये स्थायिक झालेल्या आईच्या नातेवाइकांकडे जाणार नाही, याची कमिलाला खात्री होती. पाच मुलींचा जीव धोक्यात टाकणारा कुठलाही निर्णय ते घेणार नाहीत, हा विश्वास तिला होता. पाकिस्तानला जाण्यासाठी त्यांना काबूलहून जलालाबाद पार करत तोरखामच्या सीमेपर्यंत पोहोचता येणार होतं. पण सीमेवर दारं जर बंद झाली, तर डोंगरापलीकडे जाण्यासाठी कुणाला तरी पैसे द्यावे लागणार होते. हे दिव्य पार केल्यावर त्यांना एखादी बस किंवा टॅक्सी शोधून सुरक्षित शहराचा शोध घ्यावा लागणार होता. या सुरक्षित शहरांमध्ये अफगाणी विस्थापितांची पेशावरला पहिली पसंती होती. अनेक विस्थापित छावण्यांमध्ये हजारो अफगाणी आश्रिताचं जिणं जगत होते. या सगळ्या मार्गांवर जागोजागी लुटारूंचाही मोठ्या प्रमाणात वावर होता. या लोकांनी मुलींचं अपहरण करणे नित्याचे होते. सिद्दीकींना या पर्यायाचा विचार करताना आपल्या खैरखानातील घराचीही काळजी वाटायची. खूप महत्प्रयासानं त्यांनी हे घर बांधलं होतं. हे घर सोडून जाणं त्यांच्या जीवावर आलं होतं. आपल्या पश्चात काय होणार त्याचं?

शिवाय काबूलमधील जमीन एकदा सोडून गेलं की, ती परत मिळणं अशक्य असतं, हे ही त्यांना पक्क ठाऊक होतं. त्यांनी घर सोडलं तर कुणीतरी विस्थापित तिथे येऊन राहाणार आणि सिद्दीकी परत आलेच, तर त्यांना स्वत:चं घर परत मिळवण्यासाठी कोर्टाची पायरी चढावी लागणार. जाण्यावाचून पर्यायच नाही अशी स्थिती असती, तर निर्णय घेता आला असता. पण कुणी कितीही दोष काढले तरीही तालिबानींच्या येण्यानं शहरातील सुरक्षा व्यवस्थेत मात्र चांगलीच सुधारणा झाली होती. गेल्या काही वर्षांत पुन्हा एकदा लोकांना आपल्या घराची दारं सताड उघडी ठेवून झोपणं शक्य झालं होतं. म्हणजेच जर या पाच मुलींनी तालिबानी नियमांचं काटेकोर पालन केलं तर त्यांच्या सुरक्षिततेची काळजी करण्याची गरज राहाणार नाही आणि त्या आपल्या देशातच राहातील, हा विचार सिद्दीकींना थोडं सुखावणारा होता.

मुली सुरक्षित राहाणं शक्य होतं. पण ही बाब मुलांच्या संदर्भात लागू होणारी नव्हती. त्यांच्यासाठी सारं काही आणखी कठीण झालं होतं. सिद्दीकींची राजकारणातून आणि सैन्यातून निवृत्ती होणं त्यांच्या मुलांच्या सुरक्षेसाठी पुरेसं नव्हतं. ते स्वत:ही तालिबानी विरोधी गटांना मदत करणार नाहीत याची खात्री इतरांना पटवून देणं कठीण होतं. तालिबानी सैनिकांनी शहरातील संभावित विरोधकांचा शोध घेण्याची मोहीम सुरू केली होती. प्रत्येक वस्ती आणि प्रत्येक घर पिंजून काढण्याच्या कामाला वेग आला होता. हे तरुण सैनिक लढाईसाठी योग्य अशा पुरुषांच्या शोधात होते. अशा पुरुषांना निवडताना तालिबानींनी वयोगटाची कुठलीही मर्यादा ठेवली नाही. त्यामुळे त्यांना धोका पोहोचेल अशा कुठल्याही प्रकारच्या व्यक्तीला त्यांना सोडायचं नव्हतं. आणि यात तरुणांचा क्रमांक पहिला होता. उझबेक, हझारा किंवा ताजिक वंशाच्या अल्पसंख्याकांच्या विरोधाची सुरुवात होण्याआधी त्यांना तो दडपून टाकायचा होता आणि त्यासाठी त्यांनी ही शोध मोहीम सुरू केली होती. तिकडे मसूदनं आपला तळ पंजशीर खोऱ्यामध्ये पुन्हा एकदा ठोकला आणि तालिबानला अधिक उत्तरेकडे नेऊन चीत करण्यासाठी फायदेशीर ठरू शकेल अशा प्रदेशाकडे ते मार्गक्रमण करत होते. ज्या तरुणांचा विरोध होऊ शकतो अशांना तालीब सैनिक गड्ड्यानं एकत्र करत होते. निव्वळ १७ वर्षांचं वय असलेला नजीब आणि त्याची चुलत भावंडंही या अटक सत्राचं भक्ष्य होण्यास अगदी पात्र होती. पकडले गेले तर त्यांनाही आपल्यात सामील करून घेऊन युद्धावर पाठवण्यात येण्याची खात्री होतीच. शेजाऱ्या-पाजाऱ्यांच्या मुलांना रस्त्यांवर पकडून त्यांच्याकडे परिचयपत्रांची मागणी करणारे तालिबानी सैनिक जागोजागी दिसू लागले होते. यातील कुणीही जर उत्तरेकडील प्रदेशातून आलेला असेल तर त्याला काबूलमध्ये ठिकठिकाणी तयार करण्यात आलेल्या तालिबानी तुरुंगांमध्ये डांबण्यात येई.

दहशतीनं प्रत्येकाच्या मनात घर केलं होतं. कमिलाची आईही त्याला अपवाद

नव्हती. नजीबनं घराबाहेर पाऊल टाकताच, तो आता कधीही परत येणार नाही, ही भीती त्या माउलीला अस्वस्थ करायची. तो मात्र रोज एका नवीन घटनेची माहिती घेऊन परतायचा. कधी नातेवाईक किंवा मित्रांनी शहर सोडल्याची, त्यांना नोकरी मिळाल्याची आणि ते कमावू लागले की, घरच्यांना पैसे पाठवणार अशा आश्वासनांची माहिती तो घरच्यांना पुरवत होता. काही दिवसांतच काबूलमधील कमावत्या पुरुषांचे लोंढेच्या लोंढे परदेशी रवाना झाले. शहरात आता फक्त असहाय्य स्त्रिया आणि लहानगी मुलं तेवढी उरली होती. तालिबानींच्या नियमांनुसार या महिलांना कमावण्याची एकही संधी नव्हती. घर सोडून गेलेल्या पुरुषांनाही काम मिळणार याची शाश्वती नव्हती आणि अशात त्यांच्या उदरनिर्वाहाचा मोठा प्रश्न अशा प्रत्येक कुटुंबापुढे उभा राहिला होता.

कर्त्या पुरुषांनी घर सोडण्याची टांगती तलवार सिद्दीकी कुटुंबावरही होती. इतर नातेवाईक आणि मित्रांनी जे केलं ते आपल्यालाही करावं लागणार, हा विचार या कुटुंबातही मूळ धरू लागला होता. रमझानचा महिना संपत आला होता. घरात *ईद-उल्-फित्रची* तयारी सुरू झाली होती. पण त्यात उत्साह नव्हता. तालिबानींच्या काबूल प्रवेशाच्या सहाव्या आठवडयानंतर मात्र शहर सोडण्याच्या निर्णयाला थोपवून धरणं अशक्य वाटू लागलं होतं. कुटुंबातील सदस्यांची ताटातूट होणार हे जवळपास निश्चित झालं होतं. तसं केलं नाहीतर घरातील ही दोन तरुण, कर्ती मुलं आणि त्यांचे वडील तुरुंगात डांबले जातील आणि सीमेवर त्यांची रवानगी करण्यात येईल, ही भीती कुणालाही स्वस्थ बसू देईनाशी झाली होती.

एका संध्याकाळी सिद्दीकींनी आपल्या मुलांना दिवाणखान्यात बोलवून घेतलं. कंदिलाचा धूरकट, उदासवाणा प्रकाश सगळीकडे पसरला होता. येणाऱ्या काळात आपल्या कुटुंबाच्या सुरक्षिततेसाठी त्यांनी काही निर्णय घेतले होते. इतरांना त्यांची माहिती देणं अनिवार्य होतं. सिद्दीकी स्वत: तत्काळ आपल्या जन्मगावी म्हणजेच परवानपासून ४५ कि.मी. उत्तरेकडे असलेल्या गुलबहारला रवाना होणार होते. खैरखानापासून फक्त दोन तासांच्या अंतरावर गुलबहार होतं. मुलं अनेकदा तिकडे जायची. आजोबांची भरपूर शेती होती आणि घराच्या अगदी मागून पंजशीर नदी वाहायची. उन्हाळ्यातील कितीतरी शुक्रवार या मुलांनी नदीच्या पाण्यात हुंदडण्यात आणि हिरव्यागार शेतांमध्ये पळापळी करण्यात घालवले होते. या भागातील हिरवळ त्यांना काबूलमध्ये कधीच दृष्टीस पडली नव्हती. त्यामुळे गुलबहार त्यांच्या मनातील स्वर्ग होता. पण रशियाच्या सैन्यानं अफगाणिस्तानात प्रवेश केला त्या क्षणापासून देशाच्या उत्तर प्रांतात युद्धजन्य स्थितीला विराम मिळाला नव्हता. पर्यायानं या आनंदी दिवसांच्या सिद्दीकी कुटुंबाजवळ आता फक्त आठवणी होत्या.

लागोपाठ आठ वेळा रशियन सैन्यांच्या रणगाड्यांनी हा परिसर आणि तिथल्या

नैसर्गिक सुबत्तेला चिरडून टाकण्याचा प्रयत्न केला होता. पण त्यांच्या विजय मिळण्याच्या आकांक्षेपेक्षा मसूद आणि त्याच्या साथीदारांच्या मनातील आपल्या प्रदेशाप्रती असलेली आस्था आणि त्याचं वैभव टिकवून ठेवण्याची आकांक्षा जास्त प्रबळ होती. त्यामुळे त्यानं या भागाचं आणि पर्यायानं स्वत:च्या सैन्याचं अस्तित्व टिकवण्यासाठी सोव्हिएत सैन्याशी जिकरीनं सामना केला. गनिमी काव्यासाठी अत्यंत उपयुक्त ठरलेल्या परवानच्या प्रदेशाचा मसूदला खूप फायदा झाला.

सरतेशेवटी सोव्हिएत सैन्याला या भागातून हाकलून लावण्यात मुजाहिदीनांना यश आलं आणि १९९२मध्ये त्यांनी आपली सत्ता स्थापन केली. खरं तर यानंतर सिद्दीकी कुटुंबातील लहानग्यांना आपल्या पुश्तैनी घराचा, त्यामागे वाहाण्याऱ्या नदीच्या खळखळाटाचा आणि हिरव्यागार शेतांचा खरा परिचय करून घेता आला होता. हिंदूकुश दऱ्यांच्या कुशीतील ही हिरवीगार शांतता आणि जिव्हाळा त्यांना काबूलच्या शहरी वातावरणापेक्षा अधिक आवडायचा. पण आता पुन्हा नव्यानं तालिबानींनी युद्ध पुकारल्यानंतर गुलबहारची बहार किती टिकणार आणि या नवीन संकटाला झेलण्याची ताकद या प्रदेशात उरली आहे की नाही, याबाबत कमिला मात्र खूप साशंक होती.

युद्धाची छाया देशाच्या उत्तरेकडे सरकताना दिसत होती. काबूलकडून ती परवानच्या दिशेनं तर नक्कीच मार्गक्रमण करत होती. पण तरीही आपली सुरक्षितता उत्तरेकडे आपल्या जन्मगावीच आहे यावर का कुणास ठाऊक सिद्दाकींचा मोठा विश्वास होता. एकदा तिकडे गेल्यावर जरा सगळ्या परिस्थितीचा अंदाज घेऊन मग कमिलाच्या आईलाही तिकडे बोलावून घेता येईल, असा त्यांचा विचार होता आणि तो त्यांनी मुलांजवळ बोलून दाखवलाही. त्यांच्या अनुपस्थितीत नजीब घरातील महिलांच्या सुरक्षिततेची जबाबदारी सांभाळणार होता. पण त्यालाही लवकरच काबूलमधील वास्तव्यासंदर्भात निर्णय घेण्याची वेळ येणार होती. गुलबहारला जाण्याचा निर्णय झाला तरी वडील आपल्याला आणि आपल्या बहिणींना तिकडे नेणार नाहीत, याची कमिलाला पूर्ण जाणीव होती. त्यामुळे बरोबर जाण्याचा आग्रह त्यांच्यापैकी कुणीही करणार नव्हतं. तिकडे जाणं म्हणजे या पाच मुलींचा जीव धोक्यात घालणं होतं. शिवाय आणखी एक कारण सिद्दीकींच्या मनात होतं जे ओठांवर आणणं त्यांना शक्य नव्हतं. जन्मगावाकडे गेल्यानंतर या मुलींना लग्नासाठी मागणी घालणाऱ्यांची रीघ लागणार आणि सतत नकार देण्याची ताकद कदाचित आपल्याकडे उरणार नाही, या अनामिक भीतीनं त्यांना ग्रासलं होतं. ते लग्नाच्या विरोधात नव्हते आणि म्हणून येणाऱ्या निरोपांना धुडकावून लावणंही त्यांच्या मनाला पटत नव्हतं. पण आपल्या मुलींनी खूप शिकावं आणि आयुष्यात काही चांगल्या संधी आल्या तर त्यांचा उपभोग घेण्याची त्यांना मुभा असावी, असा अत्यंत पुढारलेला विचार करणारे ते पालक होते. म्हणून त्यांचं काबूलला थांबणं त्यांना आवश्यक

वाटत होतं. कारण तालिबानची सत्ता उलथवली गेली आणि परिस्थिती पूर्ववत झाली तर त्यांना आपापल्या शाळांची वाट धरता येईल, अशी आशा त्यांना वाटत होती.

वडिलांच्या विरहात झुरण्याऐवजी मुली आदल्या रात्री त्यांची तयारी करून देण्यासाठी आईला मदत करण्यात गुंग झाल्या. मोठमोठ्या प्लॅस्टिक पिशव्यांमध्ये सुकामेवा आणि नान भरण्याचं काम सुरू होतं. सगळी बांधाबांध आणि आवराआवर करून त्या स्वयंपाकघरातून बाहेर पडल्या. लहान बहिणी कंदिलाच्या प्रकाशात अभ्यासाची पुस्तक घेऊन वाचण्यात गढल्या. कमिला मात्र दिवाणखान्यात आपल्या वडिलांशेजारी बसली होती. ते तिच्याकडे वळले आणि अगदी मृदू पण हुकमी आवाजात तिला सूचना देऊ लागले. आईला हवी ती मदत कर, असा त्यांच्या बोलण्याचा रोख होता. "तुझ्या या बहिणी लहान आहेत आणि त्यांना तुझी सगळ्यात जास्त गरज भासणार आहे. माझी सारी भिस्त तुझ्यावर आहे." ते तिला सांगत होते. कमिलाला अश्रू आवरणं कठीण झालं होतं. "जी परिस्थिती आज आहे ती इतक्यात बदलण्याची कुठलीही चिन्ह मला दिसत नाहीत. कदाचित हे सगळं स्थिरस्थावर व्हायला काही वर्षं लागतील. पण तू तुझ्या बहिणींचं नेतृत्व अगदी सक्षमपणे करशील याची मला खात्री आहे. आजवर तू माझी मान ताठ राखली आहेस, तशीच ती यापुढेही राहाण्यासाठी तू नक्की प्रयत्न करशील, असा माझा विश्वास आहे."

वडिलांच्या या वक्तव्याचे पडसाद त्या रात्री कमिलाच्या कानात आणि मनात उमटत राहिले. बहिणींचा विचारही तिला स्वस्थ बसू देत नव्हता. पुरुष मंडळींच्या पश्चात या घरादाराची काळजी घेण्यासाठी आणि त्याचं रक्षण करण्यासाठी काहीतरी मार्ग शोधण्याचा आता तिला प्रयत्न करायचा होता.

दुसऱ्या दिवशी वडिलांना निरोप देताना कमिलानं डोळ्यांतून एकही टिपूस गाळलं नाही. तिच्या आईनंही निग्रहानं अश्रूंना परतवून लावले होते. सारी रात्र त्या दोघींनी त्यांची तयारी करण्यात घालवली होती. खरं तर युद्ध आणि विध्वंस हे अफगाणिस्तान तसंच सिद्दीकी कुटुंबासाठी नवीन नव्हतं. त्यामुळे घरातील वयानं लहान सदस्यांनीही या परिस्थितीशी जुळवून घेण्याची मानसिक तयारी केली होती.

तालिबानींनी आपली सत्ता आणि सरकार स्थापन केलं होतं. विविध पत्रकार परिषदांमधून ते आपल्या अस्तित्वाची आणि अफगाणिस्तानावर अनेक वर्षं राज्य करण्याची मनिषा व्यक्त करत होते. संयुक्त राष्ट्रसंघात देशाला समाविष्ट करण्याची मागणीही त्यांनी केली होती. कमिला आणि तिच्या बहिणींना आता या नवीन नियमावलीच्या सर्व अटींचा अंगीकार करण्यासाठी प्रयत्न करावे लागणार होते. ती एकच गोष्ट त्यांना शक्य होती.

भविष्याची बांधाबांध

“**काय** वाचते आहेस एवढं मन लावून?”

दिवाणखान्यातील लालचुटूक कशिदाकारी केलेल्या जाजमावर पुस्तकांच्या पसाऱ्यात गढून गेलेल्या सामानाच्या खांद्यावर आपला चेहरा ठेवत कमिलानं तिला विचारलं. सामान तिची लहान बहीण. गेले कित्येक दिवस खैरखानातील वीज पुरवठा बंद झाला होता. मिणमिणत्या कंदिलाची वात हलकेच थरथरत होती आणि त्यामुळे भिंतीवरच्या सावल्याही शहारत होत्या.

सामान आपल्या विचारात गुंग झाली होती. कवितांची अनेक पुस्तकं तिच्या पुढ्यात पसरली होती. पण त्यातून तिचं मन केव्हाच उडालं होतं. मन एकाग्र करण्याची आत्ता तरी तिची मन:स्थिती नव्हती. कमिलाच्या आवाजानं ती जरा भानावर आली. सामानसाठी भीषण शांततेनं भरलेल्या त्या उदासवाण्या संध्याकाळची वीण उसवणारा तो पहिला आवाज होता. सुरेख आणि आखीव चेहऱ्याच्या सुंदर सामानचा स्वभाव तिच्या मोठ्या बहिणींच्या उत्साही स्वभावाच्या मानानं जरा गंभीर होता. कुणी तिला पहिल्यांदा भेटलं, तर तिच्या त्या गंभीरतेला लाजरेपणा समजण्याची चूक अनेकांकडून होत असे.

“तुझ्या मौलाना जलालुद्दीनांचं पुस्तक आहे.” जरा भानावर येत ती उत्तरली. “पुन्हा वाचते आहे.” सुस्कारा सोडत तिनं कमिलाला माहिती दिली.

जाजमावर तिनं कूस बदलली आणि आपली वेणी सावरत उशीवर डोकं नीट ठेवलं. हातातल्या पुस्तकातील कवितांवर पुन्हा एकदा लक्ष केंद्रित करण्याचा तिनं आव आणला.

फक्त एक महिन्यापूर्वी सामान कॉलेज प्रवेश परीक्षा उत्तीर्ण झाली होती. अफगाणिस्तानात ‘Concours’ या फ्रेंच नावानं ओळखली जाणारी ही स्पर्धात्मक

परीक्षा अत्यंत प्रतिष्ठेची मानली जाते आणि काबूल विद्यापीठात प्रवेश मिळवण्यासाठी कुठल्याही विद्यार्थ्याला ती उत्तीर्ण करणं आवश्यक असतं. ती परीक्षा सामान अगदी सहज उत्तीर्ण झाली, याचा तिच्या माता-पित्यांना प्रचंड अभिमान होता. सगळ्यात जुन्या आणि प्रतिष्ठित विद्यापीठात प्रवेश मिळवणारी ती त्यांच्या ११ मुलांपैकी पहिली मुलगी होती. विद्यापीठातील प्रवेशानंतर तिनं विज्ञान विभागातील पहिल्या सत्राचा अभ्यास जोमानं सुरू केला होता. प्रत्येक तरुण-तरुणीला हवंहवंसं वाटणारं कॉलेजचं मुक्त आयुष्य जगण्याची तिनं आत्ता कुठे जेमतेम सुरुवात केली होती. पण तालिबानींनी काबूलवर कब्जा केला आणि तिच्या आयुष्याला एक वेगळंच वळण लागलं. आलेल्या परिस्थितीत शिक्षण अर्धवट सोडण्याचा निर्णय सामाननं मोठ्या धीरानं स्वीकारला होता. पण दिवाणखान्याला आपली अभ्यासाची खोली मानून घरातील इतर सहा अस्वस्थ मुलींबरोबर आपला अभ्यास चालू ठेवणं, तिला फार त्रासदायक वाटत होतं.

दिवस कसा घालवायचा, याचा विचार करणारी ती काबूलमधील एकमेव तरुणी नव्हती. इथल्या महिलांनी आता नवीन नियमांशी जुळवून घेण्यासाठी कसोशीनं प्रयत्न सुरू केले होते. स्त्रियांना अगदी घराच्या चार भिंतींमध्येच दाबून टाकण्याच्या प्रयत्न करणाऱ्या या पुरुष सत्ताधाऱ्यांच्या जगात आपला निभाव कसा लागणार, हा विचार काबूलच्या सर्व वयोगटातील महिलांना सतावत होताच. तालिबान्यांनी भक्कम तळ ठोकला होता. किती काळ ही परिस्थिती राहणार याचा अंदाज घेणं कुणालाच शक्य नव्हतं. सत्ताधारी तालिबानी आणि मसूदमधील चकमकींचं प्रमाणही दिवसागणीक आणखी तीव्र होताना दिसत होतं. संयुक्त राष्ट्रसंघांच्या शांतता प्रस्तावाची हाक या तीव्र भांडणात कुठल्या कुठे ऐकू येईनाशी झाली होती.

तालिबानींनी काबूलवर कब्जा करून आता बरेच महिने लोटले होते. घरातील बंदिवासाचा अंत मुलींना दिसत नव्हता. त्यामुळे त्यावर चर्चा करण्यातही त्यांना आता स्वारस्य उरलं नव्हतं. त्यांच्यावर लादलेल्या नियमांना बळकटी देणाऱ्या आणि अफगाणी लोकांच्या दैनंदिन आयुष्यातील अगदी छोट्या-छोट्या कामासंदर्भातही तालिबानी लोकांना हस्तक्षेप करण्याची परवानगी देणाऱ्या काबूल उच्च न्यायालयाच्या हुकुमाची बातमी अगदी असहायपणे ऐकण्यावाचून त्यांना पर्याय नव्हता.

भर रस्त्यावर मुलींना जाण्यास बंदी होती. पायात उंच टाचांच्या चपला घालण्यावर बंदी होती. चादरी घालण्याची सक्ती होती. ढगळ कपड्यांची सक्ती होती. "झिरझिरीत कपडयांतून कुठल्याही स्त्रीचं शरीर दिसता कामा नये... ज्यायोगे कुणा पुरुषाचं मन विचलित होणार नाही." हे चादरी आणि ढगळ कपड्यांच्या

सक्तीमागचं खरं कारण होतं. चादरीचं कापड पारदर्शक नसावं, हाही आग्रह होता. त्यातून पाय आणि हात दिसू नयेत, असे नियमांमध्ये स्पष्ट करण्यात आलं होतं. आपल्या मेहरामला (पुरुषसोबतीं) बरोबर घेऊनच बाजारात किंवा इतर कुठल्याही सार्वजनिक ठिकाणी जाण्याची सक्तीही या नियमावलीत करण्यात आली होती.

सारं काही गुदमरवून टाकणारं होतं. यातून बाहेर पडणं शक्य नव्हतं. पण यातून स्वत:ला सावरण्याचा काहीतरी प्रयत्न करणं फक्त शक्य होतं. कमिला आणि तिच्या बहिणींनाही हा पर्याय आजमावून पाहायचा होता. विचारचक्र सुरू झालं होतं.

''हबीबाजानला बोलावू या. तिच्याकडची काही पुस्तकं ती आणू शकते.'' कमिलानं सामानला सुचवलं. चहा आणि भाजलेल्या नानची न्याहारी आटपून त्या दोघी स्वयंपाकघरात आवराआवरी करण्यात गुंग होत्या. हबीबा सिद्दाकींच्या घरापासून दोन घरांच्या अंतरावर राहायची. सगळ्या नियमांचा आणि बंदीचा विचार केला, तर हे अंतर पार करणं तसं सुरक्षित होतं.

''तीच ती पुस्तकं पुन्हा-पुन्हा वाचून मला अगदी वीट आला आहे. तिची आणि आपली पुस्तकं मिळून जरा काही नवीन वाचायला मिळण्याची शक्यता आहे.'' कमिला म्हणाली.

''खूप छान कल्पना आहे.'' ओले हात कपड्यानं पुसत सामान एकदम उत्साहात म्हणाली. ''आपण रझियालाही बोलावू शकतो. तिचं वाचन दांडगं आहे पण नेमकी कशा प्रकारची पुस्तकं तिला आवडतात ते मला नाही माहीत. आपल्याकडे कवितासंग्रहांचा खजिना आहेच. कदाचित तिच्याकडे पर्शियन रहस्यकथांची पुस्तकं असतील तर धमाल येईल. तिला तर त्याचं व्यसनंच जडलं आहे.'' सामान बोलत होती. गेल्या काही आठवड्यांत पहिल्यांदाच तिच्या आवाजात उत्साह ओसंडून वाहात होता.

विचार करण्याचाच अवकाश होता आणि लगेच हा पुस्तक देवाणघेवाणीचा उपक्रम सुरू झाला. खैरखानाच्या पूर्वोत्तर भागात राहाणाऱ्या मुलींचा एक गट काही दिवसांच्या अंतराने सिद्दीकींच्या घराजवळ थांबायचा आणि मग या पुस्तकांची देवाणघेवाण व्हायची. वाचलेली पुस्तकं परत केली जायची आणि नवीन पुस्तकांचा घरात प्रवेश व्हायचा. उत्साह इतका होता की, नवनवीन पुस्तकांसाठी मग हळूच शोध मोहीम सुरू झाली. पुस्तकं द्यायला-घ्यायला येणाऱ्या मुलींनी त्यांच्या परिसरातील घरांमध्ये पुस्तकांसाठी विचारणा करण्याचा सपाटाच लावला होता. वाचनालयं आणि घराघरांतील वैयक्तिक पुस्तकांनाही आता बाहेरचं वारं लागलं होतं. कमिलाच्या खोलीत भिंतीला लागून पुस्तकांचे गठ्ठे व्यवस्थित रचून ठेवण्यात आले होते. पुस्तकं निवडायला सोपी जावीत म्हणून लेखकांच्या नावाच्या मुळाक्षरांनुसार ती रचली होती. शेजारच्या मुली आता रोज त्यांच्या घरी यायला लागल्या होत्या. दिवाणखान्यात बसून पुस्तक दिली-घेतली जायची आणि मग चहा आणि सुकामेव्यावरही

ताव मारला जायचा. गप्पांच्या ओघात थोडावेळ मुली त्यांच्यावर असलेल्या बंधनांचं अस्तित्व विसरायच्या. आवडते लेखक, कवी यांच्यावर चर्चा झडायच्या. आपल्या आवडत्या लेखकाची पुस्तक इतरांनीही वाचावीत, असा आग्रहही अगदी सहज व्हायचा.

कमिला आणि सामानला पर्शियन कवी मौलाना जलालुद्दीन मोहम्मद बल्खी म्हणजेच रुमिच्या कविता प्रचंड आवडायच्या. दिवानी शम्सी तबरिझ हा ४५,००० दारी कवितांचा रुमिचा एक संग्रह त्यांच्या घरी अगदी नेमानं वाचला जायचा. तेराव्या शतकातील हा कवी अफगाणिस्तानातील बल्ख प्रांतात जन्माला आला आणि लोकांच्या मनावर राज्य करता झाला. 'रुमि' या नावानं तो पश्चिमप्रातांत कमालीचा लोकप्रिय झाला होता. इस्लाममधील अनवट सुफी परंपरेला त्यानं आपल्या कवितांमधून लोकांसमोर सुरेलपणे पेश केलं होतं. संगीत आणि काव्य यांमध्ये रममाण झालं, तर देवत्व अनुभवता येतं, हा विचार त्यानं आपल्या काव्यांतून रुजवला होता. आणखी एका लेखकानं या मुलींना वेडं केलं होतं. शिराझ या इरानच्या दक्षिणेकडे असलेल्या गावात १३१५मध्ये उदयास आलेल्या हाफिजनं अनेक गझला लिहिल्या. मानवी दुःख, दैवी प्रेम व निर्मितीला शरण जाणाऱ्या मानवी आयुष्याचं वर्णन त्याच्या कवितांमध्ये आढळून येत असे. दिवाणखान्यात एकत्र बसून हाफिजच्या कविता एकासूरात म्हणणं मुलींचा आणखी एक आवडता छंद होता.

दिवान-ए-हाफिजमधील एक गझल

(मूळ पर्शियन कवितेचा गट्र्यूड बेल यांनी केलेल्या इंग्रजी भाषांतराचा स्वैरानुवाद.)

सुबह की मदमाती खुशबू सें भरी सासों से उठी हवायें आए
खंडहर बने गुजरे जमानेपे जवानी छाए
बागों में बहार अपने पैमाने छलकाएँ
और दरख्त कमसीन फूलों को बहारों का जाम फरमाएँ
हवा में लहराते इन फूलों के पैमाने
छलका-छलका के नर्गिस की किस्मत को बहलाएँ

हर जुल्म के सफर को मिले अंजाम यहाँ
हर जुदाई को मिले मिलन का फर्मान यहाँ
किसी गुलाब के कानो मे पंछी गाएँ गम की कहानी कोई
तो जर्द गुलाब की खुशबू का हो फसाना यहाँ
नाज़ुक पंखुड़ियों से, वो करता है बया दास्ताँ अपनी
के मैं तो आया हूँ बहार की बाहें थामें

और पतछड की राहोंसे मुझे जाना है
सुना है, तुने एक नग्मा गाया है
के 'आज' तो निकल जाएगा दबें पाओं से
'कल' को पता नहीं क्या-क्या लेके लौट आना है ।

या पर्शियन साहित्यातील जीवापाड जपल्या गेलेल्या अद्वितीय भावभावनांनी ओतप्रोत भरलेल्या ओळींना ओठावर खेळवत या मुली तालिबानींच्या येण्यानं आलेल्या सगळ्या संकटांना थोडावेळ विसरायच्या. जखमांवर फुंकर घालावी, तसं हे काव्य आणि साहित्य होतं. इस्लामच्या खऱ्या आणि मुक्त प्राचीन परंपरांचा तो आरसा होता. तालिबानी ज्या परंपरेचा आणि नैतिकतेचा पुरस्कार धर्माच्या नावानं करत होते, ते खरं नव्हतं. तालिबानी देवबंदीला खरी परंपरा मानायचे. यात संगीत, नृत्य आणि कुठल्याही मनोरंजनाच्या माध्यमाला मान्यता नव्हती. देवबंदीनुसार हे सारं धर्माच्या विरुद्ध होतं.

पुस्तक देवाणघेवाणीत मुलींचे काही आठवडे खूप सुखात आणि आनंदात गेले खरे. पण हा प्रकार कमिलाला आणखी अस्वस्थ करणारा ठरला. नवीन पुस्तकांची आवक हळूहळू कमी होत गेली आणि काही पुस्तकं कमिलानं पुन्हा-पुन्हा वाचली. तिच्या मनात प्रश्न मात्र कायम होता. हे असं किती दिवस चालणार? किती दिवस असं नुसतं बसून राहायचं? किती दिवस मनाची अशी समजूत काढायची? काबूलच्या काही महिलांनी यातून मार्ग काढल्याचंही तिच्या ऐकिवात होतं. काही महिलांनी आपल्या घरीच शाळा सुरू केल्या होत्या. पण राजकीय परिस्थिती अशी काही अनिश्चित होती की, हे प्रयोग कुठल्याही क्षणी बंद करण्याची पाळी येण्याची शक्यता होती. तरीही घराच्या चार भिंतीतील सुरक्षितता उपभोगत काहीतरी करणं त्यांना सोईस्कर वाटत होतं.

यातून मार्ग काढणं खरंच खूप आवश्यक होतं, कारण शहरात हजारो विधवा होत्या ज्यांना कुटुंबातील इतर सदस्यांच्या पोटापाण्यासाठी घराबाहेर पडून कमाई करणं अपरिहार्य होतं. लाखो तरुणींना आपल्या शिक्षणाची भूक भागवायची होती. युद्ध, अव्यवस्था आणि सत्ताधाऱ्यांच्या निष्काळजीपणामुळे देशाची अर्थव्यवस्था कोलमडू लागली होती. सवलतीच्या दरातील गव्हाच्या स्वरूपात मिळणारी परकीय मदतही आता काबूलच्या जनतेच्या पोटाची खळगी भरण्यास अपूर्ण होती. परकीय मदतीच्या परिभाषेत आता हे पूर्ण शहर 'दीन' आणि मदतीस पात्र होतं. सहनशक्तीचा अंत पाहाणारी ही परिस्थिती आता असाह्य झाली होती.

कमिलाचं कुटुंब निदान आर्थिकबाबीत तरी सुदैवी होतं. सैन्यात नोकरी करताना सिद्दीकींनी जाणीवपूर्वक काही बचत केली होती. जवळच त्यांनी एक आणखी छोटं

घर घेतलं होतं आणि त्याच्या भाड्याचे पैसेही या साठवणुकीत भर घालत होते. त्यामुळे पैशांची ददात नव्हती, पण तो आयुष्यभर पुरणारही नव्हतं. किमान आपल्या अनुपस्थितीत कुटुंबातील लोकांना लगेच उदरभरणासाठी वणवण करावी लागणार नाही, एवढी व्यवस्था सिद्दाकींनी केली होती. आणखी काही मार्ग निघेपर्यंत ही सोय पुरेशी होती.

पुढे काय, या काळजीनं कमिलाच्या आईलाही ग्रासलं होतं. पण आपल्या मुलांसमोर त्याची वाच्यता करणाऱ्यांपैकी त्या नव्हत्या. घरात कमिला थोरली होती. तिच्याजवळही मन मोकळं करणं, त्यांना पटणारं नव्हतं. कमिलापासून मात्र हे सारं काही लपलं नव्हतं. एवढ्या मोठ्या परिवारासाठी आवश्यक असलेल्या जीवनावश्यक वस्तूंचा साठा हळूहळू कमी होताना तिलाही दिसत होता. रहिम आणि नजीबचं बाजारात जाणं कमी झालं होतं. घरात बाजारातून मागवायच्या गोष्टींची आवक घटली होती. मांसाहार तर आता अगदी चैनीची गोष्ट झाली होती. खाणारी तोंडं अधिक आणि साठवलेला पैसा कमी. त्यामुळे लवकरच परिस्थिती हाताबाहेर जाणार हे निश्चित होतं.

त्यातच गुलबहारसाठी रवाना झालेल्या सिद्दीकींकडून एकही निरोप आला नव्हता. त्यांच्याबद्दल काहीही कळलं नव्हतं. खैरखानातील अगदी मोजक्याच घरांमध्ये फोनची सोय होती. साक्षरतेचं प्रमाण नगण्य असल्यामुळे देशाची डाक व्यवस्था तर अस्तित्वातच नव्हती. देशात ग्रामीण भाग मोठ्या प्रमाणात होता. त्यातही सोव्हिएत सैन्याच्या हैदोसानंतर टिकलेली संपर्काची साखळी तालिबानींच्या येण्यानं निर्माण झालेल्या युद्धजन्य स्थितीत खंडित झाली होती. मित्र आणि नातेवाइकांच्या माध्यमातून खुशालीच्या बातम्या कळायच्या. काबूलकडून उत्तरेकडे सतत प्रवास करणाऱ्यांकडून अशा माहितीची देवाण-घेवाण अगदी चोख व्हायची. कमिलाच्या आईनं अशाही परिस्थितीत धीर सोडला नव्हता. दोन युद्धांना पचवलेल्या आणि त्यातून वाचलेल्या आपल्या पतीच्या सुरक्षिततेबाबत त्यांना थोडी खात्री होती. मात्र अशा संकटकाळी त्यांच्यापासून इतक्या दूर असण्याचा त्यांना त्रास होत होता. त्यांच्या संसाराला ३० वर्षं झाली होती. सिद्दाकींना गुलबहारला सुरक्षित पोहोचता यावं, एवढी एकच विनंती त्या अल्लाकडे करत होत्या. त्यांच्याकडून ख्यालीखुशाली कळताच त्यांना ही गुलबहारला रवाना होता येणार होतं.

दरम्यान तालिबानींनी आपला मोर्चा उत्तरेकडे वळवला होता आणि तिथे युद्धाची सुरुवात झाली. पंजशीरच्या खोऱ्यात मसूदचं वर्चस्व होतं. त्यांनी तिथेच सुरुंग लावायची तयारी केली होती. निली मशिद असलेल्या मजार-ए-शरीफ या उत्तरेकडील शहरात अब्दुल राशिद दोस्तमच्या सैन्यावर त्यांनी हल्ला चढवला. अफगाणिस्तानची राजधानी ताब्यात घेतल्यानंतर आता देशाच्या कानाकोपऱ्यांतून

आपल्या विरोधकांचा नायनाट करून अख्ख्या देशावर हुकूमत गाजवायचा त्यांचा इरादा पक्का होता. असं झालं, तर अफगाणिस्तानावर राज्य करणारं तालिबानी हेच खरं आणि कायदेशीर सरकार आहे, हे जगातील इतर देशांना मान्य करावं लागलं असतं. मग कंदाहारच्या या गटाला आणि त्यातील लोकांना आपसूकच नागरिकत्वाचे सगळे हक्क मिळाले असते. शिवाय संयुक्त राष्ट्रसंघात जागा मिळवण्यासाठी केलेल्या मागणीची पूर्तताही झाली असती.

आपल्याच देशातील लोकांशी युद्ध छेडल्यानंतर तालिबानचा उत्तरेकडे अधिराज्य मिळवण्यावर जास्त कल होता. कारण या प्रदेशातील नैसर्गिक सुबत्तेचा फायदा त्यांना औद्योगिक विकासासाठी करून घ्यायचा होता. शेतीसाठी लागणारी सुपीक जमीन आणि खनिजांची समृद्धता त्यांना दक्षिणेकडे उपलब्ध नव्हती. या सगळ्या नैसर्गिक साठ्यांचा उपयोग दोन दशकांपूर्वी सोव्हिएत सैन्यानं कोट्यावधी रुपयांची गुंतवणूक करून स्वत:च्या फायद्यासाठी करून घेतला होता. कच्चं तेल, लोह साठे आणि कोळशाच्या खाणींची देणगी उत्तरेला मिळाली होती. कित्येक वर्षांपासून या देणगीच्या आधारावर काबूलनं परकीय चलनाची कमाई केली होती. अस्वस्थ आणि कायम अस्थिर असलेल्या दक्षिण प्रदेशाला स्थैर्य मिळवून देण्यावर लक्ष केंद्रित करण्याऐवजी काबूलवर राज्य करणाऱ्यांनी फक्त आर्थिक फायदा करून घेतला होता.

इकडे काबूलमध्ये अर्थव्यवस्था संपूर्णत: कोलमडली होती. गरिबीच्या झळा सोसणाऱ्यांचं आयुष्य दु:खाच्या खाईत लोटलं गेलं होतं. महिलांना मदत करणाऱ्या परकीय संस्थांनाही रोखण्याचे तालिबानींनी प्रयत्न चालवले होते. कारण सरकारी संस्थांमध्ये काम करणाऱ्या कंदहारवरून आलेल्या या पुरुषांची 'संपूर्ण लोकसंख्येच्या फक्त दोन टक्के' एवढीच महिलांच्या तुलनेत गणती होती. मुत्सद्दीपणाच्या बुरख्याआडून तालिबानींनी महिलांसाठी काही आणखी संदेश प्रसारित केले.

"सर्व माता-भगिनींना आमची कळकळीची विनंती आहे की, त्यांनी कृपया कुठल्याही विदेशी संस्थेत कामासाठी अर्ज करू नये आणि तिथे जाण्याचं धारिष्ट्यही करू नये. असं करताना कुणी त्यांचा पाठलाग केला, त्यांना धमकी दिली किंवा आमच्याकडून अशांची चौकशी केली गेली, तर त्याची सर्वस्वी जबाबदारी या महिलांची राहील. तसंच विदेशी मदत संस्थांनाही आमची विनंती आहे की, त्यांनी अफगाणिस्तान या इस्लाम गणराज्याच्या या निर्देशाचे पालन करावे आणि त्यांच्या कुठल्याही संस्थेत अफगाणी महिलांची कर्मचारी म्हणून नियुक्ती करू नये."

रस्त्यावर महिलांना मारहाण करण्याच्या घटना थांबल्या नव्हत्या. आपल्या फाटक्या, विटलेल्या कपड्यांतून हात बाहेर काढून भीक मागणाऱ्या भिकारीणींना तर अक्षरश: तुडवलं जात होतं. पुरुष साथीदार नाही म्हणून या महिलांना हातातील दंडूक्यांनी सोलवटून काढण्यात तालिबानी सैनिकांना जराही वाईट वाटत नसे.

सोबतीला आणण्यासाठीच काय पण घरातल्यांच्या पोटात चार घास जावे यासाठी कमाई करणाऱ्या पुरुषांची उपस्थिती घराघरांतून कमी झाल्यामुळेच या महिलांवर भिकेला लागण्याची पाळी आली होती. या वास्तविकतेकडे तालिबानी सहज दुर्लक्ष करत होते. पोटच्या पोरांच्या आणि कुटुंबातील इतरांच्या उदरभरणासाठी काहींनी तर वेश्या व्यवसाय पत्करल्याचंही ऐकू येऊ लागलं होतं. ही परिस्थिती लाजिरवाणी होती. पण अशा महिलांच्या सुरक्षिततेचाही प्रश्न निर्माण झाला होता. कुटुंबांसाठी ही नामुष्की होती. पण इतर पर्यायही उरले नव्हते.

कमिलाची दोन भावंडं घराबाहेर पडत. शहरात जे काही घडत होतं, ते जाणून घेण्याचं हे दोघं एकमेव साधन होते. काबूलच्या रस्त्यावर घडणारं सारं काही कमिलाला तिच्या भावांकडूनच कळत होतं. पण प्रत्यक्ष तिनं यातील काहीही पाहिलं नव्हतं. ती क्वचितच घराबाहेर पडायची. पडली तरी खैरखानाच्या हद्दीतच तिचा वावर असायचा. कारण त्याबाहेर जाणं म्हणजे संकटाला आमंत्रण ठरलं असतं. त्या काळात सगळ्यात लांबचा पल्ला जर तिनं गाठला असेल, तर तो म्हणजे लासे मरियमचा बाजार. लासे मरियम विद्यालय या परिसरात असल्यामुळे बाजारालाही तेच नाव लाभलं होतं. खाद्य पदार्थांपासून ते कपड्यांपर्यंत सारं काही इथे मिळत असे. त्यांच्यासाठी आवश्यक झालेली चादरीही इथे मिळायची. कमिलासारख्या अनेक महिला लासे मरियमच्या दुकांनामध्ये गरजेच्या वस्तूंची भराभर खरेदी करताना आढळून येत असत. जे काही हवं ते पटकन देण्यासाठी त्या दुकानदारांना आग्रह करायच्या. रस्त्यांवर गस्तीसाठी हिंडणाऱ्या अम्र बिल-मारूफच्या नजरेस पडून संकट ओढवून घेण्यापेक्षा शक्य तितकं लवकर बाजारातून परतण्यासाठी त्या धडपडताना दिसत होत्या. मोठ्या आवाजात दुकानदारांशी बोलण्यावरून किंवा झिरझिरीत कपडे घालण्यावरून शिक्षा करण्यासाठी हे गस्त घालणारे सैनिक टपलेलेच असत. खरं तर या सैनिकांच्या भीतीवर मात करता आली असती. पण त्या चादरीच्या अर्धा वित जाळीदार भोकातून कुठलीही वस्तू व्यवस्थित पाहाणं शक्यच नव्हतं. सार्वजनिक ठिकाणी हसण्यावर बंदी होती आणि हा नियम मोडला जाण्याची शक्यताही नगण्य होती. कारण काबूलमधल्या परिस्थितीमुळे बाजारात जाऊन आनंदानं काही खरेदी करण्याचे दिवस राहिले नव्हते.

दुकानात स्त्रियांनी प्रवेश केला की, त्या दुकानदाराशी काय बोलतात आणि तिथं काय-काय होतं, यावर तालिबानचं कडक लक्ष होतं. आवश्यक ते सामान घेऊन पटकन दुकानाबाहेर पडण्याकडेच सगळ्या महिलांचा कल होता. सामान्यत: कुठलीही अफगाण व्यक्ती परस्परांना भेटल्यावर घरादाराची चौकशी करण्याची सभ्यता पाळायची. पण आता अशी विचारपूसही जीवावर बेतू शकते या धाकानं कुणी बोलायला धजत नसे. शिंप्याकडे गेलं तर महिलांना आपल्या कपड्यांचं माप

देता येणं शक्य नव्हतं. कारण माप घेताना त्या पुरुष शिंप्याच्या मनात अनैतिक विचारांचा जन्म होऊ शकतो, असा तालिबानचा समज होता. हे इस्लामच्या खिलाफ आहे, असं त्यांचं म्हणणं होतं. त्यामुळेच अगदी निकटवर्तीयांव्यतिरिक्त पुरुष आणि महिलांना दोन गटात विभागण्यासाठीचा तालिबानचा प्रयत्न होता, हे आता स्पष्ट झालं होतं.

लासे मरियमच्या बाजारात फिरताना कमिलालाही तिच्या आवडत्या काही दुकानांत झालेले बदल दृष्टीस पडत होते. भारतीय सिनेतारकांचे मोठमोठे पोस्टर आणि त्यांच्या चित्रपटातील गाणी हे बाजारातील अनेक दुकानांचं वैशिष्ट्य होतं. आता त्याचा कुठे मागमूसही नव्हता. काही टेलरच्या दुकानांमध्ये पूर्वी हसऱ्या आणि पाकिस्तानी पेहराव घातलेल्या अदाकारी दाखवणाऱ्या तरुणींची चित्र लावलेली असायची. आता तीही अदृश्य झाली होती. या बाजाराचं आणखी एक वैशिष्ट्य होतं. इथे युरोपमध्ये महिला घालतात तसे आधुनिक पद्धतीचे पेहरावही काही दुकांनामध्ये उपलब्ध होते. तालिबानींच्या आगमनानंतर ते आता गायब झालेले कमिलाच्या ध्यानात आलं. याची आणखी काही कारणं होती. देशाची आर्थिक घडी पूर्ण विस्कळित झाली होती. महिला घरात कोंडल्या गेल्या होत्या, श्रीमंत काबूली देश सोडून जात होते. मग महागडे फ्रॉक्स आणि इतर कपड्यांचा व्यवसाय चालणार तरी कसा? अचानक तो बंदच पडला.

थोडक्यात काबूलचा चेहरा-मोहराच बदलला होता. आता ते पूर्वीचं शहर राहिलं नव्हतं. तसं मुजाहिदीनांच्या अमलातही शहराची आणि देशाची स्थिती फारशी काही चांगली नव्हती. पण इतकी उद्ध्वस्तता आणि निराशावादी वातावरण यापूर्वी कधीही या शहरानं अनुभवलं नव्हतं, एवढं मात्र नक्की.

अशात हिवाळा आला आणि अक्षरशः दुष्काळात तेरावा महिना अशी स्थिती निर्माण झाली. दैनंदिन गरजांच्या गोष्टींचे भाव आकाशाला भिडायला सुरुवात झाली. अगदी रोजच्या जेवणात आवश्यक असणाऱ्या कणीक आणि तेलाचे भाव दर महिन्याला वाढत होते. त्यामुळे या वस्तू मिळवणं काबूलमधील सामान्य लोकांसाठी स्वप्नवत झालं होतं. आपल्या सातही मुलांच्या अन्न-वस्त्राच्या प्राथमिक गरजा पूर्ण करण्याची कमिलाच्या आईची धडपड होती. पण शहरातील इतरांची जी स्थिती होती, त्याचं सावट आता या कुटुंबावरही दिसू लागलं होतं. या गरजा पूर्ण करताना त्यांची ससेहोलपट होत होती.

मुलींमध्ये वयानं मोठी असल्यामुळे कमिलाला घरातील अडचणींची जाणीव जास्त चांगली होती. जे घडताना दिसत होतं, ते तिलाही आता असह्य झालं होतं. यातून कसा आणि काय मार्ग काढता येईल, याचा ती सतत विचार करत होती. घरात खाणारी आठ तोंडं होती. एका घराचं येणारं भाडं आणि थोडीफार केलेली बचत हे या इतक्या

लोकांच्या उदरनिर्वाहासाठी फार काळ पुरणार नाही, ही गोष्ट तिला स्पष्ट जाणवत होती. या आठपैकी आता शाळेत जाणारा एकटा रहिम होता. अन्नाइतकी त्याच्यासाठी पुस्तकं आणि शाळेच्या इतर गरजा भागवण्याचीही गरज होती. हिवाळा सुरू झाला होता. दिवाणखान्यातील बुखारीत लाकडं घातली नाहीत, तर घरातच थंडीनं जीव जायची पाळी आली असती. त्यामुळे लाकडं आणि कंदिलात घालायला तेल विकत आणणंही आवश्यक होतं. सगळी सोंगं आणता येतात; पण पैशाचं सोंग आणता येत नाही, ही गोष्ट सिद्दीकी परिवार आता अनुभवत होता. घरात नजीब फक्त असा होता की, जो काही कमाई करून घरात आणू शकत होता. घरात तो वयानं मोठा होता आणि मुख्य म्हणजे तो पुरुष होता. पण प्रश्न त्याच्या सुरक्षिततेचा होता. त्यानं बाहेर पडणं धोक्याचं होतं. आणि त्याचा फारसा काही उपयोगही होणार नव्हता, कारण काबूलमध्ये आता नोकऱ्याच शिल्लक नव्हत्या.

अशातच नजीबनं आणि कमिलाच्या आईनं त्याच्या देशांतराचा निर्णय घेतला. त्यानं पाकिस्तानला जावं आणि जर तिथे कुठलीही नोकरी मिळाली नाहीतर इराणचा रस्ता धरावा. नोकरी मिळताच मिळणाऱ्या उत्पन्नातून घरासाठी त्यानं काही पैसे पाठवावे, असं त्या दोघांनी ठरवलं होतं. सिद्दीकींच्या परिचयातील काही कुटुंबातील तरुण मुलंही पाकिस्तान किंवा इराणला रवाना होणार होते. त्यांच्याबरोबर नजीबनंही जावं असा निर्णय घेण्यात आला. पण जाण्याची तारीख किंवा काळ ठरला नव्हता. हजारोंच्या संख्येनं विस्थापितांचा लोंढा सीमापार गेला होता. नोकरी सोडाच; पण साधं राहाण्यासाठी छप्पर शोधतानाही त्या लोकांना ज्या हालअपेष्टा सोसाव्या लागत होत्या, त्यांच्या कथा रोज अफगाणिस्तानात येऊन धडकत होत्या. कमिला आणि तिच्या बहिणींही त्या ऐकायच्या. या विस्थापितांना सामावून घेणाऱ्या छावण्यांमध्येही आता जागा उरली नव्हती. अशात त्यांच्या आरोग्याची काळजी घेणं, शिक्षणाची सोय उपलब्ध करणं आणि मुख्य म्हणजे त्यांना रोजगाराच्या संधी मिळवून देणं हे मदतसंस्थांच्या आवाक्याबाहेरचं झालं होतं.

सिद्दीकी कुटुंबाला आता मदतीची गरज भासू लागली होती. तालिबानींच्या कुठल्याही नियमाचं उल्लंघन होणार नाही, याची काळजी घेऊन जर एखादं उत्पन्नाचं साधन शोधता आलं, तर वडील आणि भावाच्या डोक्यावरचा आर्थिक भार आपल्यालाही थोडा हलका करता येईल, हा विचार आता कमिलाला स्वस्थ बसू देईना. घराला तिची गरज होती आणि स्वत:च्या या भूमिकेची तिला तीव्र जाणीव झाली होती. कमिलापुढे डॉ. मरियमचं उदाहरण होतं. सिद्दाकींकडून घर भाड्यानं घेऊन त्यांनी आपलं क्लिनिक थाटलं होतं. महिला डॉक्टर असल्यामुळे बाहेर कुठे हॉस्पिटलमध्ये नोकरी करणं किंवा वैद्यकीय सेवा पुरवणं त्यांना तालिबानींच्या राज्यात तरी अशक्य होतं. शिवाय घरच्या क्लिनिकमध्येही कुठला पुरुष रुग्ण येत

नाही, तोपर्यंत त्यांना आपलं काम करायला आणि पैसा कमवायला काहीही अडचण नव्हती. कमिलालाही हेच साध्य करायचं होतं.

घराच्या चार भिंतींच्या आत राहून काय करता येईल, याचा कमिला विचार करत होती. लोकांच्या अशा काही गरजांचा तिला विचार करायचा होता की, ज्या पुरवल्यावर तिची कमाई निश्चित होणार होती. पर्याय नगण्यच होते. कारण आता फक्त प्राथमिक गरजा भागवण्याइतकाच पैसा लोकांजवळ शिल्लक होता. चैन कुणालाही परवडणारी नव्हती. घरी शिकवणी सुरू करण्याचा पर्याय होता. पण मुलींना घराबाहेर पडू देण्यास कुणीही सहज परवानगी देणं शक्य नव्हतं. आणि यातून कमिलाला पुरेसा पैसा मिळणंही शक्य नव्हतं. शिवाय कुणाचाही जीव धोक्यात आणून आपली कमाई व्हावी, अशी कमिलाची इच्छा नव्हती.

पर्यायांचा विचार करण्यात आता कमिलाचे दिवस जात होते. स्वत:च्या कौशल्यांना ती तपासून पाहू लागली. आपण काय-काय करू शकतो; काय केल्यानं आपली आणि इतरांची सुरक्षितता धोक्यात येणार नाही आणि कुटुंबाला आवश्यक तेवढा पैसा मिळू शकतो, हे विचारचक्र जोरात सुरू झालं. याव्यतिरिक्त आणखी काय शिकलं, तर हे सारं साध्य होईल, याचाही ती विचार करू लागली. त्या क्षणी तिला मलिकाचा विचार डोक्यात आला. व्यवसायानं शिक्षिका असलेल्या मलिकानं स्वत:तील कलागुणांनाही कधी मागे पडू दिलं नव्हतं. आईकडून शिवणकामाचं उत्तम प्रशिक्षणही तिनं घेतलं आणि एक चांगली टेलर म्हणून ती आता नावाजली जात होती. करताह परवानमध्ये तर तिच्या या कामाचं खूप कौतुक व्हायचं आणि शिक्षिका म्हणून तिला जितका पगार मिळायचा त्याच्या दुप्पट तिची शिवणकामातून मिळकत व्हायची. तिचं काम महिलांना फार आवडायचं.

बस्स! कमिलाचा विचार पक्का झाला. आपणही शिवणकाम करायचं!! संभावित सगळ्या शक्यतांचा तिनं नीट विचार केला. हे काम ती घरात राहून करू शकणार होती. यात तिला तिच्या बहिणींची मोठी मदत होणार होती. यातील सगळ्यात मोठा जर कुठला भाग होता, तर तो म्हणजे लासे मरियमचा बाजार. कापड आणि तयार पोशाखांसाठी हा बाजार सुप्रसिद्ध होता आणि अजूनही इथे तयार कपड्यांना मागणी होती. या बाजारात जाणं कमिलासाठी फारसं धोकादायक नव्हतं. फक्त तिला हे सगळं करताना कमालीची गुप्तता बाळगावी लागणार होती. कुणाला संशय येईल आणि कुणाचं लक्ष जाईल, अशी कुठलीही कृती जोवर तिच्या हातून घडणार नाही, तोवर तिचं काम करण्यात तिला काहीही धोका नव्हता.

फक्त एक मोठी अडचण होती. शिवणकाम तिनं कधीही केलं नव्हतं. अभ्यास आणि वाचन या आपल्या आवडत्या गोष्टींवर तिनं आत्तापर्यंत आपलं लक्ष केंद्रित केलं होतं. त्यामुळे घरात आईच्या रूपात एक चांगली शिवणकाम शिक्षिका असूनही

कमिलानं कधी त्याचा फायदा करून घेतला नाही. त्यांनी त्यांच्या आईकडून हे प्रशिक्षण घेतलं होतं आणि तरुण असल्यापासून त्या स्वत:चे सगळे कपडे स्वत: शिवत असत. त्यांच्या मोठ्या मुलीला – मलिकालाही – त्यांनी हेच वळण लावलं होतं. त्यामुळेच आज मलिकाला नोकरी व्यतिरिक्त शिवणकाम करून भरपूर कमाई करणं शक्य झालं होतं. शाळेत असताना शिवणकामाच्या तासात दिलेला गृहपाठ करण्यात मलिकाला त्यांनी मदत केली आणि तिच्या आयुष्याला नवीन वळणही दिलं. तालिबानींनी महिलांना नोकरी करण्यास बंदी घातली होती आणि इतर परिस्थितीमुळे मलिकाच्या नवऱ्याच्या कामातही अनेक अडचणी निर्माण झाल्या होत्या. अशात पुन्हा एकदा पूर्णवेळ शिवणकामाकडे वळण्याचा निर्णय मलिकानं घेतला होता.

"हो, मलिकाच!" स्वत:शीच कमिला बोलू लागली. "ती मला नक्कीच शिकवणार आणि तिच्या इतकं चांगलं शिवणकाम करणारं सध्यातरी कुणी नाही."

काही दिवस गेले आणि एक दिवस कमिलानं तयारी केली. करताह परवानला मलिकाकडे जाण्यासाठी तिनं तयारी केली. चादरीखाली स्वत:ला लपवून ती बसस्टॉपच्या दिशेनं निघाली. दुपार झाली होती. भेटायला येते आहे, हे मलिकाला कळवणं तिला शक्य झालं नव्हतं. पण सद्यपरिस्थितीत मलिकाला काय पण कुणालाही घरी गाठणं सहज शक्य होतं. आताशा कुणी घराबाहेर पडताना दिसत नव्हतं. त्यात महिलांना तर इच्छा असूनही ते शक्य नव्हतं. रहिम शाळेत गेला होता. त्यामुळे मेहराम म्हणून त्याला बरोबर न घेताच कमिला बाहेर पडली होती. धडधड वाढली होती. घरापासून बसस्टॉपपर्यंत जातानाच तिचा जीव टांगणीला लागला होता. शहरावर जणू अवकळा पसरली होती. सगळं रिकामं आणि भकास दिसत होतं. नजर पायावर खिळवून ती भराभर अंतर कापू लागली. कुणाच्या दृष्टीस पडू नये म्हणून मनात देवाचा धावा सुरू होता.

सुदैवानं बससाठी तिला खूप वाट पाहावी लागली नाही. निळ्या रंगाची अगदी मोडकळीस आलेल्या अवस्थेतील बस आचका दिल्यासारखी तिच्या पुढ्यात थांबली. काबूलप्रमाणेच या बसच्या संदर्भातही काहीतरी वेगळं घडलं आहे, हे पाहताक्षणी तिच्या लक्षात आलं. पूर्वीसारखं आता स्त्रियांना बसच्या दोन्ही दारांतून प्रवेश नव्हता. त्यांना फक्त मागच्या दारातून प्रवेश करण्यास परवानगी होती. बसमध्ये स्त्रियांसाठी वेगळी व्यवस्था करण्यात आली होती. पुरुष थंडीत वापरायला घेतात ते कांबळं एका दोरीवर टाकून बसचे दोन विभाग करण्यात आले होते. बसचा चालक तसंच पुरुष बसच्या पुढच्या बाजूला आणि स्त्रिया मागच्या बाजूला अशी ती व्यवस्था होती. म्हणजे स्त्रियांना पाहून पुरुषांचं मन विचलित होऊ नये.

बसमध्ये चढताच एका लहान मुलानं कमिलाकडून बसचं भाडं घेतलं. एवढ्या वयाच्या मुलांनाच फक्त स्त्रियांमध्ये जाण्याची परवानगी होती.

खैरखानाच्या हद्दीतून बस बाहेर पडली, तसं कमिलानं आपली नजर खिडकीबाहेर वळवली. सगळा परिसर भकास होता. रस्त्यांवर माणसांइतकीच वाहनांची वर्दळही तुरळक होती. काही लोक थंडीच्या बोचरेपणावर मात करत रस्त्याच्या कडेला ब्लँकेटवर काही सामान ठेवून ते विकण्याचा असफल प्रयत्न करत होते. घरातील सारं काही आता रस्त्यावर आलंच होतं. त्यांनी त्याची विक्री सुरू केली होती. जुन्या सायकलचे टायर, रबर ट्यूब, काही खेळण्यातल्या बाहुल्या, लेस नसलेले वापरलेले जोडे, प्लॅस्टिकचे मग, पातेली, तवा आणि कपड्यांचा ढीग घेऊन बसलेली ही मंडळी जागोजागी दिसत होती. जे काही होतं त्यातून आपल्याला काही पैसे मिळतील, अशी वेडी आशा त्यांना उभारी देत होती. चौकांमध्ये आणि काही सीमांवर पूर्वी शस्त्र घेऊन वाहतूक सांभाळणारे मुजाहिदीन सैनिक जाऊन कलाश्निकोव्ह घेतलेले तालिबानी सैनिक तिथे आढळून येत होते. खैरखानाची हद्द संपून आता बसनं ख्वाज बुर्धच्या सीमेत प्रवेश केला होता.

बसमधील महिला प्रवासीही आपापसात कुजबुजत सद्यपरिस्थिती संदर्भात बोलत होत्या.

"इतकी वाईट परिस्थिती यापूर्वी कधी अनुभवली नाही, नाही का?" एक बाई आपल्या सहप्रवासी महिलेला म्हणाली. त्यांचे चेहरे दिसण्याची शक्यताच नव्हती. कमिलाला फक्त त्यांचा आवाज ऐकू येत होता. चादरीतून येणारा तो आवाजही स्पष्ट नव्हताच. "आपण काय करू शकणार या परिस्थितीत कुणास ठाऊक. माझ्या नवऱ्याची नोकरी गेली आणि घरात सध्या मी आणि माझ्या मुली एवढे आहोत. आम्ही आता सगळ्यांनी पाकिस्तानला जायचा निर्णय घेतला आहे. पण तिथेही यापेक्षा बरं काही नशीबी आहे की नाही, याची काहीच कल्पना नाही." ती दुसरी स्त्री उत्तरली.

तिच्या समोर बसलेल्या महिलेनं नकारार्थी मान हलवली. हळू आवाजात ती बोलू लागली. तिच्या आवाजातील काळजी आणि अस्वस्थता कमिलाला प्रकर्षानं जाणवली.

"तुम्हाला म्हणून सांगते, माझा नवरा आधीच इराणला रवाना झाला आहे. पण मला आता प्रचंड काळजी वाटते ती माझ्या मुलाची. त्याला हे लोक सीमेवर लढाईला पाठवणार, या भीतीनं मला ग्रासलं आहे. काय होणार माझ्या मुलांचं? आम्हाला मदत करणारंही आता कुणी शिल्लक नाही. चहुबाजूंनी संकटांचा मारा होतो आहे."

कमिला त्या दोघींचं बोलणं अगदी लक्षपूर्वक ऐकत होती. तिची काळजी, चिंता आणि तिचं हवालदिल होणं तिला त्यातून जाणवत होतं. पंधरा मिनिटांनी बस एकदाची करताह परवानला पोहोचली.

रस्त्यावर उतरून कमिला भराभर करताह परवानच्या दिशेनं चालू लागली आणि मलिकाच्या घराचा अरूंद बोळ येईपर्यंत तिनं आपल्या चालण्याचा वेग

अजिबात कमी केला नाही. खैरखानाला घराबाहेर पाय ठेवल्यापासून तिच्या काळजाची धडधड वाढली होती. त्या बोळाशी येताच तिनं सुटकेचा नि:श्वास सोडला. आपण इतके अस्वस्थ झालो होतो, हे तिच्या लक्षातच आलं नव्हतं. एक आणि दोन मजली घरांच्या काही रांगा ओलांडून ती सरतेशेवटी मलिकाच्या घरासमोर पोहोचली. दोन कुटुंबांना राहाण्याजोगं टुमदार दुमजली पांढऱ्या रंगाचं मलिकाचं घर होतं. मलिका तळमजल्यावर राहायची आणि वरच्या मजल्यावर तिचे जाऊ-दीर राहायचे.

लाकडी दारावर कमिलानं थाप मारली आणि काही क्षणांतच ती आपल्या मोठ्या बहिणीच्या ऊबदार मिठीत होती. तिच्या परिचयाच्या दिवाणखान्यात पाय ठेवताच कमिलाला खूप हायसं वाटलं.

"ये, ये आत ये! किती बरं वाटलं तुला इथे पाहून! मस्त चकित केलंस तू!!"

कमिलाच्या दोन्ही गालांची पापी घेत मलिका तिचे लाड करत म्हणाली. मलिका गरोदर होती आणि तिला मिठी मारताना तिचं पोट आता खूप मोठं झालं आहे, हे कमिलाच्या चटकन लक्षात आलं. म्हणजे कुठल्याही दिवशी ती बाळंत होणार, हे निश्चित होतं.

"येताना तुला काही त्रास तर झाला नाही ना? गस्त खूपच वाढल्याचं ऐकते आहे मी. शिवाय ते लोक फार कडक शिस्तीचे आहेत. घराबाहेर पाऊल टाकण्यापूर्वी तू काळजी घ्यायला हवी." मलिका भराभर बोलत होती.

"अगं नाही. सगळं काही नीट पार पडलं." तिला अशा स्थितीत उगाच घाबरवण्याची कमिलाची इच्छा नव्हती. लहान भावंडांसाठी मलिकानं आईची जबाबदारी आत्तापर्यंत निभावली होती. घरातील कामं, अकरा मुलं आणि नवऱ्याचं सगळं सांभाळताना दमलेल्या आईला मदत म्हणून मलिकानं या भावंडांची जबाबदारी उचलली होती आणि ती यशस्वीपणे पारही पाडली होती. अंघोळी, खाणे-पिणे यांपासून ते त्यांना तयार करून शाळेत पाठवण्यापर्यंतची सगळी कामं ती करायची.

"बसमध्ये खूप स्त्रिया होत्या. आलेली परिस्थिती संकटांसारखी आहे, हाच त्यांच्या बोलण्याचा विषय होता." मलिकाला धीर देत ती म्हणाली.

गरम-गरम चहाचा कप आणि बशीत सुक्यामेव्याची बिस्किटं घेऊन दोघीही बहिणी गप्पा मारत दिवाणखान्यात बसल्या. घरची बित्तंबातमी कमिलानं मलिकाला दिली. वडिलांचं गुलबहारला जाणं, नजीबच्या जाण्यावर झालेलं शिक्कामोर्तब आणि घराची बिघडत चाललेली आर्थिक स्थिती असं सगळं ती मलिकाला सांगत होती. यात आपण काही करू शकतो का आणि काय करू शकतो, हा विचारही तिनं मलिकाजवळ व्यक्त केला. मग जरा एक क्षण थांबून तिनं तिच्या येण्याचा उद्देश स्पष्ट केला.

"मलिका जान, मला तुझी मदत हवी आहे." कमिलानं हळूच विषय छेडला.

घरात बसूनही जर एखादं उत्पन्नाचं साधन निर्माण करता आलं, तर आई-वडिलांना थोडा हातभार लावता येईल आणि काही न करता रिकामं बसून राहाण्याची पाळी येणार नाही, असा सारा विषय तिनं मलिकाजवळ बोलून दाखवला.

"मला वाटतं जर मी थोडं शिवणकाम शिकले आणि कपडे शिवायला घेतले तर ते लासे मरियमच्या बाजारात विकता येतील आणि चार पैशांची कमाईदेखील होईल." कमिला मलिकाला पटवून देण्याचा प्रयत्न करत होती.

मलिका एक-एक शब्द काळजीपूर्वक ऐकत होती.

"तू शिकवशील मला शिवणकाम?" सरतेशेवटी कमिलानं तिला विचारलं.

मलिकानं सगळं शांतपणे ऐकून घेतलं. तिच्या लहान बहिणीनं शोधलेल्या पर्यायाचा ती नीट विचार करू लागली. तालिबानींच्या निर्बंधांमुळे घरातून बाहेर पडणं अशक्य झाल्यामुळे अनेक महिलांनी घरातच शिवणकाम करणं किंवा गालिचे विणण्याचं काम सुरू केल्याचं तिनंही ऐकलं होतं. परिस्थितीनं या महिलांना गृहिणींच्या भूमिकेतून एकदम व्यावसायिकांच्या भूमिकेत जाण्यास भाग पाडलं होतं. नोकरी करणं शक्य नव्हतं आणि बाहेरचं कुणीही यांना काम द्यायला तयार नव्हतं. अशात स्वतःच पर्यायांचा शोध घेऊन काम करण्यावाचून त्यांना आता इतर कुठलाच उपाय शिल्लक नव्हता. कारण शेवटी त्यांच्या मुलांच्या उदरभरणाचा प्रश्न होता.

मलिकाला कमिलाची काळजी वाटत होती. इतका मोठा निर्णय घेताना ती संकटांनाच आमंत्रित करत होती. पण घरात पैशांची निकड आहे, याचीही तिला पुरेपूर कल्पना होती. त्यामुळे कमिलाचा पर्याय हाच एकमेव उत्तम पर्याय होता, हे ही तिला कळत होतं.

"मदत तर मी तुला करणारच." मलिकानं शेवटी बोलायला सुरुवात केली. "आणि तू भराभर शिकणार याचीही मला खात्री आहे. लहानपणापासूनच तू हुशार आहेस."

तिचं कौतुक करता-करता मलिका अचानक थांबली.

"पण तुला काही नियमांचं पालन करावं लागणार आहे आणि तसं मला वचन द्यावं लागेल, कमिला. पहिला नियम : आज जशी तू एकटी बाहेर पडलीस तसं पुन्हा कधीही करणार नाहीस. नजीब किंवा इतर कुणाला तरी तुला बरोबर न्यायला लागणार. दुसरा नियम : नमाजाच्या वेळांना तू कधीही घराबाहेर पडायचं नाहीस. त्या वेळांना तू रस्त्यावर असता कामा नयेस. गस्त घालणारे सैनिक दुकानांवर कडक लक्ष ठेवून असतात आणि म्हणून तू त्या वेळी बाहेर पडायचं नाहीस. असं केलंस तर तुझा जीवही धोक्यात येऊ शकतो."

कमिला प्रत्येक सूचना अगदी काळजीपूर्वक ऐकत होती आणि मान डोलवून संमतीही दर्शवत होती.

"तू कधीही कुठल्याही अपरिचित माणसाशी बोलणार नाहीस. अगदी बाई असेल तरीही. कारण कुणीतरी तुमचं बोलणं ऐकत नसणार कशावरून? आणि सगळ्यात महत्त्वाचं म्हणजे आपल्या सख्ख्या भावांव्यतिरिक्त इतर कुठल्याही पुरुषाशी म्हणजे दुकानदारांशी तू अजिबात बोलणार नाहीस. तालिबानी अदृश्य रूपात सगळीकडे आहेत, हे डोक्यात पक्क ठेवूनच तुला वागावं, बोलावं लागणार आहे. घराबाहेर पाय टाकला की, प्रत्येक क्षण तुला सावध राहावं लागणार आहे, कळलं?"

"अगदी कळलं!" कमिलानं आश्वासक स्वरात मलिकाला होकार दिला. "तुझं अगदी बरोबर आहे. मी तर आजही कुणालातरी सोबत आणणार होते. पण ते दोघंही कामात होते. शपथेवर सांगते, तू सांगितलेली प्रत्येक गोष्ट मी करेन आणि आजच्यासारखा निष्काळजीपणा मी अजिबात करणार नाही."

मलिकानं तिच्या डोळ्यात पाहिलं. तिचा संपूर्ण विश्वास बसणं शक्य नव्हतं. कमिलाच्या धडाडीची तिला पूर्ण कल्पना होती. जे काही सांगितलं ते सगळंच तिला पटणारं नव्हतं. एखादी गोष्ट मनावर घेतली की, त्याच्या परिणामांची चिंता करणाऱ्यांपैकी ती नाही, हे मलिकाला माहीत होतं.

"खरंच, मी तुला वचन देते." मलिकाच्या डोळ्यांतील अविश्वास कमिलालाही जाणवला. "इतर कुणालाही त्रास होणार नाही, याची मी काळजी घेईन आणि म्हणून मी सगळे नियम पाळीन. मला फक्त घराला मदत व्हावी म्हणून काहीतरी काम करायचं आहे. आणि खरं सांगू का मलिका जान, रिकामं बसून वेड लागायची पाळी आली आहे गं! माझा उपयोग व्हायला हवा."

कितीही काळजी वाटत असली तरीही आपल्या या बहिणीनं घेतलेल्या निर्णयाच्या आड येण्यात काही अर्थ नाही, याची मलिकाला जाणीव झाली. कमिलाच्या आवाजात निश्चय होता. तिनं मदत केली नाहीतरी कमिला आपल्या निर्णयावर कायम राहाणार आणि ठरवलेलं काम पूर्ण करणारंच, हेही तिला पक्क ठाऊक होतं.

"मग ठीक आहे." हातातला चहाचा कप बाजूला ठेवत मलिका उठली. एक क्षणही वाया न घालवता तिनं गृहिणीच्या तत्परतेनं छोटं लाकडी टेबल स्वच्छ केलं आणि फराळाच्या बशा उचलून ठेवल्या. कमिलाकडे एक नजर टाकत ती म्हणाली, "चल, आत्ताच सुरुवात करू."

शिवणकामासाठी एक विशिष्ट खोली मलिकानं घरात तयार केली होती. कमिला तिच्या पाठोपाठ त्या खोलीकडे निघाली. खोली दिवाणखान्याला लागूनच होती. शिवणकाम करण्यासाठी या छोट्याशा खोलीची व्यवस्था मलिकानं काही वर्षांपूर्वी केली होती. हळूहळू ही जागा खास बनली. फक्त स्वत:चा असा वेळ मलिका इथे घालवत असे. दोन मुलं आणि घरचा सगळा व्याप डोईजड झाला की, ती या खोलीचा आधार घ्यायची. तिला इथे मानसिक शांतता लाभते, असं तिचं

म्हणणं होतं. खोलीत टेबल, खुर्ची आणि शिलाई मशिन्स होती. नुकताच एक सलवार कमिज तिनं हातावेगळा केला होता. शेजारणीसाठी एक पायजम्यांचा जोड तिला बनवून द्यायचा होता.

खोलीत लहान आकाराच्या तीन मशिन्स ठेवल्या होत्या. शिवणाच्या टेबलवरचं मुख्य मशिन होतं. दुसरं मलिका हेमिंग करण्यासाठी वापरायची. विशेषत: जाड कापडांचे ड्रेस शिवताना तिला हेमिंग मशिनची गरज पडायची. एक भरतकाम करण्यासाठी होतं. यांपैकी करड्या रंगाचं वजनानं हलकं असलेलं मशिन तिला वारंवार वापरावं लागायचं, कारण हरतऱ्हेच्या शिवणासाठी आणि विशेषत: विविध टाक्यांसाठी तिला याचा उपयोग व्हायचा. काळ्या रंगाचं एक पेडल पायाशी असल्यामुळे या मशिनचा वापर फारच सोईस्कर होता.

भिंतींजवळच्या दोरीवरचं एक निळ्या रंगाचं रेऑन कापडाचं बंडल मलिकानं हातात घेतलं. एक अगदी साधारण कशिदाकारी असलेला साधा ड्रेस कसा शिवतात याचं प्रात्यक्षिक ती कमिलाला देऊ लागली.

"सुरुवात तू बेतण्यापासून कर!" तिनं कमिलाला सांगितलं.

इकडे कमिलानं कामाला सुरुवात केली आणि तिकडे मलिकानं जवळच्या कपाटातून कापडाची एक पुरचुंडी काढली. मोजमापाची एक टेप, सुया आणि रंगीबेरंगी धाग्यांचे डझनावारी बंडल त्यात नीट ठेवले होते. उतरत्या उन्हाची एक तिरीप कमिलाच्या हातातील कात्रीवर पडली. तिनं अत्यंत काळजीपूर्वक कापडावर ती चकाकणारी कात्री चालवली.

फुलाच्या आकाराचं एक प्लॅस्टिक स्टेन्सिल (कापून ठेवलेला आकार) मलिकानं तिच्या टेबलावरून घेतलं. कापलेल्या कापडाच्या अगदी वरच्या भागावर तिनं तो फुलाचा आकार खडूनं आखला. पाकळ्यांचा आकारही तिनं अत्यंत हळुवारपणे काढला. स्टेन्सिलच्या मदतीनं एका टोकदार सुईचा वापर करून तिनं काही ठिकाणी मणी-मोती लावायला छिद्रही केली.

शिकवण्याची कला मलिकाला उपजतच होती. बेतण्यापासून ते भरतकामापर्यंत प्रत्येक तंत्र ती आपल्या छोट्या बहिणीला अगदी व्यवस्थित समजावून सांगत होती. त्यात एक सुलभता होती. कमिलाही तिनं सांगितलेली प्रत्येक गोष्ट मन लावून आत्मसात करण्याचा प्रयत्न करत होती. हे सारं बरोबर लक्षात राहावं, यासाठी तिचा आटापिटा चालला होता. "आई तुला हे सारं शिकवायची तेव्हाच जर मी थोडं लक्ष दिलं असतं तर मलाही काही करता आलं असतं, नाही?" कमिलानं आपल्या मनातील खंत मलिकाजवळ व्यक्त केली.

बेतून आणि आखून झाल्यावर मलिका भरतकाम आणि मणी-मोती लावण्यासाठी सरसावली. कापडावर आखलेल्या त्या फुलाच्या पाकळ्यांवर दोघी बहिणी मण्यांनी

सजावट करू लागल्या. लवकरच त्या निळ्या कापडावर पिवळ्या फुलांचा बहर दिसू लागला.

ड्रेस आता शिलाईसाठी तयार झाला होता. तिनं कमिलाला आपले सगळ्यात आवडते झिगझॅग मशिन वापरण्याची परवानगी दिली. शिलाईसाठी कमिला तयार आहे, हा विश्वास मलिकाला वाटला आणि म्हणूनच तिनं ही परवानगी दिली. मग तिनं मशिनला दोरा लावणं आणि खुर्चीत व्यवस्थित बसून मशिन सुरळीत चालवणं यांसारख्या छोट्या-छोट्या सूचनाही तिला दिल्या. काही क्षणांतच कमिला अगदी सराईतपणे मशिन चालवू लागली.

"अरे व्वा! बघ, तुला हे किती छान जमलं. मला ठाऊकच होतं की, तू एक अत्यंत हुशार विद्यार्थीनी आहेस." सलवार-कमिजवर शेवटचा हात फिरवताना मलिकानं कमिलाचं कौतुक केलं. कमिलाच्या चेहऱ्यावर हसू होतं. इतका वेळ एकाग्रतेनं शिवणकामाचे धडे गिरवल्यावर तिला आता जरा निवांत वाटत होतं. हाताला काहीतरी काम मिळालं याचा आनंद तर होताच, पण आज ती काही नवीन शिकली होती. आणखी एक कला आत्मसात करण्याच्या दिशेनं तिनं पाऊल उचललं होतं. ही कला आपल्या आयुष्याला एक नवी दिशा देणारी ठरणार असा तिला आशावाद होता. आजच्या प्रशिक्षण सत्राचा शेवट मलिकानं हेमिंग शिकवून केला. शिवलेला कमिज आणि त्याच्या बाह्यांना तिनं हेमिंग केलं आणि मशिनचं चाक थांबलं तेव्हा त्यांच्या हातात एक अतिशय सुबक असा निळ्या रंगाचा सलवार कमिज होता. कमिजच्या गळ्याजवळच्या पिवळ्या कशिदाकारीनं त्याला एक वेगळी बहार आणली होती. कुठल्याही प्रकारच्या समारंभाला हा ड्रेस घालता येणार होता. लवकरच कमिलाच्या एका चुलत भावंडाचं लग्न काबूलला होणार होतं. त्यासाठीही हा पोशाख उठून दिसला असता. कमिला आपल्या कामगिरीवर खूश होती. एवढा सुंदर ड्रेस तयार करण्यात आपणही महत्त्वाची भूमिका बजावली, हे ती स्वत:लाच सांगत होती.

पण या दोन बहिणींचा आनंद फार काळ टिकणारा नव्हता. बाहेर उन्हं उतरली होती. अंधार पडण्यापूर्वी कमिलाला घरी पाठवणं आवश्यक होतं. मलिकानं तो नवीन शिवलेला पोशाख एका प्लॅस्टिकच्या पिशवीत व्यवस्थित घडी करून ठेवला. तिकडे कमिलानं चादरी घालण्यास सुरुवात केली. शहरात जमाव बंदी असताना तिला लवकरात लवकर बसस्टॉपवर पिटाळून काळोख होण्यापूर्वी तिचं खैरखानाला पोहोचणं गरजेच होतं. शिवाय कमिला मेहरामला न घेता आली होती. अशात तिला थांबवलं जाण्याची शक्यता जास्त होती. जितक्या लवकर ती घरी पोहोचेल तितकं तिच्यासाठी योग्य होतं.

"मलिका जान, तुझी खूप मदत झाली." काही तासांपूर्वी ज्या दारातून आत

येताना तिला खूप बरं वाटलं होतं, त्याच दारात ती पुन्हा उभी होती आणि आपल्या मोठ्या बहिणीच्या मिठीची ऊब तिला सुखावणारी होती. "तू नेहमीच आमची सगळ्यांची काळजी घेतेस आणि मदतीला धावून येतेस." ती मलिकाकडे कृतज्ञतेने पाहात म्हणाली.

दारातून बाहेर पडणाऱ्या कमिलाला निरोप देताना मलिकानं तिच्या हातात एक पांढऱ्या कागदाची पुरचुंडी दिली. त्यात रंगीत अफगाणींचं एक बंडल होतं.

"कापड आणि काही शिलाईचं सामान घ्यायला तुला हे इतके पुरेसे आहेत असं मला वाटतं." मलिका म्हणाली.

कमिलानं पुन्हा तिला आवेगाने मिठी मारली. या अशा परिस्थितीत पैशांची मदत ही सगळ्यात मोठी मदत होती, जी तिच्या बहिणीनं तिला अगदी सहज देऊ केली होती.

"शक्य तितक्या लवकर मी तुला हे पैसे परत करणार आणि माझा विश्वास आहे की, त्यासाठी फार काळ वाट पाहावी लागणार नाही." कमिलानं बहिणीला शब्द दिला.

संपूर्ण बस प्रवासात ते प्लॅस्टिकचं पुडकं कमिलानं अगदी छातीशी कवटाळलं होतं. आयुष्यात तिनं प्रथमच शिवलेला पोशाख त्यात होता. घरी जाऊन ही आपली कलाकृती कधी एकदा सामानला दाखवते, असं तिला झालं होतं.

घराच्या दारात पाऊल टाकताच तिनं मनोमन अल्लाचे आभार मानले. आज ती अगदी सुरक्षित घरी पोहोचली होती. घरात सगळे आनंदात असल्यासारखे वाटत होते. तिच्या कानावर पडलेल्या आवाजात उत्साह ओसंडून वाहात होता. तिची लहान बहीणही मोठ्यांदा बोलत होती. मुलांच्या घोळक्यात बसलेल्या तिच्या आईच्या चेहऱ्यावर प्रसन्न हास्य होतं.

आनंदाची बातमी आणि कमिला दोन्हींचा घरात प्रवेश एकदम झाला होता. अनेक दिवसांच्या प्रतिक्षेनंतर आज तिच्या वडिलांची खुशाली त्यांना कळली होती. परवानहून या मुलांचा एक चुलत भाऊ सिद्दीकींचं पत्र घेऊन आला होता. नजीबनं ते घरी आणलं होतं. एका फिकट, पातळ कागदावर ते पत्र लिहिलं होतं. कागद पिवळा पडण्यासही सुरुवात झाली होती.

"अल्लाच्या दयेनं मी परवानला सुखरूप पोहोचलो. इथे युद्ध सुरूच आहे. पण मी सुरक्षित आहे. जर उपरवाल्याची मेहरबान नजर राहिली, तर तुम्हाला मी लवकरच इथे पाहू शकेन, इन्शाअल्लाह!"

कमिलानं आईकडे पाहिलं. तिच्या डोळ्यांत अश्रू तरळले होते. सिद्दीकींच्या जाण्यानं त्या अस्वस्थ होत्या आणि त्याच्याकडून काहीच निरोप आला नाही तेव्हा त्यांची ही अस्वस्थता शिगेला पोहोचली होती. पण इतके दिवस गप्प राहून आणि

डोळ्यांच्या कडा जराही न ओलावता त्यांनी संयमानं या निरोपाची वाट पाहिली होती. पत्राची नीट घडी घालून त्यांनी ते टेबलवर ठेवले आणि जेवणाची तयारी करण्यासाठी सरसावल्या. काही दिवसांनी त्यांनाही आता परवानला जाणं शक्य होतं. त्या परवानला गेल्यावर नजीबही पाकिस्तानला रवाना होणार होता. एका नवीन आयुष्याची सुरुवात होण्याचा काळ जवळ आला होता.

बाजाराच्या दिशेने आगेकूच

कमिलाच्या हातातील त्या गर्द निळ्या पोशाखाकडे पाहाताच सामानचे डोळे चमकले. "किती सुंदर आहे हा!" कमिलाच्या कलाकुसरीनं ती मोहित झाल्याचं स्पष्ट दिसत होतं. "मला फार आवडला हा पोशाख. विशेषत: ही कशिदाकारी अप्रतिम झाली आहे." ती उद्गारली. "आता काय करणार याचं?" एका श्वासात तिनं सारंच विचारून घेतलं.

"मी हा पोशाख विकणार आहे." चेहऱ्यावरील आनंद आणि हास्य ओसंडून वाहू देत कमिलानं आपली योजना बहिणीला सांगितली. "उद्याच लासे मरियमच्या बाजारात जाऊन मी सगळ्या शिंप्यांना आणि कापड दुकानदारांना हे दाखवणार आहे. आपण हे इतकं सुंदर काम करू शकतो, हे त्यांना पटवून देऊन जर काही काम मिळवता आलं, तर मी प्रयत्न करणार आहे." कमिला मंत्रमुग्ध होऊन बोलत होती.

सामानच्या चमकणाऱ्या डोळ्यांमध्ये आता भीतीनं जागा घेतली होती. "तू? तूच का? आणि तिथेच का जायचं आहे तुला?" तिचे टपोरे तपकिरी डोळे या प्रश्नाबरोबर आणखी विस्फारले गेले. वाइटात वाईट जे काही होऊ शकेल, त्याच्या कल्पनेनं ती शहारली होती. "तुला जायची काय गरज आहे? इतर कुणी जाऊन तुझ्यासाठी काम नाही का आणू शकणार? तुला जरा तरी कल्पना आहे का की काय-काय होऊ शकतं तिकडं? घराबाहेर का आलीस, म्हणून तुला मारतील ते आणि तुरुंगातही टाकतील. वडील इथे नसताना हे असं काही वाईट-साईट घडलं, तर कोण मदतीला धावून येणार?" सामानच्या प्रश्नांची सरबत्ती सुरूच राहिली.

कमिलाच्या प्रतिक्रियेची वाट पाहाण्यासाठी तिनं उसंत घेतली खरी; पण आता पुढे काय होणार याची जाणीव तिला होती. सिद्दीकी कुटुंबाला कमिलाच्या खमक्या स्वभावाची पुरेपूर ओळख होती. त्यामुळे अडचणींना सहजासहजी ही मुलगी शरण

जाणारी नाही, हेही त्यांना ठाऊक होतं. तिचा आत्मविश्वास आणि निर्धार ठाम असणार यात शंकाच नव्हती. ती एकदा ठरवलेल्या गोष्टींना धोक्यांची पर्वा न करता तडीस नेई. सय्यद जमालुद्दीन याचं उत्तम उदाहरण होतं.

यादवी युद्ध सुरू होतं आणि काबूलवर क्षेपणास्त्रांचा मारा नियमित होत होता. अशा परिस्थितीत शाळेत जाऊ नकोस, एवढी एकच विनंती कमिलाच्या मोठ्या बहिणीनं तिला केली होती. बाहेर पडण्यात किती धोका आहे, हे वारंवार सांगूनही कमिला मात्र ठाम होती. शिक्षण पूर्ण करणं हे आपलं आद्य कर्तव्य आहे आणि कुटुंबाला दिलेल्या या वचनासाठी आपण कुठलाही धोका पत्करण्यास समर्थ आहोत, हे तिनं ठणकावून सांगितलं होतं. आपला हा विश्वासच कठीण परिस्थितीत आपलं रक्षण करणार, हे तिनं कुटुंबाला पटवून दिलं होतं. या तिच्या निश्चयानं सारे आश्चर्यचकित झाले होते आणि वडिलांचा आशीर्वाद मिळवून तिनं आपलं शिक्षण पूर्ण करण्यासाठी पाऊल घराबाहेर टाकलं होतं. एकीकडे युद्धाच्या धगधगणाऱ्या आगीत इतर मुलींच्या शिक्षणाची स्वप्नं करपून गेली होती. तेव्हाच कमिला मात्र त्या परिस्थितीला ठामपणे सामोरी गेली होती. वडिलांनी थांबवण्याचा प्रश्नच नव्हता. शिक्षणानं फक्त व्यक्तीचंच नाहीतर देशाचंही भवितव्य उज्ज्वल होतं, ही शिकवण कमिलाला देणारे तेच होते, आणि आता त्यांनाच तिला पुढे जाण्यास मदत करायची होती.

सामानलाही हेच अपेक्षित होतं. आपल्या निर्णयावर ही मुलगी ठाम राहाणार याची तिला कल्पना आली. पण बहिणीची काळजी धुडकावून न लावता कमिलानं सगळी खबरदारी घेऊ एवढं आश्वासन दिलं. तिच्या मोठ्या बहिणीनं – मलिकानं – दिलेल्या प्रत्येक सूचनेचं पालन करण्याचं वचनही तिनं दिलं. नमाजाच्या वेळांना बाजारापासून दूर राहा; कुणाही अपरिचिताशी अवाक्षरही बोलू नकोस आणि लहानग्या भावाला – रहिमला – आपला मेहराम (पुरुषसोबती) म्हणून कायम सोबत ठेव, अशा एक ना अनेक सूचना तिला दिल्या गेल्या होत्या आणि त्या का दिल्या आहेत, याची पूर्ण जाणीव कमिलाला होतीच.

शिवाय आपण नाहीतर कोण जाणार? हा प्रश्नही होताच. तिच्या या कामामुळे कुटुंबाला आधार मिळणार होता. इस्लामप्रमाणे हे प्रत्येकाचं परम कर्तव्य होतं. याहीपेक्षा तिची अटळ श्रद्धा होती की, कुठल्याही परिस्थितीत तिचं रक्षण होणारच.

कमिलाशी वादावादी करण्यात अर्थ नव्हताच. आपल्या काळजी आणि चिंतांना प्रश्नांचं स्वरूप देत सामाननं इतर चौकश्या सुरू केल्या. "कुणाला भेटून काम मागणार तू?" तिनं पहिला प्रश्न केला. "लासे मरियमला ओमारच्या शिलाई दुकानात तुला प्रयत्न करता येईल. ते आत बाजारात आहे किंवा ज्या दुकानांच्या आळीत आपण नेहमी जातो, तिथे जाणं जास्त सुरक्षित राहील. तिथे बहुतेक सारेच आपल्या परिचयाचे आहेत." सामान एका पाठोपाठ एक सूचना देऊ लागली.

कामासंदर्भात तिनं घेतलेल्या निर्णयाच्या दुसऱ्या टप्प्यात येऊ घातलेल्या संकटांचा विचार झटकून देत कमिला पोशाखाकडे पुन्हा एकदा पाहात बोलली. ''मला खरंच काही कल्पना नाही. बाजाराच्या आत जी दुकानं आहेत, त्यांना भेटता येणं शक्य आहे. कुणाला तरी हे काम नक्कीच आवडणार. बघं तर, हा पोशाख किती सुरेख आहे!'' पोशाख आपल्या खांद्याला लावून बहिणीकडे पाहात ती हरखून बोलत होती. क्षणभर तिच्या डोळ्यांसमोर हा पोशाख घातलेली विवाहाला सज्ज असलेली तरुणी तरळून गेली. पण लगेच ती स्वप्नरंजनातून वास्तवात आली.

''मलिका मला म्हणाली आहे की, जर कुण्या एका ठिकाणाहून नियमित काम मिळणार असेल, तर वेगवेगळे आकार करायला ती आपल्याला मदत करेल.'' कमिलानं ड्रेसची नीट घडी घालून तो पुडक्यात ठेवला आणि बहिणींना उद्देशून ती बोलली. ''...मग कपडे शिवण्याचं आपलं सिद्दीकी भगिनींचं एक साम्राज्य आपण उभं करू.'' स्वत:च्याच वाक्याच्या अंतर्ध्वनीनं कमिला शहारली.

''कमिला जान, मला माहीत आहे की, तू घेतलेल्या निर्णयाच्या परिणामांची तुला जाणीव आहे; पण कृपा करून...'' इतका वेळ आपल्या मोठ्या बहिणींच्या संभाषणात श्रोता बनून राहिलेल्या लैलानं कसाबसा धीर गोळा केला आणि आपली काळजी बोलून दाखवली. फक्त १५ वर्षांची ती मुलगी आत्तापर्यंत आश्चर्य आणि भीती या संमिश्र भावना डोळ्यांत साठवून मोठ्या बहिणींच्या योजनांबद्दल ऐकत होती. पण ज्या संकटांची या मुली चर्चा करायच्या ते आता घराच्या उंबरठ्याच्या आत प्रविष्ट झालं होतं. मुजाहिदीनाच्या सत्तेनंतरची ही वर्षं भयंकर होती आणि हल्ल्यांचं स्वरूप अनियमित होतं. संकट दाराशी उभे ठाकले आहे, हे साऱ्यांनाच ठाऊक होतं. पण त्याच्या परिणामांची साधी कल्पना करणंही अशक्यप्राय होतं. कुणा दुकानदाराशी बोलताना कमिला पकडली गेली, तर कदाचित फक्त रागावून तिला सोडून देण्यात येईल. कदाचित तिला रस्त्यावर खेचून मारण्यात येईल किंवा तिला तुरुंगातही डांबण्यात येईल. आणि हे सारं, ती कुणाच्या नजरेस पडते, यावर अवलंबून होतं. असं झालं तर आपल्या सगळ्यांचं काय, हा प्रश्न घरच्यांपुढे होता. आत्ताच्या घडीला कमिलाच सगळ्यांमध्ये थोरली होती आणि घरातील चार बहिणी व एका लहान भावाची संपूर्ण जबाबदारी तिच्यावर होती. त्यामुळेच परिणामांचा विचार करणं जास्त महत्त्वाचं होतं.

दोन आठवड्यांपूर्वीच हिवाळ्यातील एका सकाळी कमिलाच्या मोठ्या भावानं – नजीबनं – खैरखानाचा निरोप घेतला होता. अगदी मोजके कपडे एका छोट्या बॅगेत कोंबून तो निघाला. इतर सर्व काही पाकिस्तानात मिळू शकेल, याची त्याला खात्री होती. शिवाय प्रवासात आपल्या आवडत्या वस्तू गमावण्याची त्याची मन:स्थिती

आता तरी नव्हती. सगळी पुस्तकंही त्यानं खोलीतच राहू दिली होती. कमिलाला त्यांची काळजी घ्यायला सांगायचं तो विसरला नाही.

"काळजी करू नकोस. तू परतल्यावर तुला सारं काही जसंच्या तसं मिळेल." कमिलानं त्याला वचन दिलं. डोळ्यांतील आसवांशी तिचा झगडा चालला होता. भावाला निरोप देताना आपण खंबीर राहाण्याचा तिनं निर्धार केला होता. पाकिस्तानात थोडं स्थिरस्थावर होताच पत्र लिहू असं नजीबनं तिला आश्वासन दिलं.

दारावर थाप ऐकू आली. त्याच्या जाण्याची वेळ झाली होती. अंगण पार करून त्याला मुख्य दारापर्यंत सोडायला ती गेली. बालपणी याच अंगणात ती दोघं एकत्र खेळली होती. लोखंडी दाराचा गज बाजूला करता-करता नजीब थबकला. "कमिला, या सगळ्यांची काळजी घे!" आपल्या इतर भावंडांचा उल्लेख करत तो म्हणाला, "तुझ्यासाठी हे सगळं फार अवघड आहे, याची जाणीव आहे मला. पण तुझ्यात ती योग्यता नसती, तर वडिलांनी ही जबाबदारी तुला दिलीच नसती. मला शक्य होताच मी हवी ती मदत तुला पाठवून देईन."

मग मात्र कमिलाचा धीर सुटला. आपल्याला सोडून तो इतक्या दूर निघून जाणार, या कल्पनेनेच तिला रडू आलं. परतण्यापूर्वी त्याला काय-काय सहन करावं लागेल आणि कुठल्या-कुठल्या संकटांचा सामना करावा लागेल? आणि तो परतणार तरी कधी? किती महिन्यांनी? किती दिवसांनी?

नजीबला मिठी मारून तिनं शेवटी निरोप दिला. "अल्ला तुझे रक्षण करेल!" असं म्हणत तिनं दारातून बाजूला जात त्याला वाट मोकळी करून दिली. डोळ्यांतील पाणी पुसून तिनं एक आश्वासक हसू चेहऱ्यावर आणण्याचा प्रयत्न केला. "आमची काळजी करू नकोस. आम्ही नीट राहू!" तिनं पुन्हा एकदा धीर एकवटला.

शेवटी दार बंद झालं. नजीब आता खरंच गेला होता. एकमेकींना आधार देत हिरव्या फाटकावर नजर खिळवून नि:शब्दपणे त्या बहिणी थोडावेळ तशाच उभ्या राहिल्या. या साऱ्याजणींची जबाबदारी आता आपल्यावर आहे आणि आपल्याला त्याप्रमाणे वागावंच लागणार आहे, याची क्षणांत कमिलाला जाणीव झाली आणि बहिणींकडे वळून ती म्हणाली, "चला तर मग. आज स्वयंपाक बनवण्याची पाळी कुणाची आहे?" नजीबच्या आधाराविना आणि त्याच्या आश्वासक शब्दांच्या अनुपस्थितीत या मुलींना एका विरंगुळ्याची किती गरज आहे, हे त्या दुपारी क्षणाक्षणाला जाणवत राहिलं. पैसा कमवण्याची गरज त्यांना नव्हती. पण जगण्यासाठी एक उद्दिष्ट हवं होतं आणि म्हणूनच आपल्या कपडे शिवण्याच्या व्यवसायाला यशस्वी करणं कमिलासाठी नितांत गरजेचं होतं.

✻ ✻

सकाळी वातावरण ढगाळ होतं. रहिमला सोबतीला घेऊन ती लासे मरियमच्या दिशेनं निघाली होती. एका हातात निळा पोशाख असलेली बॅग गच्च धरून ती झपाझप पावलं टाकत होती. चादरीखाली तिनं गडद रंगाचा लांब कुर्ता आणि पायघोळ पायजमा घातला होता. पायात रबरी जोडे होते. कुठल्याही परिस्थितीत तालिबान्यांच्या नजरेला न पडण्याची खबरदारी ती घेत होती. उरातील प्रचंड धडधड तिनं मोठ्या मुश्किलीनं चादरीखाली दडवली होती.

नजीबच्या अनुपस्थितीत घरातील एकमेव पुरुष म्हणून आपल्या बहिणींच्या प्रत्येक गोष्टीची काळजी घेण्याची पाळी आता रहिमवर आली होती. वयाच्या तेराव्या वर्षी अचानकच त्याच्यावर घरातल्या कर्त्या पुरुषाची भूमिका आली होती. घराबाहेर पडून अख्ख्या शहरात निर्धास्तपणे फिरू शकेल, असा सिद्दीकी परिवारातील तो एकमेव सदस्य होता. त्यामुळे बहिणींना काय हवं-नको आणि घरासाठी आवश्यक असणाऱ्या गोष्टी बाजारातून आणून देण्याचं काम आता सर्वस्वी त्याचंच होतं. आज तर तो कमिलाचा मेहराम बनून; तिचे तालिबान्यांपासून संरक्षण करणाऱ्याच्या भूमिकेत होता.

खैरखानाच्या रस्त्यांवरून आणि दुकानांसमोरून जाताना रहिम अगदी सावलीसारखा कमिलासोबत होता. त्यांच्यातील संभाषण अगदी मोजकं होतं. तेवढ्यात गस्त घालणारा एक तालिबानी सैनिक कमिलाच्या नजरेस पडला. तो त्यांच्यापासून काही अंतरावर होता. अशा वेळी मुख्य रस्त्याऐवजी बाजाराच्या मागच्या बाजूनं बोळातून जाणं तिला योग्य वाटलं. इथल्या प्रत्येक गल्लीबोळाची तिला माहिती होती. खैरखानाचे रहिवासी असण्याचा तो फायदा होता. तालिबान्यांपैकी बहुतेक सगळेच दक्षिणेकडून आल्यानं त्यांना इथल्या रस्त्यांची काहीच माहिती नव्हती. त्यामुळेच तर काबूल काबीज करून आणि सत्ता मिळवूनही ती गाजवणं, मात्र त्यांना कठीण जात होतं. त्यांचे सैनिक शस्त्र आणि रणगाडे घेऊन शहरात निव्वळ भरकटताना दिसायचे. त्यांना इथल्या रस्त्यांचा अंदाजच येत नव्हता.

लहानग्या रहिमला बोळाबोळांतून चालवत कमिला लासे मरियमच्या दिशेनं कूच करत होती. बहिणीवर कुठलंही संकट येऊ नये म्हणून तो ही तिच्यापासून चार पावलं पुढे चालत होता. काही धोका असेल, तर तिला तिथूनच परत पाठवता यावं, म्हणून त्यानं ही खबरदारी घेतली होती. संपूर्ण चादरीत राहणाऱ्या कमिलाच्या स्थितीचा अंदाज घेणं, त्याच्यासाठी फारच कठीण होतं. चादरीच्या त्या एवढ्याशा भोकातून संपूर्ण रस्त्याचा अंदाज ती कशी काय घेत होती, याची कल्पनाही तो करू शकत नव्हता. त्यानं हे नंतर कमिलाला सांगितलं. थंडी आणि भीतीनं ते गारठले होते. पण तरीही दोघांनीही आपल्या चालण्याचा वेग मात्र कमी होऊ दिला नव्हता.

वाईट कल्पनांना डोक्यात थारा न देण्याचा निर्धार कमिलानं केला होता. कचरा आणि मातीनं माखलेल्या त्या अरुंद बोळांतून वाट काढताना ती फक्त आपल्या

कामासंदर्भात विचार करू लागली. बाजारात येण्याचं कारण तिनं रहिमला सांगितलं नव्हतं. काही अडचण आलीच तर त्याला या सगळ्यांपासून लांब ठेवण्याचा तिचा उद्देश होता. दुकानांच्या जवळ गेल्यावरच त्याला याची माहिती द्यावी, असं तिला वाटलं. तालिबानी आक्रमणापूर्वी तिच्या या पिशवीत अभ्यासाची पुस्तकं असायची. आज त्यात तिनं स्वत: तयार केलेला एक ड्रेस होता. तिच्या भविष्यातील स्वप्नांच्या धाग्यांनी तो विणला होता आणि एक व्यवसाय सुरू करण्यासाठी या एका पोशाखाची तिला मदत होणार होती. तिला आणि तिच्या बहिणींच्या जगण्याला एक उद्दिष्ट प्राप्त होणार होतं.

लासे मरियमला पोहोचायला त्यांना अर्धा तास लागला. चादरीतूनही कमिलाला बाजारातील घडामोडींचा अंदाज येत होता. भाज्यांचे ठेले, कपड्यांची दुकानं आणि रंग उतरलेल्या दुकानांच्या दार सदृश फळकुटांना चादरीतून न्याहाळीत ती पुढं चालली होती. रस्त्यावरील या छोट्या दुकानांत फोटो स्टुडिओ आणि व्हिडीओची दुकानं गुप्तपणे सुरू होती, याची माहिती संपूर्ण खैरखानाला होती. पण तालिबानींनी या व्यवसायांवर बंदी आणली. त्यामुळे या दुकानांत इतर कामं चालल्याचं वरकरणी दिसत होतं. बाजारात आत गेल्यावर शिजणाऱ्या मांसाचा वास वातावरणात दरवळत होता. सूटकेस आणि जोडे विकणाऱ्या काही दुकानांवर नजर टाकून कमिलानं आपला मोर्चा रहिमकडे वळवला.

ती दोघंही बाजारात का आली, हे ती त्याला सांगू लागली. ''रहिम, तू आता काहीही बोलायचं नाहीस.'' ती त्याला समजावून सांगण्याचा प्रयत्न करत होती. ''जे काही बोलायचं ते मी बोलणार. तालिबानचं कुणी आलं तर त्यांना फक्त सांग की, तू माझा मेहराम आहेस आणि घरातील काही सामान घेण्यासाठी आपण बाजारात आलो आहोत. खरेदी आटोपताच लवकरात लवकर आपण घरी जाणार आहोत, हेही सांग.''

रहिमनं होकारार्थी मान हालवली. बहिणीच्या अंगरक्षकाची व संरक्षकाची भूमिका बजावत असल्यानं तो तिला नजरेआड होऊ देत नव्हता. पावला-पावलांवर तो परिस्थितीचा अदमास घेत चालत होता. दोघांनी आता लासे मरियमच्या मुख्य भागात प्रवेश केला. बाजारातील ही जागा एका मोठ्या छताखाली होती. छोटी-मोठी सर्वच प्रकारची दुकानं इथं होती आणि सगळ्याच जीवनावश्यक गोष्टींची विक्री-खरेदी इथे होत असे. काचेच्या कपाटांत कोंबून ठेवलेले किंवा दुकानात इतस्त: पसरलेले कपडे; पुरुषांसाठीचे सलवार-कमीज, स्त्रियांसाठी चादरी आणि इतर कपडे, मुलांची खेळणी असा सारा पसारा या दुकांनातून दिसत होता. नवख्या माणसाला काहीही सापडू नये, एवढ्या वाईट अवस्थेत ही दुकानं होती.

कमिलानं सभोवताली नजर टाकली. तिच्यासारख्याच काही स्त्रिया चादरी

लपेटून बाजारात इकडून-तिकडे जात होत्या. त्यांना कुणालाही ओळखणं अजिबात शक्य नव्हतं. त्यांच्या जोड्यांव्यतिरिक्त इतर कुठलीही गोष्ट नजरेस पडत नव्हती. मुख्य बाजाराच्या डावीकडे जाणाऱ्या एका बोळात एका कपड्यांच्या दुकानाकडे ती वळली. बहिणींना घेऊन ती अनेकवेळा या दुकानात खरेदीसाठी यायची. दुकानातून मुख्य रस्त्यावरील घडामोडींचा अंदाज घेणं सहज शक्य होतं. दुकानदारालाही बसल्या जागी दुकानाबाहेरच्या हालचाली न्याहाळणं कठीण नव्हतं. तिनं दुकानात जाण्याचा निर्णय घेतला. कारण अम्र बील-मारूफचं कुणी आलं, तरी त्यांच्या येण्याची चाहूल या दुकानातून घेणं सोपं जाणार होतं.

दुकानातील स्त्री गिऱ्हाईक पैसे देऊन बाहेर पडेपर्यंत कमिला दारातच थबकली. मग धीर एकवटून तिनं दुकानात पाऊल टाकलं. मनातील भीती आत्मविश्वासाच्या पदराखाली घालण्याचा तो एक प्रयत्न होता. थोडं पुढे झुकून जवळच ठेवलेल्या रंगीबेरंगी कपड्यांना पाहात असल्याचं तिनं भासवलं. ''काय मदत करू मी तुमची?'' दुकानदारानं तिला विचारलं. भरदार शरीरयष्टी, कुरळे केस आणि थोडे पोट सुटलेल्या ह्या माणसाचे डोळे दोन गोष्टींवर खिळलेले कमिलाला जाणवले : दुकानातील गिऱ्हाईक आणि बाहेरील रस्ता.

''शुक्रिया!'' थोडं नरमाईनं पण आत्मविश्वास जराही डळमळू न देता कमिला उत्तरली. रहिम आपल्यासोबत आहे, याची खात्री करत ती बोलू लागली. ''आम्ही बहिणी शिवणकाम करतो. नमुन्यादाखल एक पोशाखही आणला आहे. जर तुम्हाला आणखी काम द्यायचं असेल तर...?'' घाईघाईनं कमिलानं आपला येण्याचा उद्देश व्यक्त केला आणि त्याच्या उत्तराची वाट न पाहाताच आपल्या पिशवीतून तिनं तो कशिदाकारी केलेला पोशाख बाहेर काढून दुकानदारासमोर उलगडला. आपले हात थरथरत आहेत, हे तिलाही जाणवत होतं. पण हे सर्व तिनं अतिशय सराईतपणे केलं. कशिद्यावर बोट ठेवत म्हणाली, ''लग्न आणि ईदसारख्या प्रसंगात घालण्यासाठी हा पोशाख उत्तम आहे.'' हृदयातील धडधड आता कानांत ऐकू येऊ लागली होती आणि स्वतःला स्थिर ठेवण्याच्या प्रयत्नांत तिनं नकळत काचेच्या कपाटाचा आधार घेतला होता.

पोशाख हातात घेऊन दुकानदार निरखून पाहू लागला आणि तेवढ्यात कमिलाला दुकानाकडे येणारी एक निळ्या कपड्यातील व्यक्ती दिसली. ती व्यक्ती दुकानात शिरताना पाहून दुकानदारानं हातातील पोशाख लगबगीनं कपड्याच्या ढिगावर टाकून दिला. पण ती कपडे घ्यायला आलेली बाई होती. दोघांनीही सुटकेचा निःश्वास सोडला. ती जाईपर्यंत कमिला आपण कामात असल्याचं दाखवत होती. रहिमकडेही पाहण्याची हिंमत तिच्यात नव्हती. आपल्या इतकाच तोही घाबरला असणार याची तिला खात्री होती. आपण हा काय प्रसंग स्वतःवर ओढवून घेतला आहे? आपल्याबरोबर कुटुंबातील इतरांचेही जीव धोक्यात घातले आहेत का? काहीतरी करण्याची जिद्द

आहे हे ठीक आहे. पण हा निर्णय घेताना कदाचित आणखी विचार करण्याची गरज होती का, असे एक ना अनेक प्रश्न तिला छळू लागले.

शेवटी ती बाई दुकानातून बाहेर पडली आणि कमिलाचा जीव भांड्यात पडला.

"आणखी एक शिवणकाम करणारी मुलगी मला कपड्यांबद्दल विचारून गेली आहे." अगदी हलक्या आवाजात दुकानदार तिला उद्देशून बोलला. "तीही मला कपडे शिवून द्यायला तयार आहे. मी यापूर्वी कधी असे काम कुणाकडून करून घेतलेले नाही. पण सद्यपरिस्थितीत परप्रांतातून कपडे आणून इकडे विकणं शक्यच नाही आणि असे आयात केलेले कपडे घेण्याची लोकांची परिस्थितीही नाही." त्यानं कमिलानं आणलेल्या पोशाखाची घडी घातली.

कमिलाच्या मनात आशेचा एक किरण जागृत झाला. नुकतेच लासे मरियमला ती येऊन गेली होती आणि तिलाही ही गोष्ट प्रकर्षानं जाणवली होती की, आता दुकानदारांना आणि ग्राहकांनाही आयात केलेले कपडे परवडण्यासारखे नाहीत. आपला जीव धोक्यात घालून पाकिस्तानातून गठ्ठ्यानं कपडे आणणं त्यांना शक्य नव्हतं आणि काबूलमधील मूठभर लोकांच्या चैनीसाठी संकट ओढवून घ्यायलाही ते तयार नव्हते. आता संधी कमिलाची होती.

"मी हा पोशाख घ्यायला तयार आहे." कमिलाचा निळा पोशाख आपल्या दुकानातील इतर कपड्यांमध्ये ठेवत तो म्हणाला. "आणखी असेच काही कपडे शिवणं शक्य आहे का तुला? जास्त नाही पण स्त्रियांसाठी सलवार कमिज आणि तत्सम रोज घालता येण्यासारखे साधे कपडे मला हवेत." तो म्हणाला.

"नक्कीच. मला यात काहीही अडचण नाही." आवाजातील ताठरपणा अजिबात कमी होऊ न देता तिनं आश्वासन दिलं. तिला झालेला आनंद तिनं जराही व्यक्त होऊ न देण्याची खबरदारी घेतली. आणि त्यासाठी कामी आलेल्या तिच्या चादरीचेही तिला आभार मानावेसे वाटले. "तुम्हाला हवे तितके कपडे आम्ही तयार करू शकतो." ती म्हणाली.

"उत्तम! मग मला पाच पॅन्टसूट आणि तुम्ही तयार केला आहे, तसे तीन पोशाख चालतील. पण पुढल्या आठवड्यापर्यंत ते तयार होतील का?" दुकानदारानं आपली बाजू स्पष्ट केली. कमिलानं नकार देण्याची शक्यताच नव्हती. दुकानदारानं लगेच पॉलिस्टरच्या एका बंडलमधून आवश्यक तेवढे कापड काढून ते कमिलाच्या पिशवीत ठेवलं आणि पिशवी रहिमच्या स्वाधीन केली. हा सगळा संवाद घडत असताना दुकानदार सतत दाराबाहेर लक्ष ठेवून आहे, हे कमिलाच्या लक्षात आलं होतं. तालिबानी अम्र बील-मारूफचे लोक येतील, ही भीती तशी दोघांच्याही मनात होती. मेहराम सोबत असतानाही एका स्त्रीशी बोलल्याबद्दल त्याला पकडून नेतील ही भीती त्यालाही होती.

"ठीक आहे. पुढल्या आठवड्यात भेटू आपण. माझं नाव मेहराब आणि तुमचं? पुन्हा तुम्ही आलात तर मी काय म्हणून बोलावू तुम्हाला?" दुकानदारानं आवरतं घेत विचारलं. चादरीमुळे साऱ्याच बायका एकसारख्या दिसायच्या त्यामुळे त्यानं केलेली चौकशी स्वाभाविक होती.

कसं कुणास ठाऊक पण कमिलाच्या तोंडून जे उत्तर बाहेर आलं, ते तिलाही आश्चर्यचकित करणारं होतं. पण आपलं खरं नाव सांगणं धोक्याचं आहे, हे तिला जाणवलं. "रोया!" क्षणाचाही अवधी न लावता ती म्हणाली, "माझे नाव रोया आहे."

पिशवी उचलून तिनं मेहराबचे पुन्हा एकदा आभार मानले आणि पुढल्या आठवड्यात कपडे आणून देण्याचं आश्वासन देऊन ती बाहेर पडली. रहिम आणि ती लगेच परतीच्या वाटेकडे लागले. या सगळ्या संभाषणात आणि व्यवहारात फक्त १५ मिनिटं गेली. पण कमिलाला मात्र काही तास लोटल्यासारखे वाटले.

परतताना तिचा आनंद ओसंडून वाहात होता. जीवनातील एका अत्यंत महत्त्वाच्या वळणावर आपण आहोत आणि आता आपल्या आयुष्याला कलाटणी मिळण्याची वेळ आली आहे, ही जाणीव तिला त्या क्षणी झाली होती. उत्साह मनात दाटून आला होता. पण या उत्साहाच्या आवेगात आपल्या ध्येयापासून विचलित व्हायचं नाही, हा निर्धार तिनं स्वत:शी केला. आधी हे हातातील काम संपवायचं आणि मगच इतर विचारांना मनात थारा द्यायचा, असं तिनं ठरवलं होतं.

"चल पटापट घरी. सगळ्यांना ही बातमी सांगू या!" रहिमकडे पाहात ती म्हणाली. आज तो आपल्या बहिणीच्या पाठीशी पूर्णवेळ खंबीरपणे उभा राहिला होता. दुकानदाराशी कमिला बोलत असताना तो जराही बाजूला झाला नाही आणि कमिलाला दुकानदार काम देत असतानाही तो अत्यंत संयमी होता. दुकानाच्या आत चाललेल्या घडामोडीचा संशय कुणालाही येऊ नये यासाठी त्याचा आटोकाट प्रयत्न सुरू होता. आता बाजारापासून बरेच दूर आल्यानंतर त्यानं कमिलाचं अभिनंदन केलं. आपल्या बहिणीच्या वागण्या-बोलण्याचा त्याला प्रचंड अभिमान वाटला.

"तू त्याला तुझं नाव रोया असं सांगितलंस तेव्हा मला खरंच हसू आवरलं नाही. पण तू खरंच खूप मुत्सद्दी आहेस हं, कमिला जान!" रहिमनं आपल्या भावनांना वाट मोकळी करून दिली. कमिलालाही खूप हसू आलं. चादरीच्या आतच ती खळखळून हसली. "आणि तू सर्वोत्तम मेहराम आहेस." हसता-हसता ती म्हणाली, "आईला तुझा खूप अभिमान वाटेल."

हे सारं बोलणं सुरू असतानाच कुठल्याही परिस्थितीत नमाजाची वेळ होण्यापूर्वी बाजारापासून दूर जाणं आवश्यक आहे, याचं भान कमिलाला होतं. चालण्याचा वेग तिनं जराही कमी होऊ दिला नाही.

चार महिन्यांपूर्वी तालिबानींनी काबूल काबीज केल्यानंतर आज प्रथमच तिला

जरा उत्साही वाटत होतं. त्याआधी तिच्या पुढे काही ध्येयं होती आणि काम करण्यासाठी उद्दिष्ट होतं. आता पुन्हा एकदा नव्या दमानं ती कामाला लागणार होती. रहिमही उत्साहात होता. त्यानं अचानक मोठ्या आवाजात कमिलाचं नवीन नाव उच्चारायला सुरुवात केली. ''रोया... रोया जान...'' तो वारंवार म्हणू लागला. जणूकाही ते नाव पाठ करण्याचा त्याचा प्रयत्न होता. सगळ्या बहिणींचा एकमेव भाऊ म्हणून त्यांचा पाठीराखा होण्याची मानसिकता जशी त्यानं गेल्या काही दिवसांत आत्मसात केली होती, तसंच त्याला हे नावही कायम लक्षात ठेवायचं होतं.

परतीच्या वाटेवरच कमिलाच्या मनात कामाची तयारी सुरू झाली होती. काय-काय सामान लागणार याची यादी ती करू लागली. कपडे शिवायला सुया, धागे, मणी-मोती आणि सगळ्यात महत्त्वाचं म्हणजे कापड पसरवून ते कापायला मोठी जागा लागणार होती. त्यासाठी दिवाणखान्यातील काही सामान काढावं लागणार होतं. मलिकाकडे ती आपली योजना सांगायला गेली होती, तेव्हा तिनं तिचं स्वयंचलित शिलाई मशिन देण्याचं कबूल केलं होतं. जर हातातील हे काम वेळेत संपवून दुकानदाराला देता आलं, तर आणखी काम मिळवणं सहज शक्य होईल आणि त्यातून मिळणाऱ्या मोबदल्यात जादा मशिन घेऊन हे काम जोमात सुरू ठेवता येईल. कमिलाचं विचारचक्र आता अधिक जोरात फिरू लागलं. हे सारं साध्य झालं, तर कदाचित आपल्यासारख्याच घरात अडकून पडलेल्या शेजार-पाजारच्या अनेक मुलींना आपण रोजगारही उपलब्ध करून देऊ शकू, या विचारानं तर ती हरखूनच गेली. पण एवढा पल्ला गाठायला खूप काळ जावा लागणार होता.

आज आता या घडीला तर तिला शिलाई आणि तिचे बरेच बारकावेही शिकायचे होते.

✳✳

ओसाड अंगणातून एकदम धसमुसळेपणानं ती दोघं घरात दाखल झाली. दाराजवळच तिनं पिशवी भिरकावली आणि ती दिवाणखान्याकडे गेली. सामान आणि लैला आतुरतेनं त्यांची वाट पाहात बसल्या होत्या. खैरखानाच्या रस्त्यावरून आपण अगदी सुखरूप बाजारात पोहोचलो; कुठेही कसल्याही प्रकारचा वाईट अनुभव आपल्याला आला नाही आणि काहीही अघटित घडलं नाही आणि मुख्य म्हणजे एका दुकानदाराशी भेटही झाली... कमिला भराभर सांगू लागली. सगळयांची उत्कंठा वाढवण्यासाठी ती क्षणभर थांबली. ''माझ्याकडे एक बातमी आहे.'' चेहऱ्यावर शक्य तितके गंभीर भाव आणत ती म्हणाली, ''आपल्याला काम मिळालं आहे...'' तिचं वाक्य संपताच चौघांच्याही चेहऱ्यावर हास्य फुललं. एकदम जल्लोष करत त्यांनी आनंद व्यक्त केला.

लैलानं कमिलाचं अभिनंदन केलं. आपल्या बहिणीच्या कर्तृत्वावर ती खूप खूश होती. आता त्यांच्या जगण्याला एक कारण सापडलं होतं. कठीण परिस्थितीचा सामना करताना आनंदी आणि उत्साही राहाण्यासाठी त्यांना एक उद्दिष्ट मिळालं होतं. काहीतरी महत्त्वाची कामगिरी त्यांना बजवायची होती.

''वा कमिला जान! तू कमाल केलीस!! पण आता आपल्याला कामाला लागलं पाहिजे. काय-काय करावं लागणार आहे आपल्याला?'' दोघींनीही कमिलाला घेरलं होतं.

बहिणींचा कामासाठीचा उत्साह पाहून कमिलाला खूप बरं वाटलं. आपल्या इतकीच यांनाही कामाबद्दल आपुलकी आहे, हे पाहून तिला धीर आला. कुठलाही अनुभव गाठीशी नसला तरीही काम करायला लागणारी शक्ती या दोघींच्या रूपात आपल्याकडे भरपूर आहे, याची तिला जाणीव झाली आणि ती आतून सुखावली.

मेहराबची मागणी तिनं दोघींनाही समजावून सांगितली. काम करणं कठीण नाही. पण ते वेळेत पूर्ण करणं महत्त्वाचं आहे, हे तिनं त्यांना पटवून दिलं. त्यासाठी शिलाईचं काम भराभर शिकावं लागणार हे कमिलानं दोघींनाही स्पष्टपणे सांगितलं. ''मी जर शिकू शकते, तर तुम्हा दोघींना ते जराही कठीण जाणार नाही याची मला खात्री आहे.'' या तिच्या आश्वासक शब्दांनी त्यांनाही बरं वाटलं. ''काळजी करू नकोस कमिला!'' स्वत:ला सावरत सामान म्हणाली, ''इतरांची मदत घ्यावी लागली तरी काही हरकत नाही. आपण ती मिळवू, पण काम मात्र वेळेत पूर्ण करूच.''

''ठरलं तर मग. दुपारच्या जेवणानंतर आपण शिवणकामाचा पहिला धडा गिरवू आणि कामाला लागू. अधिकृतरित्या आता आपण व्यावसायिक बनलो आहोत.'' कमिला उत्तरली.

''आणि आता तुम्हालाही हिला रोया म्हणून हाक मारावी लागेल.'' एवढया वेळ गप्प बसलेल्या रहिमनं तोंड उघडलं. ही आणखी काय भानगड आहे, म्हणून त्या दोघी सगळं जाणून घेण्यास आतूर झाल्या होत्या.

कमिलानं सगळा किस्सा ऐकवला. आपल्या या खोट्या नावामुळे मेहराबलाही कुठलाही धोका संभवत नाही, हे तिनं त्यांना समजावून सांगितलं. तालिबान्यांनी एका बाईबरोबर व्यवसाय करतोस म्हणून पकडलं तरीही तो आपल्याला कधीही ओळखू शकणार नाही आणि अशी कुणी बाई अस्तित्वातच नसल्यानं त्यालाही शिक्षा होणार नाही, कमिला सांगत होती. आजमितीला तरी तिला हे सुरक्षित वाटत होतं. कधी सोबत बाजारात आलात, तर तुम्हीही मला रोया म्हणून हाक मारायची अशी तंबीही तिनं बहिणींना दिली. बहिणींना या साऱ्या अडचणींची पुरेपूर जाणीव आहे आणि त्या समजूतदारही आहेत, हे पाहून कमिलाही निश्चिंत झाली.

मलिकाही आपल्या या कामगिरीनं खूश होणार या विचारानंच तिला खूप बरं वाटलं.

काम करायला मिळणार या एका विचारानंच सामान आणि लैला रोमांचित झाल्या होत्या. पण हे एवढं काम दिल्या वेळेत कसं पूर्ण करायचं याची पुसटशीही कल्पना या दोघींना नव्हती. कमिलाप्रमाणेच सामानलाही फक्त अभ्यासात रस होता. ती पुस्तकात आकंठ बुडलेली असायची. त्यामुळे या कलाकुसरीच्या गोष्टी शिकण्याकडे तिचा कल कधीच नव्हता. आजपर्यंत तिनं स्वत: असं कुठलंही काम केलं नव्हतं. त्यामुळे आपण हजार चुका करून मिळालेल्या कामाचा सत्यानाश करू, ही भीती तिला वाटू लागली आणि ते तिनं कमिलाला प्रामाणिकपणे सांगितलं. लैलाला मात्र भीती वाटली नाही. चुका करत का होईना पण एक दिवस आपण उत्तम शिवणकाम करणारी व्यक्ती बनू हा विश्वास तिला होता. मलिकानं शिकवल्याप्रमाणे कमिलानं आता या दोघींना शिवणकाम शिकवायला सुरुवात केली. काही बारीक-सारीक चुका करत लैला लगेच कमिलाचं अनुकरण करू लागली. सामानसाठी ते खूप कठीण होतं. कमिलाच्या सफाईदारपणे फिरणाऱ्या हातांकडे ती फक्त टक लावून बघू लागली.

"अगं, काही कठीण नाही यात. तू प्रयत्न तर कर!" कमिला तिला समजावू लागली.

पण आपल्याला मिळालेल्या पहिल्यावहिल्या कामाचं कमिलालाही थोडं दडपण जाणवत होतं खरं. सद्यपरिस्थितीत ती अशी एकूलती एक व्यक्ती होती, जिनं हे काम केलं होतं आणि तरीही ती एक तयार शिंपी नव्हती. हातातील काम अत्यंत काळजीपूर्वक करणं आवश्यक होतं, कारण त्याच्या आधारावरच तिला आणखी काम मिळण्याची शक्यता होती.

आणि या क्षणीच देवानं धाडल्याप्रमाणे एक चांगली बातमी त्यांच्याकडे चालत आली. "कमिला... कमिला... ऐकलंस का?" आरोळ्या ठोकतच रहिम घरात आला. दिवाणखान्यात कापलेल्या कापडांच्या पसाऱ्यात नाठाळ मणी-मोत्यांना वठणीवर आणण्याचा केविलवाणा प्रयत्न करत ती बसली होती.

"मलिका येते आहे घरी. ती उद्या पोहोचेल." रहिमच्या तोंडी देववाणीच झाली होती.

"काय? उद्या? हे एकदम छान झालं." कमिलाचा आनंद गगनात मावेनासा झाला.

सुटकेचा नि:श्वास टाकत तिनं जरा वेळ हातातलं काम बाजूला सारलं. मलिका खऱ्या अर्थानं मोठी बहीण होती. तिच्यावर कुणीही विश्वास टाकावा आणि तिनं तो सार्थ करावा असंच सारं होतं. लहान भावंडांच्या सर्व अडीअडचणींना तिनं सदैव आपलसं करून त्यांच्यावर मायेची पखरण केली होती. पुन्हा एकदा त्यांच्यासमोर अनेक प्रश्न होते आणि मलिका त्यांच्या मदतीलाच जणू धावून आली होती. कितीही

कणखरतेचा आव आणला, तरी कमिला स्वत:ही तशी लहानच होती. चार लहान बहिणी, एक भाऊ, त्याचा अभ्यास आणि घरातील खाण्यापिण्यापासून इतर आवश्यक गरजांची पूर्तता करणे, या साऱ्या धबडग्यात नवीनच मिळालेल्या या कामावर लक्ष केंद्रित करणं तिला जडच जात होतं.

"हो!" तिच्या विचारांची शृंखला रहिमच्या उत्तरानं खंडीत झाली. "हो उद्या! नजीबनं तिला जाण्यापूर्वी सांगितलं होतं. आपण साऱ्यांनी एकत्र राहाणं त्याला जास्त योग्य वाटलं. पण सगळी तयारी करून इकडे निघून यायला त्यांना जरा वेळ हवा होता. फरझानला त्याच्या पालकांचीही परवानगी घ्यायची होती आणि त्याच्या नुकत्याच झालेल्या जुळ्या मुलींचाही प्रश्न होताच. पण हे सगळं करून ते आता उद्या आपल्यासोबत राहायला येणार आहेत." रहिमनं सगळी माहिती कमिलाला दिली.

दोन लहान भाच्यांसोबत वेळ घालवता येणार, हा पहिला विचार कमिलाच्या मनात आला. तिची मोठी बहीण, तिची गुरू आणि तिचं सर्वस्व असलेली मलिका आता त्यांच्यासोबत कायमची राहावयास येणार होती. तिच्या दोन महिन्यांच्या त्या दोन मुलींना सांभाळून आपल्याला मलिकानं केलेल्या मदतीची थोडी तरी परतफेड करता येईल, हा विचारही तिच्या मनाला शिवून गेला. ती आपल्या जागेवरून उठली आणि लग्नाआधी मलिका वापरत असलेल्या खोलीची झाडलोट करू लागली. ती येण्यापूर्वी या लहान बहिणींनी तिच्या खोलीवर केलेल्या आक्रमणाचे अवशेष तिला नष्ट करायला लागणार होते.

कुठल्यातरी वाइटाच्या शंकेनं आपण ग्रासलेले असताना काहीतरी मदत आपल्याला नेहमी मिळाली आहे, कमिला स्वत:शीच विचार करत होती. वडिलांची आठवण तिला प्रकर्षानं झाली. ते नेहमी म्हणायचे, प्रत्येकानं आपलं कर्तव्य तेवढं करायचं. उर्वरित सगळ्याची काळजी घ्यायला तो परमेश्वर वर बसला आहे. सगळं ठीक होतं.

कमिलाला याचा प्रत्यय वारंवार येऊ लागला होता.

दुसऱ्या दिवशी मुलींना काबूलची पिवळ्या-पांढऱ्या रंगाची टॅक्सी दाराशी नजरेस पडली आणि एकच जल्लोष झाला. मलिका त्यांच्या घरी आली होती.

✳✳

तालिबानींच्या राजवटीची सुरुवात मलिकाच्या कुटुंबाला मारक ठरली होती. आपल्या बहिणींना ती खंबीर वाटत असली, तरी या चार मुलांची ही २४ वर्षीय आई आतून पार खचली होती. फरझान आणि तिला सतत कोणत्या तरी संकटाचा सामना करावा लागत होता आणि आर्थिकरित्या ते अगदी डबघाईला आले होते. स्त्रियांनी शाळेत शिकवण्यावर बंदी आल्यामुळे मलिकाला आपली नोकरी गमवावी

लागली होती आणि आयात-निर्यात झपाट्यानं कमी झाल्यामुळे फरझानचा ट्रकचा व्यवयास जवळपास ठप्प झाला होता.

मलिकाच्या शिवणकामातून मिळणारे पैसे आणि काही शिल्लक यातूनच आत्तापर्यंत तिनं संसार रेटला होता. पण मुलांच्या भवितव्याची चिंता तिला आतून पोखरत होती. तिच्या जुळ्या मुली वेळेआधीच जन्माला आल्या होत्या आणि त्यामुळे त्यांना कुठलाही संसर्ग फार लवकर होत असे. त्यातच या देशातील बहुतांश डॉक्टर्स युद्धांना कंटाळून इतर देशात स्थलांतरित झाले होते आणि देशातील आरोग्यसेवेची स्थिती इतकी दयनीय झाली होती की, दवाखान्यात जाण्यापेक्षा घरी मरण येणं कधीही चांगलं असं वाटत होतं. त्यामुळे चांगल्या डॉक्टरला शोधून त्याला आपल्या कृश आणि नाजूक मुलींचा इलाज करायची विनंती करण्यात आणि महागडी औषधं मिळवण्यात मलिकाची अर्धी शक्ती आणि कमाई खर्ची पडू लागली होती. इकडे खैरखानाला आपल्या माहेरची अवस्था पाहून तर तिचे हातपायच गळाले होते. घर चालवण्यासाठी आणि आई-वडिलांच्या अनुपस्थितीत भावंडांची काळजी घेण्यासाठी आपली लहानगी बहीण किती कष्ट घेते आहे, हे पाहून तिला गहिवरून आलं होतं. आतून कितीही त्रास होत असला, तरी वाटेल त्या संकटाचा सामना करून या परिस्थितीत परिवर्तन आणण्याचा तिनं मनोमन निश्चय केला होता. कारण त्या साऱ्यांना तिची किती गरज आहे, हे वास्तव तिच्यासमोर होतं. कमिलाच्या नव्यानं सुरू झालेल्या कामात पूर्ण मदत करण्याचा निर्धार करतानाच तिनं स्वत:चं काम सुरू ठेवण्याची मानसिक तयारीही केली होती. तिच्या गुणांचं कौतुक करणारे अनेक लोक आजही तिच्याकडूनच कपडे शिवून घ्यायचे आणि त्यांना गमावण्यास मलिका तयार नव्हती. आपल्या सासू-सासऱ्यांना, नातेवाइकांना आणि मित्रमंडळींना असं सोडून निघून येणं तिच्यासाठी सोपं नव्हतं. पण मलिकाला जाणीव होती की, आता तिची खरी गरज खैरखानातील या घराला आहे.

मलिकाच्या आगमनापर्यंत मुलींनी आपल्या पहिल्या-वहिल्या कामाची बऱ्याच प्रमाणात पूर्तता केली होती. दिवस भराभर जात होते. कामाचा दुसरा टप्पा हाती घेताना त्यांनी शेजारच्या रझिया नावाच्या मुलीला पाचारण केलं. रझियाला शिवणकामाची माहिती देण्यात आली आणि ती स्वत:ही हे काम शिकण्यास फार उत्सुक होती. आपल्याला या कामाचा मोबदला मिळाला तर घराला काही मदत होईल, हा सिद्दीकी भगिनींसारखाच तिचाही हेतू होता. म्हातारे वडील काम करण्यास असमर्थ होते आणि थोरल्या भावाला कमिलाच्या भावासारखेच सुरक्षेच्या दृष्टिकोनातून काबूल सोडून इतरत्र जावं लागलं होतं. शून्य कमाई असताना त्यांच्या घरी दोन वेळ जेवण आणि हिवाळ्यात आवश्यक कपडे घेण्याचीही वानवा होती. मुलींना मात्र कामासाठी आणखी मदत मिळाल्याचा आणि जुनी मैत्रीण बरोबरीनं कामाला मिळाल्याचाच आनंद झाला होता.

चहाचा कप पुढ्यात घेऊन या साऱ्या जणी कामाला लागल्या तेव्हा रझियाच्या ध्यानात आलं की, घरातील परिस्थितीची चिंता करण्यापासून तिला जरा उसंत मिळाली होती. वेळ कसा जात होता, हे कळत नव्हतं आणि चिंता करण्याशिवाय काहीतरी काम करण्याची संधी तिला मिळाली होती. तिनं कमिलाजवळ हे कबूल केलं आणि त्या दोघी मग काम कसं वाढवता येईल, या चर्चेत मशगूल झाल्या.

"आणखीही काही दुकानदारांना आपल्या या कामाची गरज असू शकते. अशांचा शोध आता घ्यायलाच हवा." कमिलानं आपलं मन रझियाजवळ मोकळं केलं. ती तर या कामात सर्व प्रकारची मदत करायला एका पायावर तयार होती. शेजारी-पाजारी जाऊन या कामात मदत करण्यास तयार असणाऱ्यांना शोधून काढण्याचीही तिची तयारी होती. "मी विचारेन सगळ्यांना!" ती म्हणाली आणि तिनं काही गोष्टी स्पष्टही केल्या, "पण अर्थात आपल्या विश्वासातल्याच लोकांना सांगणार मी." अम्र बील-मारूफला माहिती पुरवणाऱ्या आणि फितूर झालेल्या लोकांबद्दल त्या ऐकून होत्या. कुठलाही धोका पत्करण्याची या मुलींची तयारी नव्हती. आहे त्या परिस्थितीला सामोरं जात आणि नियमांचे – चूक असले तरीही – पालन करतच आपला व्यवसाय चालवण्याचं त्यांनी ठरवलं होतं. तसं पाहाता घरात बसून शिवणकाम करण्यावर कुठलीही बंदी नव्हती. बाहेर पडून पुरुषांबरोबर एकत्र येण्यास विरोध होता आणि कमिलाच्या गटातील मुली या घराबाहेर जाणारच नव्हत्या. पण तरीही कमिलाला कुठलाही धोका पत्करायचा नव्हता. तालिबानींच्या राज्यात महिला घरातही सुरक्षित नव्हत्याच. कुठल्या गोष्टीवर त्यांची मर्जी ख़फा होईल आणि कुणाला ते कशी शिक्षा देतील, याचा काही नेम नव्हता. त्यामुळे कमिलानं आवश्यक तेवढी सगळी खबरदारी घ्यायचं ठरवलं होतं.

या सगळया संकटांच्या सावटांमध्ये कमिलाच्या उत्साहाला आणि हिमतीला झाकोळण्याची ताकद नक्कीच नव्हती. काम पूर्ण होत असतानाच पुढल्या खेपेला लासे मरियमला गेल्यावर काय-काय करता येईल, या दिशेनं तिचं विचारचक्र सुरू झालं होतं. या आठवडयात मुलींनी हे सिद्ध केलं होतं की, याहीपेक्षा मोठं काम त्या अगदी सहज पूर्ण करू शकतात. कुठल्याही प्रकारचा प्रयत्न न करता अगदी सहजगत्या त्यांनी हे काम स्वीकारलं होतं आणि त्यांची ही वृत्तीच या नवोदित व्यवसायाला मोठं होण्यास मदत करेल, याची कमिलाला कल्पना आली होती.

सकाळी साडेसहा-सातला उठून अंघोळी आटोपून नमाज आणि न्याहारीनंतर काल केलेल्या कामाची पाहाणी करून त्यातील त्रुटी दूर करणं आणि नवीन कामाची सुरुवात करणं, असा त्यांचा दिनक्रम असे. कामाची गुणवत्ता राखणं, अत्यंत महत्त्वाचं होतं आणि म्हणून कमिला यावर कायम लक्ष ठेवून होती. मुलींनी केलेल्या कामाची ती सतत पाहाणी करायची आणि मलिकानं सांगितल्याप्रमाणेच शिलाई करण्यावर तिचा खास भर

असायचा. कमिलाच्या अनुपस्थितीत बेतण्यास सामानला अजूनही फार भीती वाटायची. कमिलानं तिला वारंवार समजावूनही ती घाबरायची. तू काम फार उत्तमप्रकारे शिकते आहेस आणि लवकरच माझ्याहूनही चांगलं शिवणकाम तू करशील, या कमिलाच्या शब्दांचा तिच्यावर परिणाम होताना दिसत नव्हता.

दुपारी कामातून उसंत घेऊन त्या नमाज पढत आणि कामासाठी आलेल्या मुलींनी जेवण करूनच जावं, असा या भगिनींचा आग्रह असे. काम संपवून त्या घरी गेल्यावर मग या मुली रात्री लाकडांची बुखारी पेटवून सभोवती बसत. दिवसभर काम करूनही त्यांना थकवा शिवत नसे आणि पुन्हा काम घेऊन त्या रात्री उशीरापर्यंत करत असत. काम मन लावून आणि मुदतीत पूर्ण करण्यात त्या गढलेल्या असत. त्यामुळे इथे गप्पांना थारा नव्हता.

सिद्दीकींच्या घरासभोवती उंच भिंती होत्या आणि त्यामुळे घरात काय चाललं आहे, याचा बाहेरून अंदाज घेणं अशक्य होतं. त्यामुळे कुणी जाता-जाता अनावश्यक प्रश्न विचारतील, ही भीती कमिलाला नव्हती आणि काही अडचण आलीच, तर ती निस्तरण्यासाठी आता मलिका तिच्या पाठीशी होती. पण अशी परिस्थितीच येऊ नये, यासाठी ती अल्लाकडे दुवा करत असे.

**

घरी परतलेल्या मलिकाला काही अडचण तर नाही ना, हे जाणून घेण्याच्या उद्देशानं कमिला तिच्या खोलीत डोकावली. नवऱ्याच्या आणि मुलांच्या कपड्याच्या नीट घड्या घालून ती कपाटात रचून ठेवत होती.

"कशी आहेस?" कमिलानं मलिकाची चौकशी केली.

"अग, आम्ही ठीक आहोत." तिच्या प्रश्नाचा रोख ओळखून मलिका सावध झाली. लहान वयात पडलेल्या मोठ्या जबाबदारीनं मलिकाला अकाली वृद्धत्व आलं होतं. नेहमीपेक्षा ती जरा बारीक झाली होती आणि थकलेली दिसत होती. पण आपल्या बहिणींच्या पाठीशी उभं राहून त्यांना आधाराचा हात देण्यासाठी ती सज्ज होती आणि सारं काही ठीक होईल, हे स्वत:लाही बजावत होती. "तुम्हा सगळ्यांसोबत राहाणं, हे मुलांच्या दृष्टिकोनातून फारच छान झालं. ते इथे खूप आनंदात आहेत." कमिलाला परिस्थितीचा अंदाज घेऊ न देण्याचा प्रयत्न करत मलिका तिला सांगत होती. "तुझं काम कसं सुरू आहे? कुठपर्यंत आलं?" तिनं तिच्या प्रश्नाला पूर्णच बगल दिली.

"छान. पण तुझ्यासारखं सफाईदार नक्कीच नाही." कमिलानं प्रामाणिकपणे कबूल केलं, "तू शिकवलेली प्रत्येक गोष्ट अमलात आणण्याचा आटोकाट प्रयत्न मी केला. पण ते किती कठीण आहे, याचाही प्रत्यय मला आला. तरीही मला वाटतं, आम्ही ते बऱ्यापैकी नीट करतो आहोत."

"तू का येत नाही आमचं काम पाहायला?" कमिलानं तिला दिवाणखान्यात येण्यास विनंती केली. मलिकानंही त्या आवरा-आवरीतून थोडावेळ काढायचं ठरवलं आणि ती कमिलासोबत बाहेर आली. सगळ्या मुली त्यांचं काम तिला दाखवायला सरसावल्या. मलिकानं प्रत्येक पोशाख अगदी आतून-बाहेरून बारकाईनं पाहिला. मुलींच्या अंगाला लावून त्याचे माप नीट झाले आहे की नाही, हे ही तिनं तपासून घेतलं. सामान आणि लैलाही आपलं काम मलिकाला दाखवण्यासाठी उत्सुक असलेल्यांच्या त्या रांगेत होत्या. मलिकानं त्यांनी तयार केलेले पोशाख फारच बारकाईनं पाहिले.

"छानच झालं आहे, सगळं काम!" तिनं आपला निर्णय जाहीर केला, तसं साऱ्यांनाच हायसं वाटलं. "पण ते आणखी चांगलं करण्यासाठी मी तुम्हाला मदत करू शकते. पण तुम्ही खरंच छान काम केलं आहे, यात शंका नाही. कमिलानं शिक्षकाचं काम उत्तम केलं आहे. कमिला, तुला मात्र या पट्टीच्या शिलाईवर आणखी काम करण्याची गरज आहे आणि आपण त्यासाठी आज दुपारी बसू!" मलिका सांगत होती.

दुसऱ्या दिवशी संध्याकाळपर्यंत सगळे कपडे शिवून तयार होते. त्यातील काही पायजम्यांच्या पट्टीचे काम तर अप्रतिमच झाले होते. मेहराबनं दिलेली कामाची मागणी आता पूर्ण झाली होती आणि तीही वेळेत. सगळे कपडे कमिलानं अत्यंत काळजीपूर्वक घडी घालून जोड्या लावून एका पारदर्शक प्लॅस्टिक बॅगमध्ये व्यवस्थित घातले आणि बॅग बंद केली. मग या सगळ्या जोड्या अजून एका पिशवीत नीट रचून ठेवल्या. पिशवी दाराशी आणून ठेवली.

"हा आपला उद्योग नक्कीच चालणार आहे." चहाचा घोट घेत कमिला आपल्या बहिणींना सांगत होती. मलिकाची मुले निजली होती. त्यामुळे जरा निवांत गप्पा मारण्यासाठी तीही कमिलाजवळ येऊन बसली. "मुलीही छान काम करत आहेत. आलेल्या परिस्थितीवर निव्वळ चर्चा करत बसण्यापेक्षा आपण हे काम करण्याचा निर्णय घेतला, हे फारच उत्तम झालं. उद्या लासे मरियमला जाऊन हे काम देऊन आणखी काम शोधायला हवे आहे." कमिला बोलत होती.

मलिकाच्या जुळ्या मुलींपैकी एकीला जरा ताप होता. मलिकाच्या खांद्यावर ती अस्वस्थतेत झोपली होती. तिला थोपटत मलिकानं बहिणीकडे नजर टाकली. "कमिला जान, तुझ्या बाजारात जाण्याचीच मला भीती वाटते. जास्त काम म्हणजे तुला वारंवार तिकडे जावं लागणार आणि तसं करणं म्हणजे संकट ओढवून घेणंच आहे. काहीतरी वाईटच होणार असं वाटतं." तिनं आपली शंका व्यक्त केली.

कमिलालाही हे पटत होतं. पण एकदा पाऊल पुढे टाकल्यावर मागे येण्याचा सवालच नव्हता. या कामामुळे त्यांच्या कुटुंबाला बरंच काही मिळणार होतं आणि

इतर मुलींच्या माध्यमातून परिसरातील अनेक कुटुंबांना मदतीचा हातही देता येणार होता. म्हणून आताच जास्त प्रयत्न करण्याची गरज तिला वाटत होती.

"मला त्याची कल्पना आहे." फक्त एवढं बोलून ती उठली.

**

दुसऱ्या दिवशी सकाळी दहाच्या सुमारास रहिमला घेऊन कमिला लासे मरियमच्या वाटेला लागली. रहिम शाळेत जाऊन आला होता. पण जमलेल्या विद्यार्थ्यांना सांभाळण्यासाठी पुरेसे शिक्षकच तिथे नव्हते. तालिबानचं राज्य येण्यापूर्वी शिक्षण क्षेत्रात अर्ध्याहून अधिक महिला होत्या. पण त्यांच्यावर बंदी घालण्यात आल्यामुळे उरलेल्या पुरुष शिक्षकांवर देशातील सर्व मुलांना शिकवण्याची जबाबदारी आली होती. त्यांची संख्या फारच कमी होती. बऱ्याच शाळा त्यामुळे बंद करण्यात आल्या होत्या. धार्मिकतेला अभ्यासक्रमात वाजवीपेक्षा जास्त प्राधान्य देण्यात आलं होतं. शिकवणाऱ्यांची मानसिकता याला फारशी पोषक नव्हती. खैरखानातील रहिमची शाळा सुरू होती आणि परिसरातील अधिकाधिक मुलांना सामावूनही घेत होती. अभ्यासाबरोबरच मेहराम म्हणून भूमिका बजावण्याची जबाबदारीही रहिमवर होती. नकळतच त्यानं घराला प्राधान्य दिलं होतं.

पायघोळ झगा अंगावर चढवून कमिला बाहेर पडली. पिशवी तिनं अगदी घट्ट धरून ठेवली होती. मुख्य रस्त्याला बगल देऊन जरा आडवळणानं ती दोघंही चालू लागली. बाजारात गस्त घालणाऱ्या अम्र बील-मारूफच्या सैनिकांची गाठ पडली. पण सुदैवानं काही घडलं नाही. खाली मान घालून रहिमला अगदी बरोबर ठेवून ती तिथून भराभर चालत राहिली. एकदाचे ते मेहराबच्या दुकानाशी पोहोचले. आत शिरण्यापूर्वी आत कुणी नाही, याची खात्री तिनं करून घेतली. रहिम पाठोपाठ तिनं आत प्रवेश केला. फक्त तिलाच जाणवेल, असा सुटकेचा निःश्वास तिनं टाकला आणि पिशवीतून लगेच शिवलेल्या कपड्यांची पाकीटं बाहेर काढून तिनं मेहराब समोर ठेवली.

"मी रोया आणि हा माझा भाऊ. तुम्ही दिलेलं काम द्यायला आलो आहोत आम्ही!" ती उद्गारली.

मेहराबनं एक नजर बाहेर टाकली आणि कुणी त्याला कमिलाशी बोलताना पाहात तर नाही ना, याची एकवार खात्री करून घेतली. मग लगेच कपडे मोजले आणि एका बॅगेतून कपडे बाहेर काढून काम नीट झाले अथवा नाही, याची खात्री करून घेतली. "हे चालतील!" समाधान व्यक्त करत तो म्हणाला, "छान झाले आहेत हे कपडे. पण या पॅन्टच्या पट्ट्या आणखी थोड्या अरुंद असत्या आणि कशिदाकारी जास्त असती, तर अप्रतिम दिसलं असतं." त्यानं सल्ला दिला.

"शुक्रिया!" कमिलानं त्याचे आभार मानले. "पुढल्या वेळी या गोष्टी आम्ही नक्की ध्यानात ठेवू." पुन्हा काम मिळणारच या विश्वासानं ती बोलत राहिली.

मेहराबनं टेबलाच्या कप्प्यातून एक पाकीट काढून कमिलाच्या हातात दिलं. आठवड्याचे रेशन आणता येईल, इतके अफगाण त्यात होते. कमिलाचं मन उचंबळून आलं. तिच्या कामाला अपेक्षेप्रमाणे फळ मिळालं होतं. धोका पत्करून तिनं केलेल्या कामाची परिणती तिला सुखावणारी होती. त्या क्षणी उड्या मारून आनंद व्यक्त करण्याची उर्मी दाटून आली होती. पण ते शक्य नव्हतं. पाकीट आपल्या पिशवीत नीट ठेवून ती मेहराबकडे पाहून उद्गारली, "आम्हाला आणखी काही काम मिळू शकेल का? त्यासाठी माझा भाऊ आणि मी पुन्हा पुढल्या आठवड्यात येऊ शकतो." तिनं हिमतीनं विचारलं. पारंपरिक पद्धतीनं शिवलेले आणखी पॅन्ट-सूट त्याला दुकानात हवे होते. पण आधी ह्या कपड्यांची विक्री कशी होते, हे तो पाहाणार असल्याचं त्यानं स्पष्ट केलं. पुन्हा एकदा त्याचे आभार मानून कमिला आणि रहिम दुकानातून बाहेर पडले. परतीच्या वाटेकडे ती झपाझप पावलं टाकू लागली. नमाजाच्या वेळेआधी घर गाठण्याची त्यांना घाई होती.

ती काही पावलं पुढे गेली नसेल, तोच एका बोळाकडे तिचं लक्ष गेलं. समोर एक सरळ रस्ता होता आणि त्यातून डावीकडे जाणाऱ्या पांढऱ्या-लाल वाटेनं तिचं लक्ष वेधून घेतलं.

रहिमकडे वळत ती म्हणाली, "रहिम, झल्बीनं सांगितलेलं दुकान इकडेच आहे का रे?"

"मला नाही ठाऊक, रोया!" बहिणीच्या चिवटपणाचं त्याला हसू आलं, "पण शोधता येईल आपल्याला."

रहिमच्या वर्गातील बहुतेक मुलांच्या बहिणी कमिलाकडे कामाला येऊ लागल्या होत्या आणि त्यातल्याच झल्बी नावाच्या वर्गमित्रानं त्याला आपल्या एका नातलगाच्या दुकानाबद्दल सांगितलं होतं. "तो फार छान माणूस आहे आणि तुमचे कपडेही कदाचित तो घेईल." झल्बी म्हणाला होता. परिचयातील आणि विश्वासू लोकांबरोबर व्यवहार करण्याची आवश्यकता तिलाही जाणवत होती. अशा व्यावसायिकांना शोधणं गरजेचं होतं. ही वेळही तिला सोयीची वाटली आणि जर याच वाटेवर दुकान असेल, तर तिला काम घेण्यासाठी आणि द्यायला येण्यासाठीही फार सोईचं होणार होतं. कारण ही जागा मुख्य बाजाराच्या बरीच आधी आणि त्यांच्या घराच्या वाटेवर होती. आजूबाजूच्या बोळांतून कुणी पाहात नसल्याची खात्री करून घेत कमिलानं हे दुकान शोधायचा निर्णय घेतला आणि ती निर्धारानं चालू लागली.

कल्पनेचा जन्म... आणि शंकेचाही

बाजारातील गर्दीपासून थोडं दूर नेणाऱ्या एका मोठ्या बोळाच्या दिशेनं कमिला आणि रहिम वळले. बोळात शांतता होती, त्यामुळे त्या दोघांनाही सुरक्षित वाटलं. दोघांनीही मग चालण्याचा वेग जरा कमी केला. लासे मरियमच्या त्या गर्दीत घालवलेला तो अर्धा तास तिच्यासाठी युगायुगांसारखा होता. बाजारात कुणाच्याही नजरेस पडू नये म्हणून तिची धडपड थकवा आणणारी होती. त्यामुळे त्या बोळातील शांततेनं तिलाही शांत वाटलं.

प्रत्येक पावलावर रस्त्याच्या दुतर्फा असलेल्या दुकानांना कमिला न्याहाळत होती. कापड, घरगुती गरजेचं सामान आणि पादत्राणांची विक्री करणारी दुकानं असं सारं काही होतं. पण यांपैकी कुठल्याही दुकानांत ग्राहकांची गर्दी नव्हती, हे ही तिच्या लक्षात यायला वेळ लागला नाही. दुकानांच्या रांगा संपता-संपता ती बोळाच्या शेवटाला असलेल्या एका बऱ्यापैकी मोठ्या शिंप्याच्या दुकानाशी पोहोचली. दुकानाला मोठ्या खिडक्या होत्या ज्यातून रस्त्यावरची प्रत्येक हालचाल पाहाणं शक्य होतं. आतल्या भिंतींवर स्त्रियांसाठीचे कपडे टांगलेले होते. सगळ्या वादळ-वाऱ्यांची चिन्हं अंगावर बाळगणाऱ्या एका फळकुटावर हातानंच 'सदफ' असं लिहिलं होतं. दुकानाच्या दर्शनी भागात लावलेली पाटी पाहून कमिला थबकली.

"मला वाटतं हेच ते दुकान आहे." रहिम दुकान न्याहाळत उद्गारला.

कमिलानंही मान डोलावली.

"मी बोलते दुकानदाराशी. जर विश्वासार्ह वाटलं नाही, तर आपण लगेच आल्या पावली परत जाऊ." ती रहिमला बोलली.

दुकानाच्या जुनाट अवताराकडे पाहता तिला आत जातानाच अस्वस्थ वाटत होतं. अजून टळटळीत दुपारचं ऊन आलं नव्हतं. पांढऱ्या भिंती आणि सपाट

फरश्यांवर पडणारा प्रकाश पुरेसा नव्हता. त्यामुळे दुकानात शिरताना कमिलाला जपून पावलं टाकावी लागत होती. काबूलच्या बहुतेक व्यावसायिकांप्रमाणेच सदफच्या मालकाला विजेची चैन परवडणारी नव्हती. नैसर्गिक प्रकाशाचा जास्तीत जास्त उपयोग केला जात असे.

मनातील अनामिक भीतीशी कमिलाचा झगडा सुरू होता. त्यामुळे ती दाराशीच थबकली. दाराच्या हॅन्डलवरची तिची पकड घट्ट झाली आणि फक्त एका विचारावर ठाम राहाण्याचा निश्चय तिनं केला. तिकडे घरातील प्रत्येक व्यक्तीच्या आशा-आकांक्षा आपल्यावर अवलंबून आहेत, हे तिनं स्वत:लाच बजावून सांगितलं. असं घाबरून चालणार नाही. अल्लाची मेहरबानी आपल्यावर आहे आणि तोच काळजी घेणारा आहे, ही खात्री तिला होती.

ती आत गेली आणि दार बंद झालं. काउन्टरवर बसलेल्या दुकानदाराचं तिच्याकडे लगेच लक्ष गेलं. दुकानाच्या बाहेरून कमिलानं त्याच्या दुकानातील भिंतींवर टांगलेले कपडे पाहिले होते. काउन्टरवरही तसेच कपडे पसरलेले होते. त्यांच्या तो घड्या घालत होता. तालिबान्यांच्या येण्यानंतर कपड्यांचे काही प्रकार मोठ्या प्रमाणात बाजारात विक्रीसाठी उपलब्ध होते. त्यातील सगळ्यात आधुनिक आणि आकर्षक वाटावे, असे ते पोशाख होते. काळाबरोबर जाणारे पोशाख, असंही त्यांना म्हणता येईल. दुकानदार तरुण होता. कदाचित कमिलाच्याच वयाचा होता तो. कुरळ्या आणि घनदाट पण खुरट्या दाढीमुळे त्याची छोटीशी हनुवटी लपली गेली होती. त्याच्या टपोऱ्या डोळ्यात चमक होती आणि कणवही होती.

''सुप्रभात!'' तो लगेच उद्‌गारला. ''काय मदत करू मी तुमची, दीदी? काय दाखवू तुम्हाला?''

''नाही, नको!'' कमिलानं तोंड उघडलं. ''माझं नाव रोया आहे. माझी बहीण आणि मी कपडे शिवण्याचं काम करतो. आम्ही खैरखानाला राहातो. माझा भाऊ आम्हाला मदत करतो. झल्बी त्याचा मित्र आहे आणि तो तुमच्या कुटुंबीयांना ओळखतो. त्यांनीच तुम्हाला भेटण्याचा सल्ला दिला होता. तुम्हाला तुमच्या या दुकानात ठेवण्यासाठी काही ड्रेस हवे आहेत किंवा आम्हाला तुमच्याकडून काही काम मिळू शकतं का?'' ती एका श्वासात बोलून गेली.

''मी अली!'' रहिमचा हात हातात घेत दुकानदारानं संवादाला सुरुवात केली. ''तुम्हाला भेटून बरं वाटलं. तुम्ही केलेलं काही काम बरोबर आणलं आहे का? मला ते पाहायला नक्की आवडेल.''

त्याचं वाक्य संपताच कमिलाचं विचारचक्र सुरू झालं. परवान आणि पंजशीरमधून आलेल्या कुटुंबांचं वर्चस्व असलेल्या खैरखानासारख्या ताजिकी उपनगरात स्वत:चं दुकान थाटणाऱ्या आणि बोलण्यात शोमाली ढब असलेल्या अलीचे आई-वडीलही

आपल्या पालकांप्रमाणे उत्तरेकडून आलेले आहेत, याची कमिलाला खात्री झाली. उत्तरेतर प्रदेशात पश्तोऐवजी दारीमध्ये बोलणं पसंत करतात आणि अली पर्शियन पार्श्वभूमी असलेल्या दारीमध्येच बोलत होता. त्यामुळे कमिलाचा अंदाज अचूक होता.

"तुमच्या घरातील सगळे ठीक असतील अशी आशा करते." कमिलानं संवाद पुढे नेला. "आमचे आई-वडील उत्तरेकडे गेले आहेत. त्यांच्या अनुपस्थितीत घरातील संपूर्ण जबाबदारी उचलण्याचा आमचा प्रयत्न आहे. वडील परवानला गेले आहेत आणि मोठ्या भावाला लवकरच पाकिस्तानला जावं लागणार आहे. त्याच्या सुरक्षिततेचा प्रश्न आहे. आम्ही घरीच कपडे शिवण्याचं काम सुरू केलं आहे. तुमची मदत मिळाली, तर आम्हाला खूप आधार मिळेल."

कमिलाच्या आस्थेवाईकतेचं अलीला कौतुक वाटलं. त्यानंही तिच्या कुटुंबीयांच्या सुरक्षिततेसाठी अल्लाकडे दुवा मागितली. त्याचेही आई-वडील परवानचे रहिवासी आहेत, हे ऐकून कमिलाला खूप बरं वाटलं. परिचय झाल्याबरोबर तिघांनाही खूप हायसं वाटलं आणि त्यांच्या गप्पा सुरू झाल्या. सद्यपरिस्थिती, राजकारण, बातम्या आणि काही अफवा हेच विषय त्यांच्याही बोलण्यात होते. विशेषत: उत्तरेकडे चाललेल्या युद्धाच्या बातम्या त्यांच्यासाठी महत्त्वाच्या होत्या. अलीनं स्वत: संदर्भात सांगायला सुरुवात केली.

"सदफ माझं स्वत:चं दुकान आहे." तो कमिलाला सांगू लागला. "होतं नव्हतं ते सगळं मी हे दुकान उभारण्यात लावलं. तालिबानी येण्यापूर्वी मी हातठेल्यावर गृहोपयोगी वस्तू आणि चादरी विकायचो. पण तालिबानींच्या बंदीनंतर लोकांनी या वस्तू विकत घेणं कमी केलं आणि असं रस्त्यावर बाहेर पडणंही सुरक्षित नाही ना! मग या दुकानाची कल्पना सुचली. जरी लोक कपडे कमी विकत घेत असले, तरीही ही अशी एक गोष्ट आहे की जी आवश्यक आहे आणि विकली जातेच."

बोलता-बोलता अली खाली पाहू लागला. संवाद थांबला की काय, असं कमिलाला वाटलं. तो बोलत असताना तिच्या लक्षात आलं की, अली आणि तिच्या घरच्या परिस्थितीत खूप साम्य आहे. खूप लहान वय असतानाच ओढवलेल्या परिस्थितीमुळे घर आणि मोठं कुटुंबं यांच्या पालनपोषणाची जबाबदारी अचानक या मुलांवर आली होती. अलीसंदर्भात बोलायचं झालं, तर अनेक नातेवाइकांच्या पोटाची खळगी भरण्यासाठी त्याला काम आणि मेहनत करणं अत्यंत गरजेचं होतं.

"मेहमूद नावाचा माझा एक भाऊ नुकताच जाबुल सराजला पळून गेला आहे." अली बोलत राहिला. कमिलाचे पालक राहात होते त्या परवानपासून दक्षिणेकडे असलेला हा प्रदेश होता. रेडिओवरच्या बातम्यांमधून आणि शेजाऱ्या-पाजाऱ्यांकडून मिळालेल्या माहितीवरून हा भाग सध्या तालिबानी आणि मसूद यांच्यातील युद्धाचं केंद्रस्थान बनला आहे, हे कमिलाला ठाऊक होतं.

"काही वर्षांपूर्वी सैन्यातील नोकरी सोडल्यानंतर तो आमच्याच एका दुकानात काम करायचा. जाबुल सराजवर युद्धाचं सावट पसरताच त्यानं बायको मुलांना घेऊन सलांगच्या खोऱ्यांमध्ये आश्रय घेतला. जरा वातावरण निवळायची वाट तो पाहात होता. सलांगला पोहोचायला त्याला तीन तास लागले आणि पूर्ण रात्र त्यांना उघड्यावर काढावी लागली होती. त्यांच्यासारख्या इतर कुटुंबांसाठीही आकाशाचं छत हीच एकमेव व्यवस्था होती. दुसरा दिवस उजाडला. असा उघड्यावर जीव धोक्यात घालण्यापेक्षा आपापल्या घरांकडे परत जाणं इतरांना आवश्यक वाटलं. त्यांनी माझ्या भावालाही समजावण्याचा प्रयत्न केला. पण त्याला युद्धासंदर्भात जास्त माहिती होती. नुकतीच सुरू झालेली ही धुमश्चक्री अजून बराच काळ चालणार, हे तो पुरतं ओळखून होता. शेवटी त्यानं आपल्या कुटुंबासह आधी खिंजन आणि पोली खुमारी इथून मझारच्या दिशेनं पलायन केलं. आमच्या काही नातेवाइकांच्या आसऱ्यानं त्यानं तिथे काही महिने वास्तव्य केलं. पण काम मिळवण्याची आणि कमाईची कुठलीच सोय तिथे नव्हती. शिवाय मेहमूदवर फक्त त्याच्या बायका-मुलांचीच नाहीतर एका मोठ्या कुटुंबाचीही जबाबदारी होती. सरतेशेवटी त्यानं खैरखाना गाठायचं ठरवलं. मझारहून इकडे यायला त्याला पूर्ण तीन दिवस लागले. मग मीच त्याला एक शिलाई दुकान काढण्यासाठी मदत केली. ते इकडे समोरच आहे. बायकांच्या कपड्यांचं आणि या व्यवसायाचं त्याला काहीही ज्ञान नव्हतं त्यामुळे सुरुवातीला तो फार अस्वस्थ व साशंक होता. पण यापूर्वी आमच्या दुकानात काम केल्यामुळे त्याला खरेदी-विक्री आणि इतर किरकोळ व्यवहार जमायचा. मी त्याला विश्वास दिला की, तो हे करू शकेल. शिलाईसाठी कपडे शिवणाऱ्या अनेक स्त्रिया मिळतील, हे त्याला आधी पटवून द्यावं लागलं."

अली बोलायचं थांबला. कमिलानं लगेच त्याला आश्वासन दिलं की, मेहमूदच्या दुकानाच्या गरजा भागवण्यासाठी ती आणि तिच्या बहिणी पुरेपूर प्रयत्न करतील. अगदी हवे त्या प्रकारचे कपडे शिवून देण्याची तयारीही तिनं दर्शवली.

"फार छान. मग तुम्ही कशा प्रकारचं काम करता हे पाहायलाच हवं." तो कमिलाला म्हणाला.

कमिलानं लगेच तिनं तयार केलेला एक पोशाख बॅगमधून काढून काउन्टरवर नीट उलगडला. अलीनं तो अगदी निरखून पाहिला. प्रत्येक शिलाई, कट आणि हातानं केलेलं काम त्यानं व्यवस्थित तपासलं. हातानं केलेलं हेमिंगही त्यानं जोखून घेतलं. "हे खरंच खूप छान काम केलं आहे तुम्ही!" तो कमिलाला म्हणाला, "जर तुम्हाला शक्य असेल, तर मला असे सहा पोशाख आणि चार पॅन्टसूट बनवून द्याल?"

"पण फक्त एकच सांगतो!" तो थोडा काळजीपूर्वक शब्द वापरत बोलत होता. "ही जी कमरेजवळच्या भागाच्या शिलाईची तुमची पद्धत आहे, ती थोडी

बदलता येईल का?'' कमिलानं लगेच होकार दिला. चित्र काढण्यावर बंदी असल्यानं त्यानं सांगितलेला प्रत्येक बारकावा काळजीपूर्वक ऐकून डोक्यात ठेवणं तिला भाग होतं. तसं करणं कायद्याचं उल्लंघन ठरलं असतं. हे बोलत असतानाच तो काउन्टरजवळून बाजूला जात दुकानाच्या समोरच्या भागात असलेल्या एका खिडकीकडे गेला. तेथून रस्ता स्पष्ट दिसत होता. त्यानं तिथे लावलेल्या कपाटातील लग्नात घालतात तसा एक पांढरा शुभ्र पोशाख कमिलाला दाखवला.

''रोया, तुला आणि तुझ्या बहिणींना हे अशा प्रकारचे कपडे शिवणं शक्य होईल का गं?'' त्यानं विचारलं. ''शिवायला थोडे किचकट आहेत आणि कदाचित तयार करायला जरा जास्त वेळही लागू शकतो. पण त्याला माझी हरकत नाही.''

कमिलाला विचार करण्याचीही गरज नव्हती. तिनं लगेच होकार दिला. ''हो, अगदी नक्की!'' लैलाच्या उत्साहाची आणि उतावळेपणाची लागण तिलाही झाली होती, हे लक्षात येताच ती स्वत:शीच हसली. ती लगेच 'हो' म्हणाली. अलीनं कपाटातून एक लांब बाह्यांचा कशिदाकारी केलेला तसाच एक झगा तिला नमुना म्हणून दिला. ''असे तीन पोशाख मला करून दे. मग बघू आपण ते कसे विकले जातात ते.'' त्यानं कमिलाला काम सोपवलं.

कमिलानं त्याचे मनापासून आभार मानले.

''माझ्या कुटुंबासाठी हे खूप मोठे उपकार आहेत.'' ती कृतज्ञतेनं बोलली. ''तुम्हाला तक्रारीला जागा राहाणार नाही, याची मी खात्री देते.''

काम घेऊन कमिला आणि रहिम तडक बाहेर पडले आणि पुन्हा एकदा घराकडे जाणाऱ्या रस्त्याकडे त्यांनी पावलं वळवली. भरपूर वेळ गेला होता आणि आता दुपारच्या नमाजची वेळही जवळ आली होती. नवं काम आणि नवीन ग्राहक मिळाल्यामुळे कमिलाच्या आनंदाला आणि उत्साहाला पारावार नव्हता. तिनं सुरू केलेलं काम आता हळूहळू व्यवसायाचं स्वरूप घेताना दिसत होतं. आता हे फक्त कायम सुरू राहावं, एवढीच तिची अपेक्षा होती. एकही चूक करणं तिला परवडणार नव्हतं. कमिलाचं विचारचक्र जोरात फिरू लागलं.

घरात प्रवेश करताना तिला जाणवलं की, अली आणि मेहराबनं दिलेलं काम पूरं करण्यासाठी तिला मदत लागणार आहे. शिवणकामाला आणखी कुणी मिळू शकलं तर बरं होईल, असं तिला वाटलं. आत्तापर्यंत त्यांनी केलेलं काम हे व्यवस्थित होतं खरं. पण आता हे काम आणखी व्यावसायिक पद्धतीनं करण्याची गरज होती. काम वाढलं होतं. जास्त लोक हवे होते. यावर आज रात्री बहिणींशी चर्चा करावी लागणार, हा विचार घेऊनच ती घरात शिरली. या कामाव्यतिरिक्त अलीनं दिलेल्या निकाहासाठी लागणाऱ्या कपड्यांसंदर्भातही तिला काही खास तयारी करणं गरजेचं होतं.

रात्रीची जेवणं आटोपल्यावर साऱ्या जणी पुन्हा कामाला लागल्या. कमिलानं कंदील पेटवले. हातातील काम तरी नीट दिसावं म्हणून प्रत्येक जण धडपडत होता. वीज असती तर हेच काम किती सुकर झालं असतं, हा विचार कमिलाला क्षणभर अस्वस्थ करून गेलाच. पण ती चैन होती. बटण दाबताच घरभर झगमगाट आणि सगळ्या शिवणयंत्राचा खणखणाट! किती सुखावणारं आहे हे!! पण ती खरंच चैन होती.

''मला वाटतं, आपल्याला आता काही बदल करण्याची गरज आहे.'' तिनं बहिणींकडे पाहिलं. ''कामाचा ओघ वाढला आहे. आपल्याला आणखी काही स्त्रियांची मदत घ्यावी लागणार आहे. तुम्हाला सगळ्यांना काही उपाय सुचतो आहे का?''

सामान आणि लैलाप्रमाणेच आता सगळ्यात लहान असलेल्या नसरीनलाही वाचा फुटली होती. तिनं ही लगेच सल्ले द्यायला सुरुवात केली. सर्व जण परस्परांवर कुरघोडी करण्याचा प्रयत्न करत होते. म्हणजे प्रत्येकाकडे काहीतरी सांगायला होतं; सूचनाही होत्या!

''बरं, बरं!'' तो कलकलाट थांबवत कमिला पुन्हा म्हणाली. ''एकेकानं बोलायचं आहे. एकाच वेळी सगळ्यांनी नाही.'' तिला हसूही आवरत नव्हतं.

''जर आपण कामांची विभागणी केली तर? म्हणजे असं की जर बेतणं, शिलाई, कशिदाकारी आणि इतर काम हे प्रत्येकाला विभागून दिलं तर? बेतण्याची किंवा इतर कामांची वैयक्तिक जबाबदारी असेल, तर त्या कामाची व्यवस्था नीट ठेवता येईल.'' सामाननं पहिला सल्ला दिला. ''म्हणजे बेतण्यावर ज्याची हुकमत आहे, तो आपल्या सगळ्यांना फक्त मापानुसार कापून देईल. असं केलं, तर आपलं काम आणखी व्यावसायिक होण्याला नक्की मदत होईल.'' ती उत्साहात सांगत होती.

नसरीनला ही कल्पना एकदम पटली. ''मला हे फारच आवडलं. शिवाय आता ना आपण या दिवाणखान्यात आणखी जागा तयार केली पाहिजे. आई आणि वडील इथे नाहीत. त्यामुळे तिच्या कामाची जागा आपल्याला मोकळी करून घेता येईल. आता वडील नाहीत म्हणजे ही रेडिओ समोरची बसण्याची जागा त्यांना नकोच आहे. तीही आपण मोकळी करू या. ते परत आल्यावर पुन्हा जैसे थे करणं सोपं आहे. मला वाटतं मलिकालाही तिच्या कामासाठी आणखी जागा आवश्यक आहे. रहिमलाही हे सगळं पटेल आणि तोही संमती देईलच. त्यामुळे हा दिवाणखाना आपल्याला हवा तसा वापरण्याची मुभा आहे तर...'' ती बोलत सुटली होती.

''नसरीन, मला वाटतं तू या संपूर्ण घराचं कारखान्यात रूपांतर करण्याच्या प्रयत्नात आहेस.'' सगळेच खळाळून हसले. ''आई-वडील परत आले, तर कदाचित त्यांचंच घर त्यांना ओळखू येणार नाही!''

लैलालाही हसू आवरत नव्हतं.

“पण नसरीन म्हणते आहे, ते अगदी बरोबर आहे. रोज आपलं हे काम संध्याकाळी आवरून ठेवणं आणि पुन्हा दुसऱ्या दिवशी काढणं म्हणजे जरा कटकटींचंच आहे. इथेच हे सारं राहिलं तर कदाचित आपला वेळ आणि श्रम दोन्हींची बचत होईल.” कमिलानं नसरीनच्या सल्ल्याला दुजोरा दिला.

एक निश्चित उद्दिष्ट मिळाल्यामुळे या भावंडांमधील संवादाला आता अर्थ प्राप्त झाला होता. येणारा प्रत्येक दिवस हा कामासाठीचा उत्साह घेऊन येत होता. कामाला व्यवसायाचं रूप येऊ लागलं होतं आणि घरातील प्रत्येकाचं लक्ष फक्त या कामावर आहे, हे कमिलाला जाणवत होतं. घरात अडकून पडण्याच्या दु:खाचा त्यांना या कामामुळे सहज विसर पडला होता. हातातील काम काढून घेऊन लोकांची गळचेपी करण्याचा तालिबानचा प्रयत्न निदान सिद्दीकी भगिनींच्या बाबतीत तरी निष्फळ ठरत होता. देशातील परिस्थिती निदान या घरातील लोकांसाठी तरी आता त्रासदायक राहिली नव्हती.

“व्यावसायिकतेसंदर्भात विषय निघालाच आहे म्हणून मला तुम्हा सगळ्यांना काहीतरी सांगायचं आहे.” कमिलानं त्यांना थांबवत म्हटलं. “मेहराब आणि अली दोघांनीही मला सांगितलं की, आणखी काही महिला त्यांना अशा प्रकारचं काम करून देण्यासाठी तयार आहेत आणि त्या त्यांच्याकडे काम घेऊन गेल्याही होत्या. त्यामुळे आता आपल्याला एक गोष्ट कटाक्षानं पाळावी लागणार आहे आणि ती म्हणजे ही की, आपल्या कामाचं स्वरूप हे अत्यंत कलात्मक, सुंदर आणि व्यावसायिक ठेवावं लागणार आहे. शिवाय काम पुरवण्यासाठी दिलेल्या वेळेचं ही काटेकोर पालन करावं लागणार आहे. मग काम कितीही जास्त असू देत किंवा किचकटही. पण दिलेली वेळ पाळावी लागणार म्हणजे लागणार. त्यांच्या ग्राहकांच्या पसंतीचे कपडे शिवणाऱ्या भरवशाच्या मुली म्हणून आता आपल्याला आपला लौकिक निर्माण करावा लागणार आहे. रझियाही आपल्याबरोबर कामाला येणार आहे. तिला कळवा की, इथे येऊन शिलाई करण्याची तयारी असणाऱ्या खैरखानातील इतर मुलींशीही बोल आणि त्यांनाही विचार. त्याशिवाय ते लग्नासाठीचे विशेष कपडे शिवायला आपल्याला मलिकाची भरपूर मदत घ्यावी लागणार आहे.” कमिला एक-एक मुद्दा व्यवस्थित मांडत होती.

खैरखानाला आल्यापासून मलिकालाही भरपूर काम मिळू लागलं होतं. निदान देशाच्या सध्याच्या आर्थिक परिस्थितीच्या तुलनेत तिला मिळणारं काम उत्साहवर्धक होतं. ती राहात असलेल्या करताह परवानच्या ग्राहकांव्यतिरिक्त इकडे खैरखानातही तिच्या कामाची किर्ती फारच लवकर पसरली होती. मनपसंत कपडे शिवून देणारी एक व्यक्ती त्यांना त्यांच्या शेजारीच आल्यामुळे त्या आया-बाया खूश होत्या. मलिकाकडे येणाऱ्या स्त्रियांमध्ये मध्यमवयीन स्त्रियांचा जास्त समावेश होता. गेल्या तीन-चार

दशकांत जे काही भोग त्यांच्या नशिबी आले होते, त्यातून त्या तावून-सुलाखून निघाल्या होत्या. ७० आणि ८०च्या दशकातील पेहरावांची आधुनिकताही त्यांनी अनुभवली होती. मुजाहिदीनांनी त्यांच्या स्वातंत्र्यावर घातलेला पहिला घाव ते तालिबान्यांनी त्यांना 'चादरी' घालायची केलेली सक्ती हे सारं काही त्यांनी याची देही पाहिलं होतं. नियमांचं उल्लंघन करण्याची कुणाचीही ताकद नव्हती. पण या बायांनी निदान पेहरावासंदर्भात पूर्ण शरणागतीही पत्करली नव्हती. त्यामुळे या दोन गोष्टींचा ताळमेळ बसवण्याचं कसब मलिकानं आत्मसात केलं आणि या स्त्रियांची मनं जिंकली.

दर आठवड्याला कुणी ना कुणीतरी येऊन मलिकाला सलवार-कमिज किंवा इतर कपडे शिवण्याचा आग्रह करू लागले होते. तिच्या शिवणाची तारीफ सगळ्यांनी ऐकली होती. पूर्ण आधुनिक किंवा अगदीच पेहरावाच्या नियमांना धाब्यावर बसवणारे असे ड्रेस ती शिवत नसे. तिच्या कपड्यांमध्ये अफगाणी पद्धतीचा खास समावेश होता. उदाहणार्थ बाह्या आणि पायजम्यांच्या पायांना ती रुंद ठेवायची. शिवाय फिटिंग मात्र ढगळ असूनही थोडं आधुनिकतेकडे झुकणारं असायचं. ७० आणि ८०च्या दशकात ज्या पेहरावांना लोकांनी उचलून धरलं होतं, त्यातील फ्रेंच कट मलिकानं अगदी तंतोतंत आपल्या शिलाईत आणला होता आणि तो आजही महिलांना आवडायचा. म्हणून मलिकाच्या कामाला भरपूर मागणी होती.

तालिबानींच्या आक्रमणापूर्वी मलिका बाजारातून असे युरोपियन कपड्यांचे वापरलेले नमूने विकत आणून त्यांचा अभ्यास करायची. कुठल्या कपड्याची वीण कशी आहे, शिलाईचं वैशिष्ट्यं काय आहे आणि काही विशिष्ट ड्रेससाठी नेमकं कशा प्रकारचं कापड वापरायचं, हे सगळं तिनं जाणून घेतलं होतं. विशेषत: अफगाणिस्तानच्या राजेशाही राजवटीत पेहरावांसंदर्भातील जो मुक्त विचार रुजवला गेला होता आणि डॉ. नजीबुल्लाहच्या काळापर्यंत जो मुख्यत: राजधानी काबूलमध्ये प्रचलित होता, त्या पद्धतीच्या कपड्यांची रेलचेल मलिका राहात असलेल्या करताह परवानच्या बाजारात होती.

ईद किंवा लग्न समारंभांमध्ये घालण्यासाठी थोडे वेगळ्या पद्धतीचे ड्रेस शिवण्याचा आग्रह या महिला मलिकाकडे करायच्या. पण युद्ध सुरू झालं आणि देशाच्या अर्थव्यवस्थेला लागलेल्या ग्रहणानंतर विवाह सोहळे किंवा सण-समारंभ या चैनींचा विचार करणंही लोकांना परवडणारं राहिलं नव्हतं. फार कमी प्रमाणात आणि तेही धनाढ्य लोकांकडेच असे कार्यक्रम आयोजित होत होते.

अफगाणिस्तानात विवाह सोहळ्यांना खास महत्त्व होतं. आयोजन हे भव्यच असावं, यावर अफगाणी लोक विशेष भर देत. पण तालिबानी आल्यानंतर परिस्थिती अशी होती की, तरुणांची युद्धासाठी सीमेवर रवानगी झाली होती, आणि इतरांनी कमाईची साधनं शोधण्यासाठी इतर देशांमध्ये स्थलांतरित होणं पसंत केलं होतं.

त्यामुळे लग्नाला योग्य अशा मुलांची वानवाच अफगाणिस्तानात निर्माण झाली होती. शिवाय संपूर्ण कुटुंबच इराण, पाकिस्तान आणि लगतच्या इतर देशांमध्ये स्थलांतरित झाल्यामुळे अशा सोहळ्यांना आमंत्रित करण्यासाठी लोकांना आता जवळचे नातेवाईकही उरले नव्हते. जे होते, त्यांना एक दिवसाचा सोहळा करणंही आर्थिकदृष्ट्या परवडणारं नव्हतं. कारण त्या काळात अशा समारंभांना किमान लाखभर तरी खर्च येत असे. एवढा खर्च करणाऱ्या जोडप्याला आयुष्यभर कर्जात आकंठ बुडावं लागलं असतं.

समजा थोडाफार प्रयत्न करून असं आयोजन केलं, तर आनंदोत्सवात विघ्न आणण्यासाठी तालिबानी सैनिक नक्की येणार याचीही साऱ्यांना खात्री होती. अशा समारंभात कुणी घरात नाच-गाणं करतं आहे का किंवा ढोलताशे वाजवले जात आहेत का, हे जाणून घेण्यासाठी हे सैनिक कुणाच्याही घरात घुसण्यासही मागे-पुढे पाहाणार नाही, हे आता लोकांना कळलं होतं. नियमांचं उल्लंघन करणारी कुठलीही गोष्ट कुणालाही करायची नव्हती. हे लोक कुठल्या थराला जातील याबाबतची कल्पनाही त्यांना असह्य होती. न जाणो ते आलेच आणि आलेल्या पाहुण्यांना, वधू-वरांना पकडून तुरुंगात टाकलं तर? मग जोपर्यंत कुटुंबीय या लोकांना विनंती करून किंवा काही रक्कम देऊन सोडवून आणत नाहीत, तोपर्यंत त्यांना तुरुंगात हालअपेष्टा सहन कराव्या लागणार एवढं मात्र निश्चित.

म्हणून जी काही लग्नं होत होती, त्याचं स्वरूप अगदी साधं ठेवण्यावर अफगाणी लोकांचा भर होता. एक धार्मिक सोहळा आणि त्यानंतर चिकन आणि पुलावाचं जेवण, एवढाच काय तो समारंभ चालत असे.

म्हणून मग मलिकानंही या परिस्थितीला अनुरूप असं आपल्या कामाचं स्वरूप ठेवलं होतं. खूप तंग किंवा एकदम पाश्चिमात्य असं तिच्या कपड्यांचं स्वरूप नव्हतं. मान, हात, शरीर पूर्ण झाकलं जाईल असेच पोशाख ती तयार करायची. लग्नात घालायच्या वधूच्या कपड्याची लांबी तर इतकी असायची की, पायातील चपलेचं दर्शनही कुणाला होऊ नये. या सगळ्या नियमांचं पालन करूनही स्त्रियांना सुंदर दिसण्याची उर्मी असायची. म्हणून मग मलिका त्यांच्या कपड्यांवर भरपूर कशिदाकारी करायची. असे पोशाख एकदम उंची नसूनसुद्धा श्रीमंतीचं प्रदर्शन करणारे असायचे. त्यायोगे वधूलाही राज्यकर्त्यांच्या बंधनांमध्ये राहून आपल्या वेगळेपणाचा अभिमान आणि आनंद साजरा करणं सहज शक्य होत असे.

आठवड्यागणीक मलिकाला मिळणाऱ्या कामात वाढ होताना दिसत होती. काही ग्राहकांना तर दोन-दोन आठवडे वाट पाहावी लागत होती. पण त्यामुळे मलिकावर कामाचा बोजा वाढत होता. मुलं आणि काम या दोन्ही जबाबदाऱ्यांच्या पूर्ततेसाठी तिला कामाचे तास वाढवावे लागत होते. कारण हातात येणारं काम

तिला गमवायचं नव्हतं. कमिलाप्रमाणेच ग्राहकांना नाराज करणं किंवा त्यांना परत पाठवणं तिला परवडणारं नव्हतं. मग भल्या पहाटे उठून ती कामाला लागायची. अंघोळ आणि नमाज पढल्यावर आधी ती सईदला म्हणजे तिच्या मोठ्या मुलाला शाळेसाठी तयार करायची. चार वर्षांच्या हुसैनचं खाणं करून त्याला दिवसभर खेळायला मोकळं सोडणंही तिला आवश्यक होतं. त्यानंतर ती आपल्या जुळ्या तान्ह्या मुलींना एका लाकडी झोपाळ्यात निजवून दिवाणखान्यात आणायची. तिच्या कामाच्या जागी हा झोपाळा कायम असायचा. नंतरच ती काम हातात घेत असे. पूर्ण सकाळ या मुली झोपलेल्याच असायच्या. त्यामुळे मलिकाला तो वेळ कामासाठी वापरणं सहज शक्य व्हायचं. फक्त त्यांना भूक लागली किंवा त्यांचा लंगोट बदलायचा असेल, तर तेवढं ती हातातलं काम बाजूला ठेवायची.

कमिला आणि तिच्या इतर बहिणीही आपल्या स्वत:च्या कामातून वेळ काढून आपल्या भाच्यांचं हवं, नको ते पाहायच्या. विशेषत: दुपारी त्या मुलींना घेऊन फिरवणं आणि त्यांना गाणी गाऊन पुन्हा निजवण्याची जबाबदारी या मुलींनी स्वत:कडे घेतली होती. त्या मुलींचं खाणं होऊन त्या पुन्हा झोपल्या की, मग सगळे पुन्हा कामाला लागायचे.

कमिलाच्या विनंतीला मान देऊन मलिकानं कामाला येणाऱ्या सगळ्या मुलींना शिवणकामाच्या आणखी काही गोष्टी शिकवण्यासाठी एक शिकवणी सुरू केली होती. आधी तिनं मुलींना लग्नासाठीच्या कपड्यांसंदर्भात काही सूचना दिल्या. त्यानंतर मेहराब आणि अलीला आवश्यक असलेल्या कपड्यांमधील फरक आणि बारकावे समजावून सांगितले. मग सलवारीचे वेगवेगळे प्रकार कसे शिवायचे ते शिकवलं.

"कलात्मकतेचा ध्यास घ्या!" मलिकानं मुलींना कळकळीनं सांगितलं. "ही कलात्मकताच तुमचं वेगळेपण सिद्ध करू शकेल. बाजारात आणि दुकानांमध्ये ज्या पद्धतीचे कपडे उपलब्ध आहेत, त्यात तुमची कला उठून दिसली तरच ते विकत घ्यायला लोक सरसावतील. नवीन काहीतरी देण्याची नेहमी तयारी ठेवा. नाहीतर तुमचा माल विकला जाणार नाही, हे लक्षात ठेवा!" मलिका त्यांना सांगत होती.

या तरुणींमध्ये उत्साहाची वानवा नव्हती. मलिकाचं बोलणं त्यांनी लक्षपूर्वक ऐकलं आणि तिनं दिलेल्या शिवणकामाच्या सूचनाही त्यांनी आत्मसात केल्या. दुपार होण्यापूर्वी त्या अमलातही आणल्या गेल्या. नवीन काहीतरी शिकून घेण्याची त्यांची तळमळ आणि काम करण्याचा उत्साह पाहून कमिलाला भरून आलं. आपल्या या छोट्याशा कल्पनेला आता कुणीही रोखू शकणार नाही, हा तिच्या मनातील विश्वास द्विगुणित झाला.

उन्हं उतरू लागली तेव्हा अचानक दारावर त्यांनी थाप ऐकली. कदाचित रझिया आली असणार असं कमिलाला वाटलं. पण ती कधीही अशी परवानगी

घेऊन आत येत नसे. सारे अगदी गप्पगार झाले. कुणीही कुणाशी बोलत नव्हतं. मात्र न बोलताही त्यांची भीती आणि त्यांना आलेली शंका कुणालाही कळणं शक्य होतं. काळच असा होता की, अशा अवेळी कुणाचंही दारावर येणं अघटिताच्या शंकेनं मन काळवंडून टाकणारच होतं.

कमिलानं रहिमला बोलावून घेतलं आणि त्याला दार उघडायला पिटाळलं. पण काही क्षणांतच सगळ्यांच्या मनात दाटून आलेल्या शंकाकुशंका विरून गेल्या. कारण दारात त्यांची आत्या हुमा उभी होती. तिच्याबरोबर तिची १५ वर्षांची मुलगी फरहा पण आली होती. दोघीही लगबगीनं आत आल्या. लगेच तिनं आपली चादरी बाजूला केली. निळ्या रंगाची ती चादरी एखाद्या लाटेसारखी हुमाच्या पाठीवरून सळसळत खाली आली.

आत्याला पाहून दाराकडे धाव घेणारी लैला पहिली होती. तिनं हुमाला घट्ट मिठी मारली. हुमानंही तितकाच प्रेमळ प्रतिसाद दिला आणि इतर मुलींनाही जवळ घेतलं. आईनंतर इतक्या जवळिकीनं आणि मायेनं जवळ घेणारं आज कितीतरी दिवसांनी कुणीतरी या मुलींना भेटलं होतं.

"तुला पाहून किती आनंद झाला आहे, ते शब्दांत सांगता येणार नाही. आम्ही सतत तुझा विचार करत होतो. तुला भेटावसंही वाटलं अनेकदा. पण तू काबूलमध्येच आहेस की, पाकिस्तानला किंवा इराणला गेलीस, हे कळायला काही मार्ग नव्हता." कमिलालाही हुमाला पाहून खूप आनंद झाला होता. "आधी बस तू निवांत आणि काहीतरी खा!"

हुमानं मुलींकडे त्यांच्या आई-वडिलांची चौकशी केली. सर्वकाही नीट चाललं आहे आणि मुलींनीही बस्तान व्यवस्थित बसवलं आहे, याची खात्री करून घेतल्यावर तिनं मग आपल्या या भेटीमागचं कारण सांगायला सुरुवात केली. परिस्थितीच अशी होती की, फक्त नातेवाइकांची हालहवाल आणि खुशाली जाणून घेण्यासाठी कौटुंबिक भेटी घेणं कुणालाही शक्य नव्हतं.

"मलिका जान इथेच आहे का?" हुमानं विचारलं.

हुमाच्या आगमनाच्या काहीच मिनिटं आधी ती दिवाणखान्यातून उठून सईदला पाहायला म्हणून खोलीत गेली होती. हुमानं चौकशी केली आणि तेवढ्यात तीही दिवाणखान्यात आली. आत्याला पाहून तिलाही खूप बरं वाटलं.

"आत्या, कशी आहेस तू? सारं काही ठीक आहे ना?" मलिकानं तिला थेट विचारलं.

"मलिका जान, म्हणूनच मी इथे आले आहे." ती आता गंभीर झाली होती. "आम्ही ठीक आहोत. पण तुला माहीतच आहे की, इथली परिस्थिती आता आणखी चिघळत चालली आहे. या उपर काबूलला राहाणं धोक्याचं आहे. त्यामुळे

मी मुलींना घेऊन पाकिस्तानला जायचा निर्णय घेतला आहे. उद्याच आम्ही निघणार आहोत.'' ती क्षणभर थांबली, ''तुम्हीही आमच्या बरोबर यावं, अशी माझी इच्छा आहे.''

आपल्या आत्याभोवती कोंडाळं करून बसलेल्या सिद्दीकी भगिनींचा श्वास थांबला. ते वाक्य ऐकताच त्यानंतरच्या संभावित संवादाची त्या सगळ्यांना कल्पना आली. हाच सगळा संवाद आणि हीच चर्चा त्यांचे वडील परवानला निघाले, त्या वेळी घडली होती. मुलींना काबूल सोडून पाकिस्तान, इराण किंवा इतरत्र कुठेही नेणं धोक्याचं आहे, यावर ते ठाम होते.

''जर तुझ्या या बहिणींची संमती असेल, तर त्यांना आमच्याबरोबर घेऊन जाण्याची माझी प्रामाणिक इच्छा आहे. पण मला माहिती आहे की, तुमच्या वडिलांना त्या इथेच सुरक्षित असल्याचा विश्वास आहे आणि त्यासाठी ते आग्रहीही आहेत.'' हुमा आपला मुद्दा स्पष्ट करण्याचा प्रयत्न करत होती. ''मी त्यांच्या इच्छेविरुद्ध जाणार नाही.''

''खरंच, आम्ही तुझे खूप आभारी आहोत. तुझी काळजी आणि चिंता आम्हाला कळते आहे आणि ती पाहून आम्हाला खरंच खूप बरं वाटलं गं!'' मलिका तिच्या आत्याच्या जिव्हाळ्यानं भारावून गेली होती. हे सारं बोलतानाही तिची नजर हुमाच्या हातांवर खिळली होती. आत्याच्या डोळ्याला डोळा भिडवण्याची तिच्यात ताकदच नव्हती. निदान डोळ्यांत तरळलेल्या आसवांना रोखून धरेपर्यंत तरी तिला आत्याकडे पाहाणं शक्य नव्हतं. ''मी फरझानशी याबाबत बोलेन. पण प्रामाणिकपणे सांगायचं झालं, तर आम्ही इथेच राहाण्याचा निर्णय घेतलेला आहे. एवढ्या लहान मुलांना घेऊन स्थलांतर करणं कठीण तर आहेच आणि आर्थिकदृष्ट्याही आवाक्याबाहेरचं आहे. शिवाय या मुलींना असंच इथे सोडून येणं मलाही जमणार नाही.'' ती अगदी व्यवस्थित बोलत होती. ''अल्ला आहे ना आमची काळजी घ्यायला. तू चिंता करू नकोस.''

हे असं उत्तर आणि ही चर्चा ऐकण्याची मनाची तयारी करूनच हुमा सिद्दीकींकडे आली होती. पण तरीही तिला बोलायचं ते ती बोलली. मलिकाच्या कुटुंबातील लोकांनी आणि सिद्दीकींनी काबूल सोडण्याची तयारी का करावी, याची अनेक कारणं तिनं सांगायला सुरुवात केली. जवळचे सगळे नातेवाईक आता काबूल सोडून गेलेले होते आणि शहरातील परिस्थिती यापुढे सुधारण्याची शक्यता तर अजिबातच नव्हती. काम करण्याची किंवा नोकरी मिळण्याची कुठलीही संधी मिळणं अशक्य होतं आणि काही बदलेल असा विचार करणंही स्वप्नरंजनासारखं होतं. इथे राहणं असुरक्षित आहे आणि म्हणूनच मुलींनी तिच्यासोबत यावं, असा हुमाचा आग्रह होता. ''मुलींनो, तुमच्या भविष्याचा आणि सुरक्षिततेचा प्रश्न आहे.'' ती कळकळीनं बोलत होती. शिवाय मलिकाचा नवरा जर सोबत आला, तर त्यांचा पाकिस्तानपर्यंतचा प्रवास सुरक्षित होईल म्हणूनही ती मलिकाला बरोबर येण्याचा आग्रह करत होती. ''एक कुटुंब म्हणून एकत्र

जाण्यातच आपलं भलं आहे आणि आता वेळ वाया घालवण्यात काही अर्थ नाही.'' तिनं पुन्हा एकदा मलिकाला समजावण्याचा असफल प्रयत्न केला.

आपण नवऱ्याशी यासंदर्भात नक्की चर्चा करू असं पुन्हा एकवार आश्वासन तिनं आत्याला दिलं. पण गेल्या काही महिन्यांतील तिच्या खालावलेल्या मानसिक स्थितीमुळे आणि तिच्यावरील तणावामुळे तिच्या आवाजात ती आश्वासकता नव्हती. शहरात एकाकी पडलेल्या आणि आपल्या तरुण मुलींच्या काळजीनं ग्रासलेल्या मध्यमवयीन आत्याची मुलींना कणव आली. पण तिची मदतीसाठीची अपेक्षा पूर्ण करणं अशक्य होतं.

कुणाकडेच बोलण्यासारखं काही उरलं नव्हतं. अंधार पडण्याची चिन्हं दिसू लागली तशी हुमा उठली आणि मुलींना पुन्हा एकदा तिनं जवळ घेतलं, त्यांचे पापे घेतले. पण आता त्यात आनंदाऐवजी थोडं दु:ख मिसळलेलं होतं. मलिकानं हुमाला कडकडून मिठी मारली. तिला खरंच खूप वाईट वाटतं होतं.

''तुम्हा सगळ्यांची आठवण येणार आम्हाला!'' हुमा दाराकडे जात म्हणाली. ''....आणि अल्ला तुमच्या सुरक्षिततेची काळजी घेईल, याची खात्री आहे मला.''

हा सगळा घटनाक्रम आठवत कमिला त्या रात्री बराच वेळ आपल्या बिछान्यात अस्वस्थ पडून होती. ''आता काही काळ आम्ही बहिणी सर्वार्थानं एकट्या राहाणार!'' कमिला जणू स्वत:शी बोलत होती. ''ही चांगली संधी आहे आणि या संधीचा जास्तीत जास्त उपयोग करून घ्यायला हवा. आत्तापर्यंत जे काही करता आलं, ते खूप छान आहे. हेच पुढे नेणं आवश्यक आहे.'' ती आडाखे बांधू लागली होती. आपली भावंडं आणि सुरू केलेलं काम यावर संपूर्ण लक्ष केंद्रित करण्याचा निश्चय तिनं केला. ज्या परिस्थितीत काही बदल घडूच शकत नाही, त्याच्याशी लढण्यात वेळ घालवण्यापेक्षा काम वाढवणं, तिला जास्त सयुक्तिक वाटत होतं. आई-वडिलांपासून वेगळं राहाणं, शिक्षण थांबणं किंवा तिच्या चुलत भावडांचं स्थलांतरित होणं, या सगळ्या नशिबाच्या गोष्टी होत्या. त्याबाबत काही करणं कमिलाला शक्य नव्हतं, हे तिनं जाणलं होतं.

कपड्यांवर सुंदर पण किचकट कशिदाकारी करण्यात मुलींचे दिवस कसे गेले ते कळलंच नाही. सकाळी नमाज आणि न्याहारी करून सुरू झालेल्या दिवसाचा शेवट मात्र पार १४ तासांच्या कामानंतर थकून-भागून बिछान्यात होत असे. पण तरीही दुसऱ्या दिवशीच्या शिवणकामाचं नियोजन करूनच या मुली झोपेच्या स्वाधीन होत असत. दरम्यान रहिमच्या मदतीनं कमिलानं व्यावसायिक यश मिळवण्याची पूर्ण तयारी केली होती. नियमित काम मिळवण्यात, तर ती आधीच यशस्वी झाली होती. भावडांमध्ये रहिम कमिलाच्या फार विश्वासातली व्यक्ती बनला होता. अगदी एखाद्या अंगरक्षकाप्रमाणे तो तिच्या सोबत होता. त्याचबरोबर तिच्या त्या छोट्याशा उद्योगातला अत्यंत विश्वासू भागीदारही होता. वयानं लहान असूनही तो बहिणींच्या

पाठीशी भक्कम उभा राहिला होता. सांगितलेलं प्रत्येक काम तो अगदी मनापासून करायचा. शिलाईसाठी आवश्यक प्रत्येक गोष्ट बाजारातून मागवण्यासाठी त्या साऱ्या जणींना रहिम शिवाय पर्याय नव्हता. पण त्यांनी कितीही वेळा बाजारात धाडलं, तरी त्यानं कधीही नकार दिला नाही. घरातील काही आवश्यक गोष्टी आणण्यासाठीही तो कायम तयार असायचा. त्याचा हा असा प्रेमळ स्वभाव आणि उत्साही वृत्ती मुलींसाठी जणू उर्जेचा स्रोत होते. तो नसता तर आपण काय केलं असतं, असं कमिलाला कायम वाटायचं.

काम मिळायला लागलं तसं कमिला आणि रहिमच्या बाजारातील फेऱ्याही वाढल्या होत्या. तिच्या या बेदरकार वृत्तीची इतर बहिणींना जरा भीती वाटायची. वारंवार बाजारात जाऊन जीव धोक्यात घालण्यापेक्षा सहज हाती आलेल्या कामावर समाधान मानलं तर काय हरकत आहे, हा त्यांचा सावध पवित्रा तिला मान्य नव्हता. आणखी ग्राहक, अधिक काम आणि सुरू केलेल्या कामाचा विस्तार करण्यावर तिचा भर होता. अलीच्या सूचनेनुसार तिनं त्याच्या चुलत भावाला म्हणजेच मेहमूदलाही शिवलेले कपडे पुरवायला सुरुवात केली होती. त्यामुळे आता तिला काम देणाऱ्यांची संख्या वाढली होती. मेहराब, अली आणि मेहमूद. या तिघांच्या परिचयाचे आणि विश्वासातील आणखी काही दुकानदार जर शोधता आले, तर काय हरकत आहे म्हणून कमिलानं तेही प्रयत्न सुरू करायचा निर्णय घेतला होता. अर्थात ती यासंदर्भात आपल्या बहिणींशीही बोलली होती. कारण जास्त काम मिळवतानाच ते वेळेत पूर्ण करण्याचं कसब विकसित करणंही, तिला आवश्यक वाटत होतं. एकदा ही गोष्ट जमली तर सारं काही आणखी जोमात करता येईल, हा आशावाद कायम तिच्या मनात होता.

**

एक दिवस सकाळी न्याहारी सुरू असताना अचानक फाटकाचा आवाज झाला. अलीनं दिलेल्या एका पोशाखावर कशिदाकारी करण्यासाठी ती पहाटे साडेसहापासून जागी होती. त्या सगळ्यांनी प्रथम एकमेकांकडे पाहिलं आणि कुणाच्या येण्याची अपेक्षा कुणाला होती का, याबाबत नजरेनंच चौकशी केली व नंतरच रहिमला दाराकडे जाण्यास सांगितलं. तो परत येईपर्यंत दिवाणखान्यात या मुलींच्या जीवात जीव नव्हता. तो परत आला तेव्हा त्याच्याबरोबर एक उंच आणि तपकिरी केस असलेली स्त्री दिवाणखान्यात आली. अतीव दुःखी, मात्र अत्यंत निर्मळ आणि पवित्र असा चेहरा कमिला पहिल्यांदाच पाहात होती. कमिलानं अंदाज घेतला. ती स्त्री तिशीच्या आसपास होती.

"कमिला जान!" रहिमनं तिला आत घेऊन येताना कमिलाला म्हणाला, "या बाईंना तुला भेटायचं आहे."

कमिला पुढे सरसावली आणि त्या स्त्रीचं तिनं अफगाणी परंपरेनुसार मिठी मारून आणि गालाचं चुंबन घेऊन स्वागत केलं.

"आदाब, माझं नाव कमिला आहे." त्या बाईंना थोडं मोकळं करण्याच्या उद्देशानं ती बोलू लागली, "तुम्ही कशा आहात? मी तुमची काय मदत करू शकते?"

निस्तेज आणि फार दमलेल्या अवस्थेत त्या बाई कमिलासमोर फक्त उभ्या होत्या. डोळ्यांभोवतीची काळी वर्तुळ तर अगदी स्पष्ट दिसत होती.

"मी सारा!" सरतेशेवटी तिच्या तोंडून शब्द फुटला, "तुमच्याकडे काही काम मिळतं का म्हणून विचारायला आले आहे मी." मोठ्या कष्टानं तिनं वाक्य पूर्ण केलं. स्वत:च्या पायांवर नजर खिळवून सारानं आपल्या येण्याचा उद्देश कमिलाला सांगितला. "माझ्या चुलत बहिणीच्या शेजारणीनं तुमच्या शिवणकामासंदर्भात माहिती दिली. तुम्ही फार मायाळू आहात, असंही ती म्हणाली. तुमचं काम छान सुरू आहे, त्यामुळे माझी कदाचित तुम्हाला काही मदत होईल, असं तिचं म्हणणं होतं. म्हणून मी आले इकडे!" सारा प्रयत्नपूर्वक बोलत होती.

तेवढ्यात लैला दिवाणखान्यात आली आणि तिनं साराच्या हाती गरम-गरम चहाचा कप दिला. एका चंदेरी कटोऱ्यात थोडा सुकामेवाही तिनं आणला होता.

"आधी तुम्ही इथे बसा निवांत!" कमिलानं जाजमाकडे बोट दाखवत साराला बसण्याचा इशारा केला.

लोडाचा आधार घेत सारा खाली बसली. हातातल्या चहाच्या कपावर तिची पकड घट्ट झाली होती. कदाचित हिंमत गोळा करण्यासाठी ती आतल्या आत धडपडत होती. चहाचा घोट घेत तिनं स्वत:ची कहाणी सांगायला सुरुवात केली.

"दोन वर्षांपूर्वी माझ्या नवऱ्याचा मृत्यू झाला." जाजमाच्या एका कोपऱ्यावर नजर खिळवून तिनं बोलायला सुरुवात केली. "लासे अरियाना उच्च माध्यमिक शाळेचे ते संचालक होते. बरं वाटत नाही म्हणून एक दिवस अचानक शाळेतून ते घरी आले. काय होतं आहे नेमकं हे जाणून घ्यायला म्हणून त्यांना घेऊन त्याच दिवशी दुपारी आम्ही डॉक्टरकडे गेलो. पण दुसऱ्याच दिवशी त्यांची प्राणज्योत मालवली." हे सारं सांगताना साराला किती त्रास होत होता, याची मुलींना कल्पना आली.

कमिलानं अत्यंत धीरानं तिच्याकडे पाहिलं आणि तिला बोलत ठेवण्याचा प्रयत्न केला.

"तेव्हापासून मी आणि माझी तीन मुलं खैरखानाला माझ्या दिराकडे राहायला आहोत. माझी मुलगी पाच वर्षांची आहे. पण ती अपंग आहे. दोन मुलं आहेत मला. एक सात वर्षांचा आणि दुसरा नऊचा आहे. सासरचे लोक फार मायाळू आहेत. पण घरात खाणारी तोंडं १५ आहेत. आता दिरालाही सगळं सांभाळून घेताना नाकी नऊ आले आहेत. त्यांनाही त्यांच्या संसाराच्या विवंचना आहेतच ना."

तिचा एक दीर आर्मीमध्ये विमान अभियांत्रिकी विभागात नोकरीला होता. पण मसूद आणि सैन्य उत्तरेकडे पळून गेल्यानंतर त्याला त्याची नोकरी गमवावी लागली. दुसरा शहरातील एका विभागात अधिकारी होता. पण सरकारी विभागातील लोकांना आता कामावरून कमी करण्यात आलं होतं. त्यात याचीही नोकरी गेली. तिसरा दीर संगणक शास्त्रज्ञ आहे. मात्र त्याच्या योग्यतेचं काम काबूलमध्ये कुठेही नाही म्हणून तो आता पाकिस्तानात जाण्याचा विचार करतो आहे, हे साराकडून कमिलाला कळलं.

"माझ्या मुलांना आधार देण्यासाठी आता मलाच काहीतरी केलं पाहिजे." कमिलाकडे आशाळभूत नजरेनं पाहात सारा बोलली. "पण काय करावं, कुठे जावं, मला काहीच कळत नाही. सासरच्या लोकांनाही आता फार दिवस आमचं पालन-पोषण करणं शक्य नाही. त्यांच्यावर आणखी भार टाकण्याचीही माझी इच्छा नाही. आता मलाच काहीतरी पोटापाण्यासाठी करणं आवश्यक आहे".

तिनं पुन्हा एक चहाचा मोठा घोट घेतला. कमिला ऐकते आहे याची खात्री करून घेतल्यावर तिनं पुन्हा बोलायला सुरुवात केली. "मी काही फार शिकलेली बाई नाही आणि यापूर्वी मी कधीही कुठल्याही प्रकारची नोकरीही केलेली नाही. पण मला शिवणकाम येतं. मी तुम्ही द्याल ते काम अत्यंत प्रामाणिकपणे आणि उत्तम प्रकारे करणार एवढं मात्र नक्की. मी वचन देते."

कमिला तिचं बोलणं ऐकून हळवी झाली. तिचा ऊर भरून आला आणि तिच्या तोंडातून शब्दही फुटत नव्हता. गेल्या काही दिवसांत काबूलमध्ये अशा हृदयद्रावक कथांचा जन्म प्रत्येक घरात झाला होता. घरोघरी असंच काहीतरी ऐकायला, अनुभवायला मिळत होतं. हे सारं पाहून, ऐकून कमिला खचून जाण्याऐवजी आणखी जबाबदार होत चालली होती. गेल्या काही दिवसांत तिला स्वत:च्या सामाजिक जबाबदारीची जाणीव तीव्रतेनं होऊ लागली. या अशा असाहाय्य आणि अगतिकतेला दूर सारण्यासाठी आपण काहीतरी पावलं उचलावीत, ही उर्मी वारंवार तिच्या मनात दाटून येत होती. समाजासाठी जे काही शक्य आहे ते केलंच पाहिजे, अशी तिच्या धर्माची शिकवण होती आणि तिच्या वडिलांनीही सतत तिच्या मनावर हेच बिंबवलं होतं. ही शिकवणंच तिचे प्रेरणास्रोत होती. सुरू केलेल्या कामात थोडं यश तिनं मिळवलंही होतं. वर्तमानात हे एवढं करणंच तिच्यासारख्या तरुणीला शक्य होतं. तेच पुढे नेलं तर आपल्याला समाजाला मदत करणं सहज शक्य आहे, हे समजायला तिला वेळ लागला नाही.

"चला तर मग, कामाला लागू या!" स्वत:ला क्षणात सावरत कमिला उठली. आपण योग्य तोच विचार करतो आहोत, हा आत्मविश्वास तिला आणखी आधार देऊन गेला. "सध्या आम्हाला आमच्या कामावर देखरेख ठेवणाऱ्याची गरज आहे.

मुली काम करतात ते काम नीट होत आहे की नाही, हे पाहाण्यासाठी कुणीतरी हवं आहे. शिवाय मिळालेलं काम वेळेत पूर्ण कसं होईल, हे पाहाणं आणि ते पोहोचतं करणं यासाठी मलाही मदत हवी आहे.'' कमिलाचं वाक्य संपलं आणि सिद्दीकींच्या दारात पाऊल ठेवल्यानंतर पहिल्यांदा साराच्या चेहऱ्यावर स्मित फुललं. सारा ही कमिलानं अधिकृतपणे नियुक्त केलेली पहिली व्यक्ती ठरली.

दुसऱ्या दिवशी सारा बरोबर साडेआठ वाजता कामावर हजर होती. तिन्ही मुलांना ती आपल्या जावेकडे सोपवून आली होती. मुलं जरा मोठी होती आणि रहिमप्रमाणेच ती दोघंही खैरखानातील शाळेत जायची. त्यात त्यांचा अर्धा दिवस जायचा. त्यांच्या अभ्यासक्रमात आता अरेबिक भाषेचाही अंतर्भाव करण्यात आला होता. अर्थात तो तालिबानचा निर्णय होता. त्यामुळे मुलांना ती भाषा शिकवण्याचं काम साराच्या सासऱ्यांनी स्वत:कडे घेतलं होतं.

कमिलानं कामाची विभागणी केली. सारा आणि तिच्या कामाची ही विभागणी दोघींमध्ये इतकी सहजतेनं सांभाळली गेली की, जरी थोडा घाईनं घेतला गेलेला असला तरी साराला हाताशी घेण्याचा तिचा निर्णय अगदी योग्य होता, हे तिला लगेच जाणवलं. सारा एक उत्तम शिवणकाम करणारी व्यक्ती होती. तिनं लगेच मुलींना त्यांच्या कामात सुधारणा आणण्यासाठी मदत करायला सुरुवात केली. जरा किचकट डिझाइन असतील, तर तिची हमखास मदत होत होती. त्यामुळे सहजच मलिकालाही वेळ मिळू लागला. कारण आता त्यांच्या अडचणी सोडवायला सारा होती. सारा एक चांगली व्यवस्थापकही होती. मुळात तिच्यात हे सारं काही उपजतच होतं. मुलींना कामासाठी थोडं प्रोत्साहित करण्याची कधी गरज आहे आणि कधी त्यांना थोड्या कानपिचक्या देण्याची आवश्यकता आहे, हे तिला बरोबर कळायचं. कामात कुचराई करणं किंवा दुय्यम दर्जाचं काम करणं तिला अजिबात पसंत नव्हतं. त्यामुळे मुलींच्याही कामात तिला काही चुका आढळून आल्या, तर ती लगेच त्यांना ते पुन्हा करायला लावायची. अनेकदा पूर्ण शिलाई उसवून ती स्वत:च ते काम दुरुस्त करायला घेत असे.

साराच्या या कार्यक्षमतेचा कमिलालाही खूप फायदा झाला होता. देखरेखीच्या कामातून आता ती पूर्ण मोकळी झाली होती. त्यामुळेच आणखी ग्राहक व त्यायोगे काम मिळवण्यासाठी तिला स्वत:ला झोकून देणं शक्य झालं होतं. बाजारात वारंवार जाण्याचा धोका पत्करायला तर ती तयार होतीच. दिवसागणीक कमिलाचा तिच्या कामाबद्दल आत्मविश्वास वाढताना जाणवत होता. तिच्या बहिणींच्या कामातील कुशलतेबद्दल तिला आत्मविश्वास वाटू लागला होता. तिची हिंमत आता वाढली होती. रहिमला घेऊन लासे मरियमच्या बाजारात ती आता आत्मविश्वासानं वावरू लागली होती. तिथल्या गल्लीबोळांपासून ते वातावरणातील गंधांचा वास तिच्या

रंध्रांत भिनला होता. काम देणाऱ्यांचा विश्वास तर तिनं कधीच कमावला होता. इकडे मुलीही कामात सराईत झाल्या होत्या आणि अधिक चांगलं आणि व्यावसायिक दृष्ट्या वाखाणलं जाईल, असं काम त्यांच्या हातून घडत होतं. सगळ्या कामाची घडी आता नीट बसली होती. साराच्या आगमनानंतर अगदी दोनच आठवड्यात अलीनं शिशिर ऋतुत दुकानात ठेवण्यासाठी म्हणून कमिलाला २० तलम व हलक्या कपड्यांची ऑर्डर दिली. कमिलानं ती आनंदानं स्वीकारली.

कामाचा ओघ वाढला तशी काम मागायला येणाऱ्यांची संख्याही वाढू लागली. शिवाय अशा शिवणकाम करणाऱ्या महिलांची कमिलालाही गरज होती. पण तसं करताना फक्त विश्वासू आणि कामाप्रती प्रामाणिक असणाऱ्यांनाच आपल्या गटात सामील करून घेण्यासाठी म्हणून कमिला आणि रझियानं मुलाखतींची एक वेगळी पद्धत अवलंबली होती. काम करण्याची इच्छा असलेल्या महिला आणि मुलींना त्या कापड देऊन नमुनादाखल एक ड्रेस शिवायला देत असत. हा नमुना तपासण्याची आणि ठरावीक निकष पूर्ण केले आहेत का नाही, याची जबाबदारी सारावर होती. तिनं होकार दिला तरच त्या महिलेला नवीन काम देण्याचा शिरस्ता होता. आणखी एक युक्ती त्यांनी केली होती. दिलेलं काम घरी नेऊन किंवा कमिलाच्या घरी येऊन करण्याची मुभाही या शिवणकाम करणाऱ्यांना देण्यात आली. मात्र एका आठवड्याच्या आत ते काम संपवून परत करण्याच्या बोलीवरच हे सगळे व्यवहार चालत होते.

लवकरच कमिलाला मिळणाऱ्या कामाच्या तुलनेत काम मागायला येणाऱ्यांची संख्या जास्त झाली होती. कुटुंबाला मदत करण्यासाठी धडपडणाऱ्या तरुणी रोज कमिलाच्या घरी येत असत. काम मिळवण्याची त्यांची तळमळ कीव आणणारी होती. तालिबानींच्या येण्यानं ज्यांना शिक्षण अर्धवट सोडावं लागलं होतं, अशा तरुणींची संख्या जास्त होती. पण काही सारासारख्या वयानं मोठ्याही होत्या.

एवढ्या सगळ्यांना काम पुरवणं शक्य आहे की नाही, याबाबत कमिला संभ्रमात होती खरी. पण त्यांना काम पुरवायचंच, हा निर्धार तिनं मनाशी केला होता. काबूलच्या अर्थव्यवस्थेचं वाटोळं तर झालंच होतं. पण महिलांच्या हातात अजिबात काम उरलं नव्हतं. अशात त्यांनी करायचं काय? त्या जाणार तरी कुठे? त्यांना काहीही करून आधार देणं कमिलाच्या दृष्टीनं आवश्यक होतं.

एक दिवस सकाळी ती रहिमला घेऊन लासे मरियमला गेली. अली आणि मेहमूदला भेटून तिनं त्यांच्या आणखी एका भावाची आणि त्यानं नुकत्याच सुरू केलेल्या कापड दुकानाची चौकशी केली. त्यानंही आपल्याकडेचकपडे शिवण्यासाठी द्यावेत आणि तो ही आपल्या नियमित ग्राहकांपैकी एक असावा यासाठी कमिला धडपडत होती.

त्या दिवशी रात्री झोपण्यापूर्वी मलिकाला भेटण्यासाठी म्हणून कमिला तिच्या

खोलीत गेली आणि अचानक एक कल्पना तिला सूचली. शिवणकाम तर सगळ्यांना येतंच होतं. पण त्या सगळ्या बहिणी आणि त्यातल्या त्यात मलिका आणि कमिला तर उत्तम शिक्षिकाही होत्या. या काम मागायला येणाऱ्या मुलींना मदत करताना आपल्या या दोन्ही गुणांचा उपयोग करता आला तर? याच मुली शिकून आपल्याला आणखी काम मिळवून देण्यात आणि काम करण्यातही मदत करू शकतील, कमिलाचं विचारचक्र जोरात सुरू झालं होतं.

खोलीकडे जाणाऱ्या मार्गातच ती थबकली. या मुलींसाठी शिवणकाम आणि भरतकामाची शाळा सुरू केली, तर त्यांनाही नवीन काहीतरी शिकून निदान काही कमाई करता येणे शक्य आहे. त्या हे काम शिकून आम्हाला किंवा इतर कुणाला तरी मदत करू शकतील. शिवाय घरातच काम करणाऱ्यांचा एक मोठा गट तयार होऊन आणखी ऑर्डर मिळवून वेळेत पूर्ण करणं सहज शक्य होईल, या कमिलाच्या विचारात तथ्य होतं.

या स्वप्नरंजनातच ती मलिकाच्या खोलीबाहेर येऊन दाराशीच थबकली. असं सगळं झालं तर काम मागायला येणाऱ्या मुलींना निराश होऊन परत जावं लागणार नाही, हे सगळ्यात महत्त्वाचं आहे असं तिला वाटत होतं. ज्यांना काहीही येत नाही त्याही इथे शिकून तयार होतील आणि लगेच पगारावर कामाला लागतील, असं काहीसं तिनं डोक्यात घेतलं होतं. जर अशी शिवणकामाची शाळाच सुरू झाली, तर दारातून कुणालाही परत पाठवावं लागणार नाही, हे तिचं तिलाच पटलं.

तिच्या डोक्यात या योजनेचा जन्म झाला होता.

त्या उत्साहाच्या आणि आनंदाच्या आवेगात तिनं मलिकाच्या खोलीचं दार उघडलं. या योजनेत येणाऱ्या कुठल्याही संभावित अडचणींचा तिला आत्ता या क्षणी विचारही करायचा नव्हता. डोक्यात जे काही होतं, त्यानं ती भारावली होती आणि कधी एकदा ते आपल्या मोठ्या बहिणीला सांगते, असं तिला झालं होतं. मलिकाच्या मदतीशिवाय तिला काहीही करणं शक्य नव्हतं. कारण या कामासाठी ज्या प्रकारच्या कौशल्याची आणि वृत्तीची गरज होती, ती पूर्ण करणारी मलिका हीच एकमेव व्यक्ती त्या घरात होती. मलिका खोलीत नवऱ्याचे आणि मुलांचे कपडे आवरत बसली होती. खोलीत कंदिलाचा मिणमिणता प्रकाश पसरला होता. तिच्या शेजारी आपलं बस्तान मांडत कमिलानं त्या अपुऱ्या प्रकाशातच मलिकाच्या डोळ्याला डोळा भिडवत बोलायला सुरुवात केली.

"मलिका!" कमिलानं तोंड उघडलं, "मला तुझी मदत हवी आहे...."

शिकवणीचा श्रीगणेशा!

"रहिम, चल पटकन!" कमिलानं हाक मारली. दिवाणखान्यातील घड्याळावर तिची नजर गेली. नऊ वाजले होते. याचाच अर्थ तिला आता बाहेर पडणं आवश्यक होतं. आज लासे मरियमला जाऊन तिला कपडे पोहोचवायचे होते. पण मुख्य म्हणजे तिला रहिमशी काहीतरी खाजगी बोलायचं होतं.

हातातला अर्धवट खाल्लेला नान आणि चहाचा कप रहिमनं तसाच खाली ठेवला आणि खुंटीवरचा कोट अंगावर घेतला. कमिलाच्या मागेच तो निघाला, पण ती तोपर्यंत अंगणात पोहोचलीसुद्धा होती.

काल रात्री मलिकाशी तिचं बोलणं झाल्यानंतर ती बराच वेळ जागी होती. शाळा सुरू करण्यासंदर्भात तिची योजना तिनं मलिकाला सविस्तर सांगितली होती. शिवणकामाची शाळा जर सुरू केली तर हुशार, कुशल आणि मेहनत घेऊन शिवणकाम करणाऱ्या मुली मोठ्या संख्येने तयार होतील. अशा मुलींची त्यांच्या या छोट्या व्यवसायाला मदत होईल. कमिला आणि मुली मिळून ही योजना एकदा कार्यान्वित झाली, तर त्यांना नवीन काम मिळवून ते पूर्ण करणं शक्य होणार होतं. ...जर कामाचा आवाका वाढला, तर कामाच्या शोधात येणाऱ्या मुलींना आर्थिक आधार मिळवून देणं कमिलाला सहज शक्य होणार होतं. म्हणून जास्त काम मिळवणं आवश्यक झालं होतं. घराघरांमध्ये त्यांच्यासाठी काम करणाऱ्या मुलींना आणि जर शिवणकाम शाळा सुरू झाली, तर प्रशिक्षण घ्यायला येणाऱ्या मुलींना काम देण्यासाठी तिला अधिक काम मिळवायचं होतं.

आज सकाळी रहिमला बाहेर आणण्याचा तिचा उद्देश स्पष्ट होता. या

शिवणकाम प्रशिक्षण शाळेसंदर्भात तिला रहिमचं मत जाणून घ्यायचं होतं. तिच्याहून लहान असला तरीही त्याचा विचार घेणं कमिलासाठी खूप गरजेचं होतं. कारण तिच्यासोबत बाजारात काम मिळवण्यासाठी भटकताना त्यानंही अनुभव कमावला होता आणि आपल्या या 'रोया' नावाच्या बहिणीला घेऊन तो फक्त बाजारात फिरलाच नाहीतर त्यानं स्वबळावर अनेक दुकानदारांचा विश्वासही कमावला होता. त्यांच्याकडूनही तो आपल्या बहिणीला आणि पर्यायानं त्यांच्या घरी सुरू झालेल्या या व्यवसायासाठी काहीतरी अधिक काम मिळवून देण्यासाठी धडपडत होता. जर कमिलाला हातातील कामामुळे किंवा इतर काही कारणास्तव बाजारात जाणं शक्य नसेल, तर रहिम तयार झालेले कपडे पोहोचते करायला जायचा. परत येताना काम घेऊन येण्याचंही तो कमिलाकडून शिकला होता.

पण आर्थिक व्यवहार आणि वाटाघाटी करण्याची जबाबदारी मात्र त्यानं कमिलावरच सोपवली होती. त्यात तो कधीही लक्ष घालत नसे. एके दिवशी तर ही दोघं भावंडं भाड्याची टॅक्सी करून पार काबूलच्या ऐतिहासिक महत्त्व लाभलेल्या मांडवी बाजारातही गेली होती. कारण शिवणकामासाठी आवश्यक त्या सगळ्या गोष्टी या बाजारात फारच वाजवी किमतीत मिळतात, असं अलीनं त्यांना सांगितलं होतं. मोठ्या आत्मविश्वासानं कमिला त्या बाजारातील गल्लीबोळात आणि छोट्या दुकानांमध्ये मनासारखं कापड शोधण्यासाठी फिरली. किमती ऐकल्यावर रहिमला लगेच लक्षात आलं की, लासे मरियमपेक्षा इथल्या किमती कितीतरी पटीनं कमी होत्या. "रहिम, मला वाटतं की इथे जर खरेदी केली, तर आपल्या खर्चात १० ते १५ टक्क्यानं कपात होईल हे नक्की!" कमिला रहिमकडे आश्चर्यानं पाहात उद्‌गारली. त्यांच्या या नवीन शोधावर ती जाम खूश होती. किमतीसाठी ज्या पद्धतीनं कमिलाच्या दुकानदारांशी वाटाघाटी चालल्या होत्या त्याचा साक्षीदार असलेल्या रहिमलाही ते मान्य होतं. "रोया जान!" अतिशय खट्याळ आवाजात तो बोलला. "तू ज्या प्रकारे घासाघीस करते आहेस ना, त्यावरून तो आकडा लवकरच २० होईल हे मला आत्ताच वाटू लागलं आहे."

या मुलींसोबत सतत काम करून रहिमला कामाचे बरेच बारकावे कळले होते. कपड्यांच्या ऑर्डर्सचं चक्र कसं चालतं, कुठले कपडे कधी पोहोचवायचे आणि कुठून काम आणायचं, कधी आणायचं, एखादी ऑर्डर पूर्ण करायला किती वेळ द्यावा लागणार, दिवस पुरतील की रात्री जागून ते करावं लागणार यांसारख्या सगळ्या गोष्टी त्यानं आत्मसात करून घेतल्या होत्या. इतकंच नाहीतर काही दिवसांपूर्वी त्यानं सामानला शिवणकामाचे आणि भरतकामाचे प्राथमिक धडे त्यालाही देण्यासाठी गळ घातली होती. ते शिकून बहिणींना थोडी फार मदत आपणही करू शकू असं त्याला प्रामाणिकपणे वाटत होतं. संध्याकाळपर्यंत दिवाणखान्यात अत्यंत

दाटीवाटीनं बसलेल्या आणि कामात गढून गेलेल्या मुलींच्या गराड्यात तो एकटा पुरुष असायचा. पण कमिलाच्या या व्यवसायात बहिणींना वाट्टेल ती मदत करण्याची त्यानं मानसिक तयारी केली होती आणि अत्यंत काळजीपूर्वकपणे तो स्वत:च्या वाट्याला आलेली जबाबदारी पेलण्याचा प्रयत्न करत होता.

"रहिम, मला एक कल्पना सूचली आहे. त्यासंदर्भात मला तुझ्याशी चर्चा करायची आहे."

"नवीन कल्पना?" रहिम उत्तरला, "हं... पण मला आता असं काही ऐकून आश्चर्य वाटत नाही हं कमिला जान?"

"अरे, मी खरंच सांगते आहे." धोका पत्करून तिनं थोडं मोठ्यानं हसून रहिमला सांगितलं. "मला आपल्या घरी शाळा सुरू करायची आहे. शिवणकाम प्रशिक्षणाची शाळा. म्हणजे मग आपण आणखी काम करू शकू, काम वाढवू शकू आणि आपल्या परिसरातील काम शोधणाऱ्या अनेक स्त्रियांनाही मदत करणं आपल्याला शक्य होईल." ती भराभर बोलत होती.

तिच्या पावलांनाही तिच्या कल्पनांप्रमाणे वेग आला होता. "मी चौफेर विचार केला आणि आपल्याला हे असं सगळं जुळवून आणायला हवं. माझ्या डोक्यात योजना तयार आहे. आपण वेळेचे आणि मुलींचे दोन गट तयार करू या. एक गट सकाळी येईल आणि दुसऱ्या गटाला आपल्याला दुपारी बोलावता येईल. नमाज आणि दुपारच्या जेवणासाठीची सुटी त्यांना देता येईल. पहिल्या प्रशिक्षण सत्रासाठी लैला आणि सामानची मदत होईल. मुलींना त्या शिलाई, भरतकाम आणि कशिदाकारी शिकवतील. मी त्यांना मदत करेनच. पण त्या वर्गाची जबाबदारी मात्र मी त्यांच्यावर सोपवणार आहे. कारण मला नवीन काम देणाऱ्यांचा शोध घ्यावा लागेल. सारा देखरेख ठेवायला आहेच. मी काल रात्री हे सगळं मलिकालाही सांगितलं आणि तिच्याव्यतिरिक्त फक्त तुलाच या योजनेची माहिती आहे. मलिकाला ही कल्पना फारच आवडली." रहिमशी बोलत-बोलता ती भराभर पावलं उचलत होती.

मग क्षणभर थांबून तिनं रहिमकडे प्रश्नार्थक नजरेनं पाहिलं.

"मग? तुला काय वाटतं याबाबत?"

ती सगळं सांगत असताना तिला रहिमची प्रतिक्रिया नीट पाहाता आली नव्हती. खरं म्हणजे तिला ती कळलीच नव्हती, कारण सार्वजनिक ठिकाणी रहिमचे हावभाव एकदम बदलत असत. एक कर्ता पुरुष आणि बहिणीचा पाठीराखा म्हणून बाजारात वावरताना तो अतिशय गंभीर आणि कमालीचा करारी बनत असे. हे परिवर्तन घडवून आणण्याची त्यानं अगदी पहिल्या दिवसापासून सुरुवात केली होती. अशा वेळी तो त्याच्या वयाच्या कितीतरी पटीनं मोठा असल्यासारखा वागत असे.

कमिलाच्या प्रश्नावर त्यानं होकारार्थी मान हलवली.

“मलाही ही कल्पना फार आवडली. मी दिवसातील बराच वेळ शाळेत असतो. त्यामुळे मला काही फरक पडणार नाही. खरं तर सध्या तुम्हा सगळ्यांची फारच ओढाताण होते आहे. तुम्ही सतत कामात असता. १२-१४ तास आणि कधी-कधी तर रात्रभरसुद्धा तुम्हाला जागावं लागतं. काम जास्त असेल तरी ते वेळेत देणंही गरजेचं असतं. ही सगळी अशी तारेवरची कसरत करणं तुम्हाला किती दिवस शक्य होणार, याची मला काळजी वाटतंच होती. त्यामुळे जादा मदत मिळवणं अत्यंत गरजेचं आहे.”

नंतर थोडावेळ दोघंही एकदम गप्प झाले. चालणं मात्र सुरूच होतं. त्याच्या मनात आणखी काहीतरी घोळत होतं आणि त्याला त्यासंदर्भात बोलायचंही होतं.

“पण यासंदर्भात मला काहीतरी वेगळं बोलायचं आहे. एक मुद्दा आहे आणि मला त्यामुळे थोडी काळजी वाटते आहे.” तो शेवटी बोललाच. “कमिला जान, कुणाच्याही नजरेस न पडता या मुलींची ये-जा कशी होणार? त्यांना रोज यावं लागणार ना? मग कसं शक्य आहे ते? अम्र बिल-मारूफचे सैनिक सतत पाळत ठेवून असतात हे माहीत आहे ना तुला? त्यांनी घालून दिलेल्या नियमांचा भंग करणाऱ्या लोकांच्या आणि विशेषत: महिलांच्या ते शोधात असतात.” आता तो पोटतिडकीनं बोलत होता.

कमिलाला अपेक्षित होतं तेच तो बोलला. कारण काल मलिकानंही हाच मुद्दा उपस्थित केला होता.

“बरोबर आहे तुझं. खरं तर मीही हाच विचार करत होते.” ती म्हणाली. सगळ्यात प्रथम हे नक्की की, ज्याप्रमाणे डॉ. मरियम स्वत:च्या घरी दवाखाना चालवतात त्याचप्रमाणे काबूलमधील अनेक स्त्रिया घरच्याघरी काम करतात हे सगळ्यांनाच ठाऊक आहे. तालिबानींनाही माहीत आहे, डॉ. मरियम काही आजारी महिलांच्या औषधोपचाराचं काम करतात. त्यातून आपल्या समाजातील लोकांनाच मदत मिळते आहे. त्यामुळे ते तिला त्रास द्यायला कधीच येत नाहीत. आपणही याच पद्धतीनं काम करू या. खैरखानातील काम करायला येणाऱ्यांना आपण विश्वासात घेऊ. तू जे कशिदाकारीचं काम रात्री करतोस त्याची कुणालाही खबर होणार नाही याची खात्री करून घेऊ. कुणाही परपुरुषाला या कामातच नाहीतर घरातही प्रवेश नाही, हे एकदा पटवून दिलं की, आपलं काम सोपं होईल. शिवाय घरी येणाऱ्या प्रत्येक मुलीला अंधार पडायच्या आधी आपापल्या घरी पिटाळण्याची खबरदारीही आपण घेणारंच आहोत. म्हणजे आपल्या घरी येणारी कुठलीही मुलगी बाहेर पडल्यावर इकडे-तिकडे भटकणार नाही किंवा नमाजाच्या वेळा चुकवणार नाही, याची मी ग्वाही देते. कामासंदर्भात जरा गुप्तता बाळगण्याची खबरदारीही आपण घेऊ. तसंही आपल्या मुली अगदी शांतपणे काम करतात. शिवाय आपण फाटक आणि दारं कायम बंद ठेवूनच हे काम करणार आहोत. मुलींना इकडे येताना चादरी

घालण्याची सक्ती मी करणारंच आहे. हे सगळे नियम पाळले गेले, तर काहीच अडचण येणार नाही. या परिसरातील फक्त कामासंदर्भात प्रामाणिक असलेल्या मुलींनाच आपल्या या योजनेत सहभागी करून घ्यायचं. मग काही अनुचित प्रकार घडण्याची शक्यता नाही.''

''खरं आहे ते!'' रहिमनं तिच्या युक्तिवादाला होकार दिला. ''माझ्या अनेक वर्गमित्रांच्या आया आणि बहिणी आपापल्या घरी ही अशीच काहीतरी कामं करतात हे मला ठाऊक आहे. त्यातल्या बहुतेक जणी घरी कुराण किंवा गणित किंवा दारी शिकवतात. हे काम म्हणजे व्यवसाय नाही. आपण करतो आहोत, तो ही व्यवसाय नाही. शिवणकाम प्रशिक्षण केंद्रही असंच सुरळीत चालेल, असं मला वाटतं. कारण तू मुलींना जे शिकवणार आहेस ते भरतकाम आणि कशिदाकारी हे आपल्या परंपरागत कलेचं अविभाज्य अंग आहे. हेच काम त्या स्वत:च्या घरीही करू शकतात.''

''मग, कधी सुरू करणार हे केंद्र?'' त्यानं कमिलाकडे पाहात प्रश्न केला.

''पुढल्या आठवड्यापासून!'' तिनं त्वरित उत्तर दिलं.

''अरे, व्वा!'' आपला अंदाज खरा ठरल्याचा आनंद लपवण्यास असमर्थ ठरलेला रहिम एकदम मोठ्यानं उद्‌गारला, ''तू कमिला आहेस. जेव्हा सगळं ठरलंच आहे तर मग उशीर कशाला!''

''तुला रोया जान म्हणायचं आहे का?'' चादरी बाजूला न करता कमिलानं रहिमला लटकेच दटावलं.

''हो, हो. मला तेच म्हणायचं आहे.'' तो स्वत:ला सावरत म्हणाला. ''तुला ही योजना राबवताना काय-काय मदत हवी ते मला सांग. आणि हो, तुझ्या कामातील काही काम माझ्यासाठी काढून ठेवत जा. आता माझाही हात चांगलाच साफ झाला आहे. शाळेतून परत आलं की, मला हे काम हातावेगळं करणं सहज शक्य असतं. तुला माहिती आहे का, माझ्या शाळेतील अनेक मुलं आता भरतकाम आणि शिवणकाम शिकत आहेत. पण मला खात्री आहे की, त्यांना सामान इतकी उत्तम आणि कुशल शिक्षिका मिळालेली नाही.'' तो अभिमानानं सांगत होता.

दोघांचीही पावलं लासे मरियमच्या दिशेनं वळली आणि अगदी त्यांच्याही नकळत त्यांचा संवाद एकदम थांबला. दोघंही गप्प झाले.

अलीच्या दुकानात प्रवेश करताच कमिलानं आपल्या हातातील शिवलेल्या कपड्यांची पिशवी काउन्टरवर रिकामी करायला सुरुवात केली. व्यवस्थित घड्या केलेले ते कपडे अली मोजू लागला. कपडे तपासताना अलीच्या चेहऱ्यावरचे समाधान पाहून ती मनातल्या मनात खूश झाली.

अलीनं ते कपडे उचलून कपाटात ठेवले आणि दाराकडे पाहून कसलासा अंदाज घेत तो कमिला आणि रहिमशी बोलायला वळला.

"माझ्या मोठ्या भावाबद्दल मला तुम्हाला काही सांगायचं आहे." अशी प्रस्तावना करत त्यानं आपल्या कुटुंबातील आणखी एक कहाणी सांगायला सुरुवात केली. मागल्या खेपेला मेहमूदच्या दुकानात कपडे द्यायला गेले असताना त्यांना याबाबत थोडी कुणकुण लागली होती. "माझा मोठा भाऊ हमीद गेली अनेक वर्षं जाबुल सराजला महिलांसाठी सौंदर्य प्रसाधनं आणि अत्तरं विकण्याचं काम करायचा. पण युद्धाची तीव्रता वाढू लागली, तशी लोकांनी अशा प्रकारची खरेदी करणं थांबवलं. त्यामुळे नाइलाजास्तव त्यानं आपल्या कुटुंबाचं पालनपोषण करण्यासाठी टॅक्सी चालवणं सुरू केलं. एक दिवस त्याच्या टॅक्सीत मसूदसोबत काम केलेल्या एका व्यक्तीला त्यानं सवारी दिली. बोलता-बोलता त्या व्यक्तीनं हमीदला तालिबानींच्या येत्या आक्रमणाचीही माहिती दिली. त्यानं हमीदला सावधतेचा इशाराही दिला. हमीद तडक घरी आला. यापूर्वीच त्यानं आपल्या बायका-पोरांना इतर नातेवाइकांच्या सोबतीनं खैरखानाला पाठवून देण्याचा अनेक वेळा प्रयत्न केला होता. पण ते शक्य झालं नव्हतं. त्यांना घेऊन जाणारी व्यक्ती अचानक बेपत्ता झाली आणि कुठल्याही सोबतीशिवाय एकटीनं प्रवास करण्याची हमीदच्या बायकोची मानसिक तयारी नव्हती. पण शेवटी आता ते सुरक्षितपणे काबूलला पोहोचले आहेत."

अलीनं पुन्हा एकदा खिडकीतून बाहेर नजर टाकली आणि कुणी हा संवाद ऐकत तर नाही ना, याची खात्री करून घेतली. "मेहमूदनं आणि मी हमीदला जवळच एक टेलरिंगचं दुकान उघडायला मदत केली आहे. आमच्याकडे येणारे अनेक ग्राहक तालिबानी पण आहेत. त्यातील काहींना त्याच्याकडे पाठवणं सोयीचं व्हावं म्हणून आम्ही ही व्यवस्था केली आहे. शिवाय तुझ्यासारख्या विश्वासातील शिवणकाम करणाऱ्या महिला असताना त्याच्या दुकानातही तयार कपडे पुरवणं सहज शक्य आहे."

बोलता-बोलता त्यानं कमिलाच्या हातात कपड्यांचा मेहनताना असलेलं पाकीट दिलं. "हमीद नुकताच पाकिस्तानहून परतला आहे. त्यानं दुकानात ठेवायला तिकडून कपडे आणले आहेत. मला तुझी त्याच्याशी गाठ घालून द्यायला आवडेल. कदाचित तो ही तुला काही कपड्यांची ऑर्डर देईल."

कमिलानं समाधानानं मान हालवली. काही क्षणांतच तिघंही दुकानातून बाहेर पडले आणि त्या अरुंद बोळातून वाट काढत भराभर चालत एका छोट्याशा दुकानाजवळ थांबले. फक्त एक आयताकृती खिडकी असलेल्या या दुकानाला तीन पायऱ्या होत्या आणि आत जायला एक निमुळतं दार होतं. हे त्रिकूट आत गेलं तेव्हा एक माणूस दुकानात ठेवलेल्या तयार कपड्यांचे काही बॉक्सेस व्यवस्थित रचून ठेवण्यात व्यग्र होता. काही ठिकाणी छताला कपड्यांचे नमुने टांगलेले होते. तो

अलीपेक्षा बराच उंच होता आणि त्याचं वयही जास्त होतं. काचेच्या काउन्टरखालच्या कप्प्यांमध्ये हृदयाच्या आकाराचे लाल रंगाचे काही डबे रचून ठेवले होते. त्यावर छोट्या कात्र्याही लावल्या होत्या. त्याच्या शेजारच्या कप्प्यांत काळ्या रंगाचे जोडे गुलाबी रंगांच्या खोक्यांवर रांगेत ठेवले होते.

मिठी मारून हमीदनं अलीचं दुकानात स्वागत केलं. मग कमिला आणि रहिमची ओळख करून देत त्यांच्या अशा अचानक दुकानात येण्याचं कारण स्पष्ट केलं. "हमीद, ही रोया आणि तिचा भाऊ रहिम. यांचे आई-वडील परवानचे आहेत आणि घराला मदत म्हणून या भगिनींनी खैरखानाला कपडे शिवण्याचा व्यवसाय सुरू केला आहे. मला आणि मेहमूदला कपडे पुरवणाऱ्या शिंप्यामध्ये या बहिणी सर्वांत कुशल कारागीर आहेत. महिलांसाठी अनेक चांगले कपडे आणि लग्नासाठी काही आवश्यक कपडे यांनी आम्हाला करून दिले आहेत. मला खात्री आहे की, तुझ्याकडे जर काही काम असेल आणि ते तू यांना दिलेस, तर त्या तुलाही अजिबात निराश करणार नाहीत." एवढं बोलून तो थांबला.

हमीद काम द्यायला उत्सुक होता. तसं पाकिस्तानला गेल्यावर तो काही खरेदी करू शकला होता. पण परतताना त्याला सगळ्या सीमा चौक्यांवर प्रश्नोत्तरांना सामोरं जावं लागलं होतं आणि जी मोहीम पार पाडावी लागली, ते लक्षात घेता पुन्हा तो अशी खरेदी करायला पाकिस्तानला जाण्याच्या मन:स्थितीत नव्हता. "इतक्यात तिकडे पुन्हा जाण्याची माझी तरी तयारी नाही." तो बोलू लागला. लगेच त्यानं कमिलाला आठ ड्रेसची ऑर्डर दिली. अलीच्या दुकानात ठेवलेले कशिदाकारी केलेले कपडे त्याच्याही डोळ्यांत भरले होते. तसेच हे कपडे असावेत, ही त्याची इच्छा होती.

"मला अजून या व्यवसायात थोडं स्थिर व्हावं लागणार आहे. तसंच माझ्याकडे येणाऱ्या ग्राहकांची आवड-निवड जरा जाणून घेतली की, मग कशा प्रकारचे कपडे तयार करायचे याचाही आपल्याला नव्यानं विचार करता येईल. त्याप्रमाणे मग डिझाइन्स ठरवणं आपल्याला सोपं जाईल." तो कमिलाला स्पष्टीकरण देत म्हणाला. "आता या क्षणी तर माझ्या हातात भरपूर काम आहे. जाबुल सराजवरूनही मला खूप सामान इकडे आणावं लागलं आहे. तेच दुकानात मांडून ठेवताना माझी दमछाक होते आहे." त्यानं फिकट रंगाच्या कापडाचं एक बंडल रहिमच्या हाती दिलं. "तुम्हा बहिणींना मदत म्हणून ही सुरुवात समजा!" तो म्हणाला.

अलीच्या दुकानातून अनपेक्षितपणे इथे आल्यामुळे कमिलाचा बराच वेळ गेला होता. त्यामुळे कधी एकदा दुकानातून बाहेर पडून खैरखानाच्या रस्त्याला लागते, असं तिला झालं होतं. पण तेवढ्यात हमीद अलीकडे वळला आणि त्याला काहीतरी सांगू लागला.

"अली, त्या दिवशी मी एक भयंकर प्रकार पाहिला..." तो सांगू लागला.

"पाकिस्तानातून मी जे कपडे आणले त्यातले काही विकण्यासाठी मी समोरच्या एका दुकानात गेलो होतो. कपडे देऊन दुकानदारानं मला पैसे देण्याची मी वाट पाहात होतो, तेव्हा एक थोडी वयस्कर महिला आपल्या मुलीला घेऊन दुकानात आली. वय थोडं जास्त असल्यामुळे तिला कदाचित चादरीच्या त्या छोट्या खिडकीतून कपडे नीट पाहाणं शक्य नव्हतं म्हणून तिनं फक्त काही क्षणांसाठी आपल्या चादरीचं तोंडावर असलेलं कापड थोडं बाजूला केलं. तेवढ्यात कुठूनसा अम्र बील-मारूफचा सैनिक एकदम धावत त्या महिलेच्या दिशेनं आला. भर रस्त्यात आणि बाजारात इतके लोक असताना चादरी बाजूला करण्याची तुझी हिंमतच कशी झाली, म्हणून त्यानं तिच्यावर एकदम हल्ला केला. तो ओरडत होता आणि नंतर त्यानं तिला मारायला सुरुवात केली. तिच्या तोंडावर त्यानं मारायला सुरुवात केली आणि तिला खाली पाडलं. मी हे सगळं पाहून सुन्नच झालो होतो. ती बाई खूप रडत होती. एखाद्या वयस्कर बाईला तुम्ही असं कसं मारू शकता, म्हणून ती त्याची निभर्त्सना करू लागली. खरं तर त्याच्या आई किंवा आजीच्या वयाची ती महिला होती. पण त्या सैनिकावर त्याचा काहीही परिणाम झाला नाही. तो तिला मारत राहिला. बेशरम आणि असभ्य स्त्री म्हणून तो तिचा अपमान करत होता. हा सगळा प्रकारच अंगावर काटा आणणारा होता. ते सारं काही विश्वास न बसण्याजोगं होतं."

हमीदचं ते बोलणं ऐकून सगळे सुन्न झाले होते. थोडं भानावर येत अलीनं कमिलाकडे पाहिलं. "रोया जान, मला वाटतं आता तू परत जावं. बराच वेळ झाला आपण बोलत बसलो आहोत. तुला आता घरी गेलं पाहिजे... तुझं असं बाहेर राहणं सुरक्षित नाही." हे बोलताना अलीचा आवाज कातर झाला होता.

"शुक्रिया!" कमिलानं त्या दोघांचेही आभार मानले आणि हमीदनं दिलेली पिशवी रहिमनं हाती घेतली. "तुमचे कपडे तयार करून मी पुढल्या आठवड्यात येते, हमीद!" कमिलानं त्याचेही आभार मानले. दोघांनीही तडक दुकानाबाहेरचा रस्ता गाठला. एक गार वाऱ्याची झुळूक आली आणि त्यांना दोघांनाही जरा बरं वाटलं.

"जरा जपून जा!" दुकानाच्या खिडकीतून त्यांच्याकडे पाहात अली बोलला. "अल्ला तुमचं रक्षण करेल!" तो अत्यंत हळवा होऊन बोलत होता.

नंतरचा अर्धा तास एकही शब्द न बोलता कमिला आणि रहिम चालत राहिले.

**

एक आठवडा जातो न जातो तोच; प्रशिक्षण केंद्राला आकार येऊ लागला होता. सिद्दीकींच्या घरी मुली शिवणकाम शिकायला जातात ही बातमीही वाऱ्यासारखी पसरली होती. मग पाहाता-पाहाता रोज सकाळी त्यांच्या दारात मुलींची गर्दी जमू

लागली. खैरखाना आणि इतर उपनगरांमध्येही अशा प्रकारची प्रशिक्षण केंद्रे सुरू होती. पण तिकडे शिकायला येणाऱ्यांना फी आकारली जायची. शिकायला येणाऱ्या मुलींना ही छोटीशी रक्कमही परवडणारी नाही, याची पूर्ण जाणीव कमिलाला होती. त्या शिकताना पैसे आणणार तरी कुठून? कमिलानं त्यांना मोफत प्रशिक्षण देण्याचा निर्णय घेतला होता. त्यांना शिकताना जे काम दिलं जाईल, त्याचा मोबदला मात्र त्यांना मिळणार नाही, एवढं तिनं स्पष्ट केलं होतं. प्रशिक्षण पूर्ण झाल्यावर उमेदवारीच्या काळात त्यांनाही कपडे शिवण्याची संधी दिली जाईल आणि ते कपडे कमिला बाजारात विकण्यासाठी नेईल. हेही ठरवण्यात आलं. म्हणजे त्यांनाही शक्य तितक्या लवकर व्यवसायात संधी उपलब्ध करून देणं, हा यामागचा हेतू होता. कोण किती लवकर शिकतं आणि कामावर प्रभुत्व मिळवतं, हा त्याच्या वैयक्तिक क्षमतेचा प्रश्न होता. जितकं मन लावून त्या ही कलाकुसर आत्मसात करतील तितक्या लवकर त्यांना ही संधी प्राप्त करणं शक्य होतं. त्यातही कमिला आणि सारानं शिक्कामोर्तब केल्याशिवाय त्यांना ही संधी मिळणार नव्हती. सामान आणि लैला त्यांच्या या विद्यार्थ्यांच्या प्रगतीसंदर्भात दोघींना माहिती देतील, असंही ठरलं होतं.

आता कमिला आणि तिच्या बहिणींना आणखी एक उत्साही सहकारी मिळाली होती. त्यांच्या शेजारी राहणारी निलाब त्यांच्यात सामील झाली होती. निलाबचे वडील स्वत: एक उत्तम शिंपी होते. एक दिवस कमिला आणि रहिम घरापासून थोड्या अंतरावर असलेल्या एका दुकानात तांदूळ आणि तेल आणायला गेले असताना त्यांची निलाबच्या आईची गाठ पडली होती. आपल्या या तरुण आणि कायम आनंदी मुलीला कमिलानं आपल्याबरोबर कामाला घ्यावं म्हणून त्या मागेच लागल्या. ''निलाबच्या वडिलांना आता काम मिळेनासं झालं आहे. घरात खाणारी तोंडं अधिक आणि कमाई करणारे हात कमी अशी परिस्थिती आली आहे.'' त्या कमिलाला कळकळीची विनंती करत म्हणाल्या. दु:खानं त्या हळव्या झाल्या होत्या. ''तुम्हा बहिणींचा व्यवसाय उत्तम चालल्याचं कानावर आलं आहे. माझ्या मुलीला काम मिळेल का तुमच्याकडे? मी वचन देते की, तुम्ही सांगितलेलं प्रत्येक काम ती अगदी मन लावून करेल. तुम्हा बहिणींना हरतऱ्हेची मदत होईल, याची ती काळजी घेईल अशी मला खात्री आहे.'' त्या काकुळतीला येऊन बोलत होत्या.

कमिलाला त्यांना नकार देणं शक्यच नव्हतं. त्या तिच्या शेजारी होत्या आणि निलाब ही स्वभावानं अत्यंत गोड, संस्कारी व मेहनती मुलगी आहे, हे तिलाही माहीत होतं. शिवाय ज्या वाईट परिस्थितीचा सामना त्या करत होत्या तशात त्यांना मदत नाकारणं कमिलासाठी अशक्य होतं. त्यांना या मदतीची किती गरज आहे, हे ती जाणून होती. निलाबला सोबत घेण्याचा आणखी एक फायदा होता. ती वयानं अजून खूप लहान होती आणि म्हणून तिला चादरी घालण्याची सक्ती नव्हती.

त्यामुळे रहिम जर शाळेत गेला असेल, तर मेहराम बनून निलाब तिला बाजारात जायला सोबत करू शकणार होती. कसलाही धोका नसल्यामुळे बाहेर जाऊन परिस्थितीचा अंदाज घ्यायलाही निलाबला अडचण येणार नाही, हे कमिलानं ध्यानात घेतलं आणि तिला आपल्या कामात समाविष्ट करून घेतलं. अंगभर कपडे घातलेल्या आणि बुरखा घालण्याच्या वयापेक्षा कमी वय असलेल्या अशा लहान मुली सार्वजनिक ठिकाणी निर्धास्तपणे फिरू शकत होत्या. बारा-तेरा वर्षांच्या मुलींसाठी तालिबानी नियमांचा फास फारसा आवळला गेला नव्हता.

लवकरच निलाब या कामाचा भाग बनली. एक अत्यंत हुशार आणि कामसू सहकारी म्हणून तिनं स्वत:ला सिद्धही केलं. दररोज पहाटे ती चेहऱ्यावर प्रसन्न हास्य घेऊन सिद्दीकींच्या घरात दाखल व्हायची आणि लैलाला न्याहारी तयार करण्यात मदत करायची. घरातील कुठलंही काम करण्यासाठी ती तयार असायची. जवळच्या दुकानातून रहिम काही आणायला विसरला, तर पटकन जाऊन आणणं आणि लासे मरियमला जाण्यासाठी कमिलाला सोबत करणं, हेही या कामांमध्ये सामील होतं. निलाबही खूप खूश होती. मुलींचा तर तिच्यावर भारी जीव जडला होता. मदतीसाठी तत्पर ती अशी सतत मुलींच्या सभोवती भिरभिरत असायची. कमिला आणि मलिका तर तिच्या आवडत्या 'काकू' होत्या. रक्ताच्या नात्यापेक्षाही घट्ट असं एक नातं या मुलींमध्ये निर्माण झालं होतं.

पण या वयानं आणि अनुभवानं मोठ्या असलेल्या निलाबच्या काकूंना त्यांनी सुरू केलेल्या कामातील समाविष्ट धोक्यांची पुरेपूर कल्पना होती. मलिका व कमिला त्यांची अनेक वेळा उजळणी करायच्या. नियमांचे पालन करून घालून दिलेल्या मर्यादांचं कधीही उल्लंघन होणार नाही, या आपल्या वचनाचा कमिलानं मलिकासमोर पुनरुच्चार केला होता. तालिबानींच्या नजरेत येईल असं कुठलंही कृत्य त्यांच्या हातून घडणार नाही, याची त्या दोघीही वारंवार खात्री करून घेत होत्या. प्रशिक्षणासाठी त्यांच्या घरी येणारी प्रत्येक मुलगी त्यांनी घालून दिलेल्या नियमांचं पालन करेल आणि नियमांचं कधीही उल्लंघन करणार नाही, हे त्यांनी बजावून सांगितलं होतं. त्यांना प्रशिक्षणासाठी सामील करून घेताना आधी साराकडून प्रत्येक गोष्ट समजावून घेणं आवश्यक होतं. त्यासाठी तिनं एक पूर्ण भाषणच तयार केलं होतं.

"इथे सांगितलेल्या एकूण एक नियमाचं पालन करावं लागेल." आवाजात ताठरपणा आणून ती बोलायची. "कुणालाही यात सूट मिळणार नाही. इथे तुम्ही काही शिकायला आणि काम करायला आला असाल, तर तुमचं मनापासून स्वागत आहे. पण जर गप्पा-टप्पा, चांगलं जेवणं आणि निव्वळ वेळकाढूपणा करण्याच्या उद्देशानं तुम्ही इथे येण्याचा विचार करत असाल, तर तुम्हाला इथे प्रवेश नाही."

यानंतर ती नियमावलीचं वाचन करायची.

"पहिला नियम म्हणजे कुणीही चादरी न घालता इकडे येणार नाही. जोपर्यंत घरातील सुरक्षित वातावरणात पोहोचत नाही, तोपर्यंत ही चादरी कुणीही अंगावरून काढायची नाही. चादरी फार महाग आहेत आणि जर त्या विकत घेणं तुम्हाला शक्य नसेल, तर आम्ही तुम्हाला मदत करू. पेहरावाच्या बाबतीतही तुम्हाला काळजी घ्यायची आहे. तो जितका साधा असेल तेवढं उत्तम. ढगळ सलवार आणि लांब व ढगळ बाह्यांचा कमिज असावा. पांढरा हा तालिबानींच्या ध्वजाचा रंग आहे. त्यामुळे तो रंग सामान्य लोकांनी वापरण्यास त्यांनी मनाई केली आहे. तेव्हा पांढऱ्या रंगाचे जोडे तुम्ही घालू शकत नाही. नखांना रंगवण्यावरही बंदी आहे. चादरीतून कुठल्याही कारणास्तव हात बाहेर आला, तर तालिबानी सैनिक नजर ठेवून असतात. म्हणून नेलपॉलिश लावण्यासही सक्त मनाई आहे."

"आणखी एक महत्त्वाची गोष्ट म्हणजे कुणीही इकडे येताना वाटेत मोठमोठ्यानं गप्पा मारणार नाही किंवा खिदळणार नाही. या परिसरात राहाणारी प्रत्येक व्यक्ती आम्हाला मदत करण्यासाठी सरसावली आहे. तुमच्या बेजबाबदार वर्तनानं त्यांना संकटात टाकण्याची आमची इच्छा नाही. तेव्हा त्यांना तुमच्यामुळे कुठलाही त्रास होणार नाही, याची काळजी तुम्हाला घ्यायची आहे. तुमच्या एका चुकीनं जर तालिबानची नजर आपल्या या केंद्राकडे किंवा कामाकडे गेली, तर काम थांबेल आणि आपल्या सगळ्यांनाच पुन्हा काम करता येणार नाही. पण त्याचबरोबर या परिसरातील प्रत्येक मुलीच्या भविष्यावरही एक प्रश्न चिन्हं उभं राहील.

"तिसरा नियम याहीपेक्षा महत्त्वाचा आहे. वाटेत कुठलीही मुलगी परपुरुषाशी बोलणार नाही. आपल्या मेहराम व्यतिरिक्त कुणाशीही बोलणार नाही. आपल्या इथे काम करणारी एखादी मुलगी जर असं कुणाशी बोलताना आढळली, तर तुम्ही लगेच ते आमच्या ध्यानात आणून द्याल. या नियमाचं उल्लंघन करणाऱ्यांना ताबडतोब हे घर आणि काम सोडावं लागेल.

"कमिला आणि मलिकानं आपल्या बहिणींसोबत सुरू केलेल्या या कामासंदर्भातील जे काही नियम आहेत, ते या बहिणींनाही लागू होतात. त्यामुळे कुणालाही यात कुठल्याही प्रकारची सूट मिळणार नाही, हे लक्षात घेण्याची गरज आहे."

भाषणाचा हा एवढा भाग संपला की, मग साराचा आवाज जरा सौम्य आणि मृदू होत असे. "हे सारं काही आपल्याला आपल्या सुरक्षिततेसाठी करायचं आहे. तेव्हा कृपा करून आपल्या कामाचा बट्ट्याबोळ होईल, असं कुठलंही कृत्य करू नका. पण इकडे आल्यानंतर मात्र तुम्हाला भरपूर नवीन काहीतरी शिकायला मिळणार आहे आणि आनंदही लुटता येणार आहे." ती त्यांना खूश करण्याचा प्रयत्न करत असे.

केंद्र सुरू झाल्यावर तीनच आठवड्यांत प्रशिक्षणासाठी येणाऱ्या मुलींची संख्या

आणि लासे मरियममधून मिळणाऱ्या कामाची आवक वाढली. १९९७च्या शिशिरात फक्त चार मुलींनी हे काम सुरू केलं होतं. आता संख्या ३४ झाली होती. काही दिवसांत त्यात आणखी तीन थोड्या वयस्कर बायकांची भर पडली. त्याही कामाच्या शोधात होत्या. काम वाढलं होतं आणि काम करणाऱ्यांची संख्याही. शेवटी जी भीती मलिकानं आणि रहिमनं अगदी प्रारंभी व्यक्त केली होती, ती प्रत्यक्षात दिसू लागली होती. सिद्दीकींच्या घराकडे निघालेल्या या मुलींची रिघ आता इतरांच्या नजरेत भरण्याइतकी वाढली होती. सकाळी कमीत-कमी एक डझन मुली प्रशिक्षणासाठी घरी यायच्या आणि दुपारी त्यांच्या अगदी जाण्याच्या वेळेपर्यंत दुसऱ्या पाळीला येणाऱ्या मुलींची रांग दिसायची. या प्रतिसादाची त्यांना कल्पना होती. याव्यतिरिक्त दिवसभरही काही मुली आणि स्त्रिया यायच्या. ज्यांना घरी करण्यासाठी काम होतं त्या दोरा, मोती किंवा इतर शिलाईचं सामान घ्यायला यायच्या. आता घरातील या मुलींचा राबता खूपच वाढला होता आणि सिद्दीकी भगिनींच्या मनात भीतीनं घर करायला सुरुवात केली होती. ही गर्दी कुणाच्या नजरेत भरली तर काय? अगदी कोणाच्या नजरेत न येता काम करण्याची त्यांची इच्छा होती आणि प्रयत्नही होता. पण ते प्रयत्न पुरेसे नसल्याचं आता त्यांना प्रत्यक्ष दिसून येत होतं.

यावर काहीतरी उपाय शोधण्याची गरज असल्याचं कमिलाला जाणवलं. एक प्रकारची व्यवस्था निर्माण करणं गरजेचं होतं. नाहीतर घरातील काम करणाऱ्या आणि शिकणाऱ्या मुलींची संख्या वाढली आणि काही अघटित घडलं, तर त्यावर मग कुठलंही नियंत्रण आपल्याला ठेवता येणार नाही, याची तिला पूर्ण कल्पना होती.

हा विचार डोक्यात असतानाच तिला काही जुन्या आठवणीही येत होत्या. मलिकाच्या बाबतीत घडलेली घटना तिच्या डोक्यातून गेली नव्हती. मलिका करताह परवानाला असतानाची ही घटना. शिलाईबरोबर मलिका तिच्या घरी दिवाणखान्यात काही मुलींना कुराणही शिकवायची. त्यांच्या अभ्यासक्रमातीलच तो भाग होता. ज्यांना लिहिता-वाचता येत नव्हतं, त्यांना ती कुराण शिकवतानाच पुढल्या शिक्षणाची तयारीही करून देत असे.

खैरखानाला येण्यापूर्वी एक दिवस मलिका मुलींना शिकवत होती आणि अचानक काही कारणास्तव तिला त्यांना तिथेच सोडून बाहेर जावं लागलं होतं. पूर्वी तिच्यासोबत काम करणारी एक व्यक्ती तिला भेटायला आली होती. ती निघून गेल्यावर शिकवणीला आलेल्या मुली घरी जाण्यासाठी निघाल्या. पण तिनं सांगितलेल्या सूचनांकडे त्यांनी दुर्लक्ष केलं. एकेका मुलीनं बाहेर पडायचं हे हजारदा मलिकानं त्यांना सांगितलं असतानाही त्या तिच्या अनुपस्थितीत एकदम बाहेर पडल्या आणि नेमकं गस्त घालणाऱ्या एका तालिबानी सैनिकांच्या गटाची नजर त्यांच्यावर पडली.

काही दिवसांपूर्वी तिच्या घराच्या बोळात असलेल्या मशिदीतील मौलवीनं

तिच्या या शिकवण्यासंदर्भात हरकत घेतली होती. तिच्या घरी चाललेल्या शिकवणीमुळे परिसराला धोका निर्माण झाला आहे, असं त्या मौलवींना वाटत होतं. ''आपल्या धर्माच्या नियमांच्या विरुद्ध जाऊन या मुलींना ती शिकवते आहे. हा सगळा प्रकार त्वरित थांबायलाच हवा.'' अशी फतव्याची त्यांची भाषा होती. मलिका फक्त मुलींना कुराण शिकवते आणि त्यात काहीही गैर नाही, हे त्या मशिदीजवळ गस्त घालणाऱ्या तालिबानी सैनिकांना समजावण्याचा मलिकाच्या नवऱ्यानं आणि त्याच्या चुलत भावांनी प्रयत्न केला होता. हे सैनिक याच भागात राहाणारे होते आणि त्यांच्या परिचयाचे होते. कुराण हे मुस्लिमांचं पवित्र पुस्तक आहे आणि ते शिकवायला त्यांची काही हरकत नव्हती. शिवाय शिक्षण घेणं, हे प्रत्येक मुसलमान व्यक्तीचं कर्तव्यच आहे, असं मानणाऱ्यांपैकी ते होते. उलट त्या इतकं चांगलं काम करत आहेत की, जर शक्य असतं तर आम्हीही आमच्या मुलींना मलिकाकडे शिकायला पाठवलं असतं, हेही त्यांनी मान्य केलं होतं. एक अत्यंत सत्शील आणि सुस्वभावी स्त्री म्हणूनच ते मलिकाला ओळखत होते. पण त्यांच्या नेत्यांचा या सगळ्याला विरोध होता. त्यामुळे असे वर्ग चालवण्याला परवानगी देणं अगदीचं शक्य नव्हतं. ते ताबडतोब बंद करण्याची त्यांनी धमकी दिली. तसं केलं नाहीतर परिणाम भोगण्याची तयारी ठेवा, ही पुस्ती जोडायलाही ते विसरले नाहीत. आता कुठलाही पर्याय उरला नव्हता. शेवटी एका आठवड्याच्या आत मलिकाला तिच्या शिकवण्या बंद कराव्या लागल्या होत्या.

कमिला हा प्रसंग विसरली नव्हती. कारण आता ती मलिकाच्या भूमिकेत होती. तिचं कामंही असंच होतं. जे मलिकानं तिच्या घरी केलं होतं, तेच आता या केंद्राच्या रूपात कमिलानं सुरू केलं होतं. एक अत्यंत जबाबदार व्यक्ती म्हणून ओळखल्या जाणाऱ्या मलिकाच्या संदर्भात जर असा प्रसंग घडू शकतो, तर आपली काय बिशाद! कमिलाला असं वाटणं अगदी स्वाभाविक होतं. जी परिस्थिती देशात निर्माण झाली होती, त्यात तर असं घडण्याची शक्यता अधिकच होती.

यातून काहीतरी मार्ग काढण्यासाठी तिनं एक दिवस प्रशिक्षणासाठी मुली घरात येण्याआधीच सारा आणि सगळ्या बहिणींना न्याहारीच्या वेळी एकत्र चर्चेसाठी बोलावलं.

लैलानं पुढाकार घेत सूचना केली. ''कमिला, आपल्याला एक वेळापत्रक तयार करण्याची आणि त्याचं तंतोतंत पालन अगदी आजपासूनच करण्याची आवश्यकता आहे. सर्व प्रथम हे जे काही शिलाई सामानाचं वाटप आपण करतो आहोत त्यासाठी आठवड्यातील दिवस निश्चित केले जावेत म्हणजे कुठली व्यक्ती ते घ्यायला केव्हा येणार आहे, याची आगाऊ कल्पना आपल्याला राहील. शिवाय दर दिवशी कुणीही केव्हाही येण्याची जी सवय सगळ्यांना जडली आहे, ती एकदम बंद होईल.'' तिनं आपलं मत व्यक्त केलं.

“सामान आणि मी प्रशिक्षणासाठी येणाऱ्या मुलींचं संयोजन करू. खबरदारी म्हणून १५ ते २० मुलींपेक्षा जास्त मुली एका वेळी येणार नाहीत, ही काळजी आपल्याला घ्यावी लागणार आहे आणि ते कसं करता येईल, हे आम्ही दोघी बघू. खरं तर हा आकडाही खूप मोठा आहे. पण आपल्याकडे दररोज येणाऱ्या कामाची पूर्तता वेळेत करण्यासाठी ही संख्या आवश्यकच आहे.” लैला म्हणाली.

लैला बोलत असताना कमिला स्तिमित होऊन तिला न्याहाळू लागली. फक्त १६ वर्षांची ती पोर गेल्या सहा महिन्यांत वेगळी जबाबदारी सांभाळण्यासाठी किती तयार झाली आहे, हे पाहून तिला भरून आलं. “अगदी बरोबर. मला पटलं तुझं. फारच छान कल्पना आहे ही!” ती बोलू लागली, “तू आणि सामान मिळून हे वेळापत्रक जर नीट तयार करू शकलात, तर आपण ते समोर दाराजवळ कुठेतरी लावू म्हणजे येणाऱ्या प्रत्येकाला ते पाहाता येईल. दर आठवड्याचं असं हे वेळापत्रक आपल्याला तयार करावं लागणार आहे. कुणाला केव्हा यायचं आहे, ते त्यात नमूद केलेलं असावं.”

“आणि सगळ्यात महत्त्वाचं म्हणजे कुणीही आपल्याला पूर्वसूचना न देता त्यांच्या इथे येण्याच्या दिवसांमध्ये बदल करणार नाही. शिवाय घरी करायला दिलेलं काम अगदी ठरलेल्या दिवशी परत करण्यासाठीही त्यांना बजावून सांगितलं पाहिजे. त्यात कसूर होता कामा नये.” सारानं अधिक बारकावे स्पष्ट केले. “मागल्या आठवड्यात नाही का आपली फारच पंचाईत झाली होती. त्या दोन मुलींनी ठरलेल्या तारखांना कपडे परत केले नाहीत आणि मग उगाच कमिला जानला रहिम नसताना निलाबला घेऊन त्या फक्त दोन ड्रेससाठी लासे मरियमला जावं लागलं होतं. हे अजिबात योग्य नाही आणि असा गलथानपणा खपवून घेतला जाणार नाही. असं हे मध्येच कधीही बाजारात जाणंही धोकादायक आहे. हे टाळायलाच हवं.”

“आपण जर नियोजन करतोच आहोत, तर आपल्याला आता जागेसंदर्भातही विचार करावा लागेल.” सामाननं घरात होणाऱ्या गर्दीसंदर्भात विषय छेडला होता. “म्हणजे आपल्याला साऱ्यांनाच ठाऊक आहे की, ही जागा आता पुरत नाही.”

कामाचा पसारा वाढला होता. दिवाणखान्यातून अगदी जेवणाच्या खोलीपर्यंत जागा वापरली जात होती. आता घराच्या अगदी आतल्या भागातील कुटुंबासाठी राखीव असलेल्या खोलीपर्यंत जावं लागणार की काय, अशी परिस्थिती निर्माण झाली होती. शिवलेले कपडे तर घरभर पसरले होते. दारांच्या चौकटींवर, टेबल आणि खुर्च्यांवर आणि जिथे जागा मिळेल, तिथे हे कपडे टांगलेले होते. घरातील दर्शनी भागात जी काही जागा होती, ती आता या शिलाई कामासाठी वापरली जात होती. दिवसाचे कमीत कमी १५ तास या जागेत काम होत होतं. प्रशिक्षण घ्यायला येणाऱ्या मुलींसाठी दिवाणखान्यात खुर्च्यांची सोय केली होती. ‘यु’ आकारात या

मुलींना बसवण्यात आलं होतं. काम करणाऱ्या मुलींना सहज न्याहाळता येणं शक्य व्हावं म्हणून ही व्यवस्था केली होती. काही मुलींना खाली बसणंच जास्त सोईस्कर वाटायचं. खोलीच्या प्रत्येक कोपऱ्यात एक कंदील ठेवण्यात आला होता. सकाळची उन्हं उतरली की, या खोल्यांमधला प्रकाश मंदावत असे. त्यामुळे कंदिलांची गरज भासायची. मात्र अंधार पडायला लागला की, मग ते कंदील कोपऱ्यातून हटवून मुलींना अगदी पुढ्यात घेऊन बसण्याची पाळी यायची. एकतर शिलाई आणि कशिदाकारीचं काम किचकट आणि त्यात ते कमी प्रकाशात करावं लागलं, तर डोळेच फुटायची वेळ!

हा व्यवसाय सुरू केल्यानंतर कमिलानं आलेल्या पैशांतून आधी दोन शिलाई मशिन्स घेतली. स्वयंपाकघराच्या अगदी तोंडाशी ही दोन्ही मशिन्स ठेवण्यात आली. दिवसातून अगदी काही तासांसाठीच त्यांचा वापर व्हायचा, कारण ती विजेवर चालणारी होती आणि खैरखानाच नाहीतर सगळ्या काबूलमध्येच वीज म्हणजे ईदचा चांद होती.

कमिलानं सभोवती एक नजर टाकली आणि होकारार्थी मान हालवली. ''अगदी बरोबर. पण ही समस्या मला तरी सोडवणं शक्य नाही. मात्र लासे मरियमला जाऊन एक जनरेटर घ्यायचा माझा विचार आहे. खरं तर ते फार खर्चिक आहे. पण वीज पुरवठा असला, तर काम भरभर आटपायला मदत होईल. हातानं काम करत बसलं, तर खूप वेळ जातो आपला. आठवड्याचा एकही दिवस कामाविना जात नाही. तरीही मिळालेली ऑर्डर वेळेत पूर्ण करणं असं नेहमी आपल्याला शक्य होत नाही. बरं तर बरं, आपल्याला काम करणारे खूप हात या विद्यार्थीनींच्या रूपात मिळाले आहेत. नाहीतर काही खैर नव्हती. येणारी प्रत्येक मुलगी अत्यंत मेहनतीनं अगदी आपल्या इतकंच काम करते आहे.''

घरी येणाऱ्या बहुतेक मुली अनेक वर्षांपासून खैरखानातच वास्तव्यास होत्या. त्यामुळे सिद्दीकी कुटुंब त्यांच्या परिचयाचे होते. कमिला हायस्कूलमध्ये असताना ती घरी कुराण शिकवायची. त्यामुळे यातील अनेक मुली किंवा त्यांच्या ओळखीचे कुणी ना कुणीतरी कुराण शिकायला या घरी येऊन गेलेलं होतं. तेव्हाच कमिलाची एक शिक्षिका म्हणून ओळख निर्माण झाली होती.

विद्यार्थीनी म्हणून शिकायला येणाऱ्यांपैकी नासिआ ही एक होती. काबूलच्या उत्तरेकडे शोमाली भागात युद्धानं अनेक घरं आणि कुटुंबं उद्ध्वस्त झाली होती, त्यातील एक कुटुंब नासिआचंही होतं. शेवटी त्यांना काबूलमध्ये विस्थापित म्हणून आश्रय घ्यावा लागला होता. तिच्या काकांच्या घरापासून काही अंतरावर असलेल्या कमिलाच्या या व्यवसायासंदर्भात कळताच नासिआनं तिकडे जाण्यासाठी आपल्या आईकडे आग्रह धरला. तिला सात भावंडं होती. कमिलाच्या इतर विद्यार्थीनींप्रमाणे

तीही आता दिवसा कमिलासाठी कपडे शिवायची आणि रात्री आपल्या विधवा आईला चादरी शिवायला मदत करायची. लासे मरियमला कपड्यांचे व्यापारी या चादरी त्यांच्याकडून विकत घ्यायचे. या सर्व महिला वीज पुरवठा व्हावा म्हणून अक्षरश: अल्लाकडे दुवा करायच्या. हातानं तयार केलेल्या चादरीतील गोलाकार चुण्यांना इस्त्री करता यावी म्हणून त्यांना विजेची गरज भासायची.

कमिलाच्या मदतीनं जिनं स्वत:च्या घराचा डोलारा उचलून धरला होता, त्या मेहनाजचीही अशीच काहीशी कथा होती. ती फक्त १७ वर्षांची होती. पण तिच्या गंभीर चेहऱ्यामुळे ती अकाली वृद्धत्व आल्यासारखी वाटायची. तिचे हात मजबूत दिसत असले, तरी त्यांना कलेची देणगी होती. ती अप्रतिम कशिदाकारी करायची. पण कमिलाकडे येणाऱ्या इतर मुलींप्रमाणेच मेहनाजचंही शिवणकाम हे ध्येय नव्हतं. अगदी सात वर्षांची असल्यापासून तिनं प्राध्यापिका होण्याचं स्वप्नं उराशी बाळगलं होतं.

तालिबानींच्या येण्यानं मेहनाजलाही स्वत:ला घरात कोंडून घ्यावं लागलं होतं. शाळेचा जुनाच अभ्यास पुन्हापुन्हा करणं, इराणी पोलीस कथा-कादंबऱ्या वाचणं आणि कधी-कधी घरच्या छोट्याशा टेलीव्हिजनवर आपल्या भावंडांसोबत चित्रपट पाहाण्यात ती वेळ घालवायची. तिच्या घराजवळच्या एका इंग्रजी माध्यमाच्या शाळेत जाण्याची तिची फार इच्छा होती. पण असं करणं म्हणजे संकटांना आमंत्रित करण्यासारखं होतं. त्यामुळे तिला तिच्या घरून परवानगी मिळाली नव्हती.

तिच्या एका चुलत बहिणीकडून मेहनाजला कमिलाच्या या कामासंदर्भात कळलं. आपल्या घरापासून चार घर दूर असलेल्या या संधीचा फायदा घेण्यात मेहनाजनं क्षणाचाही विलंब लावला नाही. ती आली आणि या कामाचा आनंद लुटू लागली. तिच्या दोन बहिणींपैकी एकीला शाळा-कॉलेज सुरू होताच डॉक्टर होण्याचं स्वत:चं स्वप्नं पूर्ण करायचं होतं. पण मेहनाजच्या उत्साहाचं वारं त्यांच्यातही शिरलं आणि त्याही सिद्दीकींच्या घरी पोहोचल्या.

"त्या घरात काबूलमध्ये असल्यासारखं वाटतच नाही." मेहनाज आपल्या बहिणींना सांगत होती. तिचा सिद्दीकींच्या घरचा पहिलाच दिवस होता. "तिथे तालिबानी नाही आणि युद्धही नाही. खूप साऱ्या मुली तिथे काम करतात. आनंद लुटतात आणि मनमोकळ्या गप्पा मारतात. सगळंच अवर्णनीय आहे." ती भरभरून सांगायची.

✻✻

काम हातावेगळं करणारे हात भरपूर मिळाले होते. पण त्यामुळे कामातील त्रुटीही वाढल्या होत्या. साराच्या पायाला जणू भिंगरीच बांधली गेली होती. घरात ती दिवसभर प्रत्येक मुलीच्या कामाची बारकाईनं तपासणी करत फिरायची. कारण

बाजारात जाण्यापूर्वी काम अगदी चोख असण्यावर तिचा भर होता. "हे सारंच चुकलं आहे, तुला नव्यानं काम करावं लागेल." असे कठोर आदेशही मग तिला द्यावे लागत. कारण कामाच्या गुणवत्तेसंदर्भात कुठलीही तडजोड तिला मान्य नव्हती.

"तुला पाहिलं ना की, मला माझ्या वडिलांची आठवण येते सारा!" कमिला कधीकधी तिची गंमत करायची. "तुला खरं तर आर्मीत जायला हवं होतं. तू तिथे काम करण्यासाठी अगदी योग्य आहेस."

सिद्दीकी भगिनींच्या व्यवसायातील साराचं महत्त्व दिवसागणीक वाढतच होतं. पण त्याहीपेक्षा या कामामुळे तिला खूप काही मिळालं होतं. आता इथे होणाऱ्या कमाईतून ती आपल्या दीराच्या घरात थोडी आर्थिक मदतही करू शकत होती. मुलांच्या शिक्षणासाठी लागणाऱ्या छोट्या-छोट्या गोष्टीही तिला पुरवता येत होत्या. हा आनंद तिला कामासंदर्भात मिळणाऱ्या महत्त्वाच्या भूमिकेपेक्षाही जास्त होता. एक दिवस दुपारी गप्पांच्या ओघात सारानं कमिलाला मुनिरबद्दल सांगायला सुरुवात केली. मुनिर तिच्या नवऱ्याचा मोठा भाऊ. विमान अभियंता असलेल्या मुनिरनं सारा आणि १५ लोकांच्या कुटुंबाच्या पालनपोषणाची जबाबदारी उचलली होती.

"त्यांनी माझ्या कुटुंबाची खूप काळजी घेतली." नानचा एक तुकडा तोडत ती कमिलाला सांगू लागली. दोघीही दुपारचं जेवण घ्यायला बसल्या होत्या. "पण माझी मुलं आणि मी यांचा सांभाळ करणं, त्यांच्या आर्थिक परिस्थितीत शक्य नव्हतं याची मला पुरेपूर जाणीव होती. त्यांची होणारी ओढाताण मी पाहात होते आणि मला त्याचा त्रासही होत होता." दोन दिवसांपूर्वी मी माझ्या जावेला रात्री जेवणानंतर भांडी धुवायला मदत करत होते. तेव्हा मुनिर आले आणि ते म्हणाले, "सारा जान, तू आता जी मदत करते आहेस, ती या क्षणी आपल्या घरासाठी फार महत्त्वाची आहे. मला खरंच खूप अभिमान आहे तुझा!" "कमिला, तुला सांगते त्यांचं हे कौतुक करणं, माझ्यासाठी एक सुखद धक्का होता. कारण कशीही परिस्थिती असली तरी त्याचा कधीही उच्चार करायचा नाही आणि स्वत:च सगळं सांभाळायचं हा त्यांचा स्वभाव आहे. त्यामुळे त्यांना असं बोलताना आम्ही कधी ऐकलं नव्हतं. माझ्या तोंडून तर शब्दही फुटला नाही. कसेतरी त्यांचे आभार मानले आणि गप्प बसले."

हे सारं सांगतानाही साराचा गळा दाटून आला होता. कमिला तिच्याकडे कौतुकानं पाहात होती. तिच्या टपोऱ्या काळ्याभोर डोळ्यांत एक आश्वासक चमक तिला दिसली. तिला न्याहाळताना कमिलाला सारानं सिद्दीकींकडे पहिलं पाऊल टाकलं होतं, त्या दिवसाची आठवण झाली. तेव्हाचा तिचा भेदरलेला आणि कष्टी चेहरा आजही कमिलाच्या डोळ्यांसमोर होता. ही तीच सारा आहे, यावर कमिलाचा विश्वास बसत नव्हता आणि साराचाही विश्वास बसणार नाही, ही खात्री होती.

त्यांचं शिलाईचं काम आता वाढलं होतं आणि खऱ्या अर्थानं व्यवसायात

परिवर्तीत झालं होतं. रहिमला घेऊन तिला आता दररोज लासे मरियमला जावं लागत होतं. काही खरेदी-विक्री किंवा ऑर्डर मिळवायची असेल, तर ती आणि रहिम दोघंही जायचे. पण जर शिवणकामाचं काही थोडं-थोडकं सामान आणायचं असेल, तर मग ती रहिमची मदत घ्यायची. तोही मग शाळेतून परतताना बाजारात जाऊन आवश्यक त्या वस्तू खरेदी करायचा.

हे सारं माहीत असल्यामुळे ती फार विचार करत नसे. पण एक दिवस संध्याकाळी सामाननं रहिमची तिच्याकडे चौकशी केली, तेव्हा ती चमकलीच. नेहमीपेक्षा थोडा उशीर झाला होता आणि रहिम परतला नव्हता.

"बराच उशीर झाला आहे हं!" सामान घरात येरझारा घालत कमिलाला म्हणाली. शिकायला येणाऱ्या मुली त्यांच्या घरी परतल्या होत्या. घरात आता फक्त या बहिणीच तेवढ्या काम करत होत्या.

"किती वाजलेत आता?" कमिलानं तिला विचारलं. "मी सांगू का, तो आता बाजारातून परतत असणार नक्की किंवा त्याला ना कुणीतरी दोस्त भेटला असणार. गप्पांच्या ओघात वेळेचं भान राहिलं नसेल. तो सुरक्षित असणार याची मला खात्री आहे." हे सामानला सांगताना ती कदाचित स्वत:चीच समजूत घालत होती.

एक तास उलटला आणि मग मात्र तिच्या मनात शंकांनी घर करायला सुरुवात केली. नेहमीपेक्षा आता रहिमला खरंच खूप उशीर झाला होता. विचारांनी तिच्या पोटात ढवळायला सुरुवात झाली. तिला आता स्वस्थ बसणं शक्य नव्हतं.

"तो सायकल घेऊन गेला आहे का गं?" तिनं सामानला विचारलं. सामाननं होकारार्थी मान डोलावली तशी हातातलं काम टाकून कमिला तडक उठली आणि तिनं अंगणात धाव घेतली. पण एवढ्या अंधारात रहिमचा शोध घ्यायला आपण बाहेर जाऊ शकत नाही, याची जाणीव होताच ती थबकली. त्या छोट्याशा अंगणात फेऱ्या मारण्याशिवाय तिच्याकडे कुठलाही पर्याय नव्हता. ही असहायता तिला अस्वस्थ करणारी होती. आपण आपल्या भावाला शोधायला बाहेरही पडू शकत नाही आणि पडलो तर आणखी समस्या निर्माण होतील, हा विचार तिला छळत होता. स्वत:वर चरफडण्याव्यतिरिक्त तिच्या हाती काहीही नव्हतं.

थोड्या वेळात सगळ्याच बहिणी दिवाणखान्यात गोळा झाल्या. कुणीही कुणाशी बोलत नव्हतं आणि कुणाचंही मन कामात लागत नव्हतं. रहिमला जर बाहेर काही झालं असेल, तर त्याला काय-काय सहन करावं लागले, याची कल्पनाही कमिलाला असह्य वाटू लागली. आपले डोळे आता पाणावले आहेत, हेही तिच्या ध्यानात आलं. मनोमन ती देवाची करुणा भाकू लागली. काहीही कर पण माझ्या भावाला सुरक्षित ठेव, अशी ती आळवणी करू लागली. कारण त्या सगळ्या मुलींसाठी रहिम हा एकमेव आधार होता. आता हा आधार तरी काढून घेऊ

नकोस, ही एवढी कळकळीची विनंती ती अल्लाला करत होती. जर रहिमला काही झालं, तर त्यासाठी ती जबाबदार ठरणार होती. कारण लासे मरियमला त्याला वारंवार पाठवण्याची गरज केवळ कमिलाच्या या व्यवसायाच्या कल्पनेमुळेच निर्माण झाली होती.

तिचं डोकं भणभणू लागलं होतं. पण तेवढ्यात फाटकाचा आवाज झाला. कमिला रहिमच्या दिशेनं धावली. तो खूप थकलेला आणि उदास दिसत होता. पण त्याला कुठलीही शारीरिक इजा झालेली नव्हती.

"या अल्ला, काय झालं तुला? तू ठीक आहेस ना?" लैलानं प्रश्नांची सरबत्ती सुरू केली.

"अरे हो, शांत व्हा, शांत व्हा. मी एकदम ठीक आहे." रहिम सावकाश म्हणाला. अंगावरचा कोट काढून त्यानं खुंटीला टांगला. त्यानं ठीक आहे असं म्हटलं असलं तरीही काहीतरी भयंकर घडलं आहे, याची कुणकुण कमिलाला लागली होती. तिनं त्याला टेबलावर बसायला सांगितलं. "बैस. आधी मला सांग काय झालं आहे ते." तिनं आग्रह धरला. या क्षणी तिनं मलिकाच्या भूमिकेत प्रवेश केला होता. घरातील थोरली व्यक्ती या नात्यानं मलिका कायम सत्य सांगण्याची सक्ती करत असे. तेच कमिलानं केलं होतं. मग आवाजात थोडी मृदुता आणून तिनं रहिमची क्षमा मागितली.

"माफ कर. पण आम्ही सारे खूप काळजीत पडलो होतो म्हणून विचारलं तुला." ती म्हणाली.

लैला तत्परतेनं एक ग्लास चहा घेऊन आली. तिच्या हातून ग्लास घेताना रहिमचा हात हलकेच थरथरला. त्यानं प्रयत्नपूर्वक ग्लासवरची आपली पकड घट्ट ठेवली.

"मी तुम्हा सगळ्यांना सांगायचं विसरलो की, परीक्षेसाठी म्हणून आज एक जादा क्लास होता शाळेत." त्यानं अनिच्छेनं बोलायला सुरुवात केली. "मी शाळेतून परतत असताना अचानक मला एक मोठा आवाज ऐकू आला. मी मागे वळून पाहिलं आणि काही तालिबानी सैनिक माझ्या नजरेस पडले. मी सायकलचा वेग वाढवण्यासाठी म्हणून जोरात पैडल मारण्याचा प्रयत्न करू लागलो. त्यांचं लक्ष माझ्याकडे जाऊ नये म्हणून मी प्रयत्न करत होतो. मी काहीही चूक केलेली नव्हती. पण ते माझ्याच दिशेनं येत असल्याचं मला जाणवलं. मी थांबावं म्हणून ते जोरजोरात ओरडत होते. मी जर त्यांना प्रतिसाद न देता निघून गेलो आणि त्यांनी मला नंतर पकडलं, तर माझी काही खैर नव्हती. म्हणून मग मी एकदम सायकलला ब्रेक लावले.

" 'आम्ही तुला थांबायला सांगितलं होतं.' त्यांनी एकदम ओरडून विचारलं.

मी त्यांना स्पष्टीकरण देण्याचा प्रयत्न करू लागलो की, मी एक विद्यार्थी आहे आणि शाळेत जादा क्लास करून घरी परतत आहे. मी खैरखानाच्या शाळेचा विद्यार्थी असल्याचंही त्यांना सांगितलं. मग त्यांनी मला माझं वय विचारलं आणि कुठे राहातो, याची चौकशी केली. त्यांनी माझ्याकडे ओळखपत्राचीही मागणी केली. मी ते शोधण्यासाठी धडपडू लागलो. तेवढ्यात त्यातील एकानं दंडूका बाहेर काढला. मला काही केल्या माझं ओळखपत्र कुठे आहे, ते आठवत नव्हतं.''

त्याच्यावर ओढवलेला हा प्रसंग ऐकताना कमिलाच्या डोळ्यांतून अश्रू ओघळू लागले होते.

''शेवटी एकदाचं मला ओळखपत्र सापडलं. पण त्यांच्या डोक्यात काहीतरी वेगळंच सुरू होतं. त्यांनी ओळखपत्र पाहिल्यावर वडील काय करतात याची माहिती काढून घेण्याचा प्रयत्न केला. ते तालिबानींच्या विरोधात लढाईत सामील तर नाहीत ना, असे प्रश्न विचारून त्यांनी मला भंडावून सोडलं. वडील निवृत्त झाले आहेत आणि आमच्या कुटुंबाचा राजकारणाशी कवडीचाही संबंध नाही, हे त्यांना समजावण्याचा मी आटोकाट प्रयत्न करत होतो. आम्हाला या भांडणात पडायचे नाही आणि कुठलंही संकट ओढवून घ्यायचं नाही, हे ही मी त्यांना सांगितलं. पण त्यांचा विश्वास बसत नव्हता, हे मला जाणवलं. त्यांनी पुन्हा अब्बांची चौकशी केली आणि मला भाऊ-बिऊ आहेत का, हे ही विचारलं. त्यांचा ठावठिकाणा त्यांना जाणून घ्यायचा होता. नंतर त्यांनी मला जेलमध्ये टाकण्याची धमकी दिली. ती फक्त धमकीच आहे, हे कळायला मला काही मार्ग नव्हता. कारण त्यांनी मला धाक दाखवण्यासाठी हाती दंडूके धरले होते. तेवढ्यात एक सैनिक त्यांच्याकडे आला आणि एक कुटुंब त्यांच्या घरी व्हिडीओ पाहात असल्याची माहिती त्यानं दिली. त्यामुळे मला तिथेच सोडून ते निघून गेले.''

हे सारं ऐकताना मुलींच्या तोंडून शब्दही बाहेर पडला नाही. त्यांच्या त्या भेदारलेल्या चेहऱ्याकडे पाहून रहिम कळवळला.

''अरे, पण तुम्ही इतक्या घाबरू नका. मी एकदम ठीक आहे. मला काहीही झालेलं नाही. हे असं काहीतरी होणारंच.'' तो त्यांना धीर देण्यासाठी बोलत होता.

पण काहीही ठीक नव्हतं. जे घडलं ते ठीक नव्हतं, याची कमिलाला पुरेपूर कल्पना आली होती. पुढे हे आणखी काहीतरी वाईट असू शकतं, या विचारानं ती शहारली.

व्यवसाय सुरू झाला होता. भरपूर काम मिळत होतं, प्रशिक्षण केंद्र सुरू झालं होतं आणि व्यावसायिक यशही मिळत होतं. पण त्यांचं आयुष्य हे काबूलमधील इतर कुठल्याही व्यक्तींइतकंच महत्त्वाचं होतं. येणाऱ्या काळात युद्ध थांबलं नाहीतर आई-वडिलांच्या अनुपस्थितीत स्वत:च्या उदरनिर्वाहासाठी धडपडणारी ती लहान-

लहान मुलं होती. त्यांना सुरक्षिततेची भावना देणारी गोष्ट म्हणजे त्यांच्या मनातील विश्वास आणि देवावरची अपार श्रद्धा हीच होती. आणि त्याशिवाय त्यांच्या घराचं ते हिरवं फाटक ज्याच्या बाहेरच्या जगाचा त्यांना आत काहीही त्रास नव्हता.

पण आता तशी परिस्थिती राहिली नव्हती. काहीही ठीक नव्हतं. पण जे होतं आहे, ते पाहाणं आणि त्याकडे दुर्लक्ष करणं एवढंच कमिला करू शकत होती. हातातील काम सोडून देणंही शक्य नव्हतं आणि योग्यही नव्हतं. कारण ती एकच गोष्ट त्यांना तग धरायला मदत करणारी होती. त्यांच्या सगळ्यांच्या भल्यासाठी ते आवश्यक होतं.

एक अनपेक्षित लग्न सोहळा

मलिकाच्या जुळ्या मुली रात्रभर रडत होत्या. खूप काम करून ती दमली होती आणि रात्रभर या रडण्याच्या गोंधळात तिचा डोळाही लागला नव्हता. मुलींच्या प्रकृतीच्या काळजीनं झोपाळ्याच्या शेजारी ठेवलेल्या उशीवर डोकं ठेवून अश्रूंना वाट मोकळी करून देण्याची उर्मी तिच्यात दाटून आली होती. पण ते शक्य नव्हतं. मुलींच्या अंगात थोडा ताप असल्यामुळे त्या चिडचिड करत होत्या. दुपारी दोन वाजता डॉ. मरियमचं क्लिनिक उघडताच मुलींना तिकडे नेण्याचं मलिकानं ठरवलं.

"माझ्या बाळांनो, आता रडू नका. सगळं ठीक होईल." दोन्ही तान्हुल्यांना कवटाळून ती आर्जवी स्वरात बोलत होती. त्यांना जोजवत मलिका खोलीत फेऱ्या मारत होती. तिच्या मुली सातव्या महिन्यातच जन्माला आल्या होत्या. त्यामुळे त्यांच्या तब्येतीच्या भरपूर तक्रारी होत्या. शिवाय त्यांचं वजनही वाढत नव्हतं. नाजूक प्रकृतीमुळे त्या दोघीही वेगवेगळ्या संसर्गांना फार लवकर बळी पडत असत. मलिकाच्या नशिबानं तिला डिलीव्हरीच्या वेळी एका महिला डॉक्टरची मदत मिळाली होती. कारण शेकडो स्त्रियांना आपल्या घराच्या एखाद्या खोलीतच बाळंतपण करावं लागायचं. डॉक्टरची मदत मिळणं अशक्य होतं. शिवाय बाळंतिणीला दवाखान्यात नेल्यावर दवाखान्याचा काही फायदा होण्याची शक्यताही दुर्लभ होती. कारण यादवी युद्धाच्या काळात सरकारी दवाखान्यांची स्थिती पेशंटला भरती करण्यासारखी राहिलीच नव्हती. कुठलीही साधनसामग्री तिथे नव्हती आणि औषधांची आवक तर पुर्णत: थांबली होती. औषधांची चिठ्ठी रुग्ण स्वत: लिहायचे आणि कुणी दवाखान्यात भरती असेल, तर जेवणाची व्यवस्था त्यांना स्वत:च करावी लागत होती.

तालिबानींच्या आगमनानंतर तात्पुरते का होईना, पण बॉम्बहल्ले आणि क्षेपणास्त्रांचे हल्ले थांबल्यामुळे काबूलच्या डॉक्टरांना आपला व्यवसाय पुन्हा एकदा सुरू

करण्याची संधी मिळाली होती. पण ज्या महिला डॉक्टर शहर सोडून गेल्या नव्हत्या त्यांना मात्र तालिबानी जाचाला सामोरं जावं लागत होतं. महिला-पुरुष अशी विभागणी दवाखान्यातही करण्यात आली होती. महिलांचा उपचार फक्त महिला डॉक्टरच करणार, असा नियम करण्यात आला होता. पुरुष डॉक्टरांशी कुठलाही संपर्क ठेवण्यास बंदी होती. तालिबानींच्या या महिला विरोधी भूमिकेमुळे त्यांना देशात राज्य करण्यास किती मदत करावी, यावर परकीय देशांना निर्णय घेणं जरा कठीणच झालं होतं. त्यामुळे दवाखान्यांना येणारा परकीय वैद्यकीय मदतीचा ओघही कमी झाला होता. परिणामत: अशा शासकीय दवाखान्यात काम करणारे मोठमोठ्या डॉक्टरांनाही प्राथमिक सुविधांचा अभाव असूनही काम करावं लागत होतं. स्वच्छ पाणी, बॅन्डेज आणि जंतूनाशकांशिवायच त्यांना रुग्णावर औषधोपचार करावा लागत होता. भूल देणं तर दुर्लभ झालं होतं.

काबूलच्या हजारो दुर्दैवी महिलांप्रमाणेच मलिकालाही कुठल्याही परिस्थितीत फक्त महिला डॉक्टरला शोधणं आवश्यक होतं. त्यांचं प्रमाण फार कमी असताना हा शोध किती मौल्यवान आहे, याची प्रत्येकाला कल्पना होती. त्यात डॉ. मरियमसारख्या काही जणी होत्या ज्या आपल्या घरातच फक्त स्त्रियांसाठी दवाखाना चालवत होत्या. शासकीय दवाखान्यातील कामाव्यतिरिक्त हा घरी चालवला जाणारा दवाखाना त्यांच्या आर्थिक परिस्थितीला संतुलित राखण्यासाठी फार उपयोगी ठरत होता.

मलिका क्लिनिकला जरा वेळेच्या आधीच पोहोचली. पण तसं करणं तिला फायद्याचं ठरलं कारण थोडाच वेळात क्लिनिकमध्ये स्त्रियांची प्रचंड गर्दी झाली होती. आपापल्या लहानग्यांना कवटाळून भिंतीचा आधार घेऊन त्या उभ्या होत्या. गेल्या काही दिवसांत डॉ. मरियम यांच्याकडे येणाऱ्या रुग्णांची संख्या झपाट्यानं वाढली होती. शेवटी त्यांनी दवाखान्यात एक मदतनीस ठेवली होती. आलेल्या रुग्णांना ती क्रमाक्रमानं आत पाठवायची. मलिकाच्या हातातही तिनं एक नंबर लिहून चिठ्ठी दिली. केव्हा एकदा मुलींना डॉ. मरियमना दाखवते, असं तिला झालं होतं. पण अत्यंत शांतपणे ती स्वत:चा नंबर येण्याची वाट पाहात उभी होती. त्या खोलीच्या रंग उडालेल्या भिंतींवर तिची नजर खिळली होती. आपल्या मुलींच्या प्रकृतीची काळजी घे म्हणून ती अल्लाकडे दुवा करत होती. शिवाय आता डॉक्टरांनी सांगितलेली औषधं घ्यायला किती पैसे लागतील आणि ती कशी मिळवायची, याचाही विचार तिच्या डोक्यात घोळत होता.

एकदाचा मलिकाचा नंबर आला. तिनं आत गेल्याबरोबर डॉक्टरांशी गळाभेट घेतली आणि मुलींना तपासणी टेबलवर ठेवलं. डॉ. मरियम या बालरोगतज्ज्ञ होत्या. त्यांच्याकडे आपल्या मुलांना घेऊन जाताच सर्व मातांना मन:शांती मिळायची. मलिकालाही आता तेच अनुभवत होती. डॉ. मरियम यांनी दोन्ही मुलींना अतिशय

आत्मविश्वासानं तपासलं. एक दशकाचा त्यांचा या व्यवसायातील अनुभव त्यांच्या चेहऱ्यावर स्पष्ट दिसत होता. अगदी लहानपणापासून वैद्यकीय व्यवसायात जाण्याचं त्यांचं स्वप्नं होतं. आपल्या मुलीच्या या स्वप्नाची पूर्तता करण्यासाठी त्यांच्या अशिक्षित आई-वडिलांनी कसोशीनं प्रयत्न केले होते. रशियाच्या हाती देशाची धूरा असताना मरियम यांनी मेडिकल कॉलेजला प्रवेश घेतल्यानंतर त्यांनी गाव सोडलं. काबूलला हे शिक्षण घेत असताना एका मुजाहिदीन सैनिकानं मरियम यांच्या गावी जाऊन त्यांच्या पित्याकडे तिची तक्रारही केली होती. रशियन सैनिकांच्या पहाऱ्यात चालवल्या जाणाऱ्या या कॉलेजमध्ये चांगल्या घरातील मुली शिक्षण घेत नाहीत आणि मरियमनं अशा विद्यापीठात प्रवेश घेऊन आपल्या उद्दामपणाची प्रचिती दिली आहे, असा त्यांचा आरोप होता. शिवाय मुलीच्या शिक्षणाला मदत करणारे तिचे पालकही परकीयांच्या अधीन झाले आहेत; हा देशाचा विश्वासघात आहे, असाही अपप्रचार या कुटुंबाला सहन करावा लागला होता. शेवटी तिच्या वडिलांनी त्यांच्या गावातील या लोकांशी एक करार केला. एकही पैसा न घेता त्यांना धान्य पुरवठा करण्याचं त्यांनी आश्वासन दिलं. मात्र मुजाहिदीनांनी आपल्या मुलीच्या शिक्षणात कुठलाही अडथळा निर्माण करायचा नाही, असं वचन घ्यायला ते विसरले नाहीत. मरियमच्या उच्च शिक्षणासाठी तिच्या वडिलांना वडिलोपार्जित शेत जमिनीतील अर्ध्या-अधिक जमिनीवर पाणी सोडावं लागलं होतं. पण त्यांनी कधीही तक्रार केली नाही. मुजाहिदीनांना हवा तितका गहू त्यांनी पुरवला आणि आपल्या मुलीच्या शिक्षणातील अडथळा दूर करवून घेतला.

डॉक्टर झाल्यावर एका दशकाहून जास्त काळ डॉ. मरियम काबूलच्या महिलांसाठीच्या इस्पितळात नोकरी करत होत्या. हळूहळू पदोन्नती मिळवत त्या नवीन येणाऱ्या डॉक्टरांच्या पर्यवेक्षक पदापर्यंत पोहोचल्या होत्या. त्यांचे पती एक संशोधक होते आणि खैरखानात त्यांच्या दवाखान्यालगत त्यांनी एक औषधांचं दुकानही थाटलं होतं. डॉ. मरियम यांना दोन अपत्यं होती.

पण तालिबानींच्या येण्यानं परिस्थिती पार बदलली होती. महिलांच्या इस्पितळात सारं काही आपल्या नियमांनुसार चालतं आहे की नाही, याची खात्री करून घेण्यासाठी तालिबानींनी आपल्या माणसांना तिथे जागोजागी पेरून ठेवलं होतं. उपचार करवून घेताना महिला बुरख्याच्या नियमाचं उल्लंघन तर करत नाहीत, हे पाहाण्यासाठी हे सैनिक कधीही महिलांच्या वॉर्डमध्ये प्रवेश करायचे. डॉ. मरियम मानानं आणि पदानं फार वरिष्ठ होत्या. त्यामुळे त्यांनी काय करावं आणि करू नये हे इतरांकडून ऐकणं त्यांच्या सहनशक्तीच्या पलीकडचं होतं. निदान त्यांच्या रुग्णांच्या उपचारासंदर्भात कुणाकडूनही सूचना आल्या तर त्यांना ते सहन होत नसे. अशात आपल्या उद्वेगाला आवर घालणं, त्यांना शक्य नव्हतं. ही ढवळाढवळं

जेव्हा अधिकंच वाढली तेव्हा त्यांनी आपला विरोध काही सहकाऱ्यांसमोर व्यक्त केला. त्यातील एकानं ही बाब तत्कालीन तालिबानी अधिकाऱ्यांच्या निदर्शनास आणून दिली. अर्थातच त्यांच्या अधिकारक्षेत्रावर प्रश्नचिन्ह निर्माण करणारी व्यक्ती त्यांना खपणार नव्हती. त्यामुळे या घटनेनंतर तालिबानींनी डॉ. मरियम यांच्या हालचालींवर कडक पाळत ठेवण्यासाठी सैनिकांची नियुक्ती केली. त्या कुठे जातात, काय करतात आणि काय बोलतात याची इत्थंभूत माहिती मिळवण्याचा तालिबानचा प्रयत्न होता.

पण या सगळ्या अडथळ्यांना डॉ. मरियम यांनी कधीही आपल्या कामाच्या आड येऊ दिलं नाही. रोज सकाळी आठ ते दुपारी एक वाजेपर्यंत त्या इस्पितळात जायच्या. परतल्यावर त्या दोन नंतर खैरखानाच्या आपल्या दवाखान्यामध्ये रुग्णांच्या सेवेत हजर असायच्या. कितीही रात्र झाली तरी कुठल्याही गरजू आणि अडचणीत असलेल्या महिलेला त्यांनी उपचार न घेता परत पाठवलं नाही. त्यांची ही वृत्ती मलिका आणि कमिलाला फार आवडायची. कुठल्याही गरजू मुलीला कारणाशिवाय परत न पाठवणारी कमिलाही त्याच जातकुळीतील होती.

डॉ. मरियमकडे येणाऱ्या बहुतेक महिला रुग्ण या कुपोषित होत्या. याचं मुख्य कारण म्हणजे आरोग्यासाठी आवश्यक असलेला पोषक आहार हा त्यांच्या आर्थिक परिस्थितीला परवडत नव्हता. पण त्याहूनही जास्त प्रमाण नैराश्याचं होतं. शिक्षिका, वकिल किंवा सरकारी काम केलेल्या स्त्रियांना तालिबानींनी नियमांमध्ये जखडलं होतं आणि त्यामुळे त्यांच्यात औदासीन्य येण्याचं प्रमाण दिवसेंदिवस वाढू लागलं होतं. कुठे जावं, काय करावं आणि आता पुढे काय, हे प्रश्न प्रत्येकीला सतावत होते. शेवटी त्या डॉ. मरियमकडे येऊन मन मोकळं करायच्या आणि त्यांचा सल्लाही मागायच्या. घरातून बाहेर पडण्याचा मौका मिळताच त्यांची पावलं आपसूक डॉ. मरियम यांच्या क्लिनिककडे वळायची.

मलिकाच्या दोन्ही मुलींना त्यांनी नीट तपासलं. दोघींनाही आपल्या हातात घेत त्या मलिकाला उद्देशून म्हणाल्या, "मलिका, तू की तुझ्या मुली कोण जास्त आजारी आहे, हे सांगणं माझ्यासाठी खरंच कठीण आहे."

"तू झोप घेणं विसरली आहेस की काय? मला तर शंकाच आहे की तू झोपतेस. मला तुझ्या परिस्थितीची पूर्ण कल्पना आहे. संपूर्ण कुटुंबाची जबाबदारी तुझ्यावर आहे. पण तुला आता विश्रांती घेण्याची नितांत गरज आहे मलिका!" त्यांचा आवाज हळुवार होता. पण त्यात जरब होती. "जर तूच अंथरुणाला खिळलीस तर कुणाचंही भलं होणार नाही, हे तू ध्यानात घे." तिच्याकडे नीट निरखून पाहात त्या म्हणाल्या.

मलिकाची नजर तिच्या पावलांवर खिळली होती. डोळ्यातील अश्रूंना परतवून

लावण्याचा ती आटोकाट प्रयत्न करत होती. तिचा नवरा, तिची मुलं, या दोन आजारी मुली, तिच्या बहिणी, तिच्याकडे कपडे घेऊन येणारे अशा सगळ्यांचा विचार क्षणभर तिच्या मनात आला आणि हे सगळे आपल्यावर किती अवलंबून आहेत, याची तिला जाणीव झाली. त्या क्षणी तिला स्वत:च्या एकाकीपणाची बोचरी जाणीव झाली. स्वत:च्या त्रासासंदर्भात ती 'ब्र' ही काढू शकत नव्हती, ही असहायता तिला एकटं करणारी होती. जे आहे ते तसंच पुढे ढकलत राहण्यावाचून तिला आता कुठलाही पर्याय उरला नव्हता.

"आतापर्यंत तू जे काही केलंस त्याचा जरा विचार कर." डॉ. मरियम यांनी बोलणं थांबवलं नाही. दोन्ही मुलींना त्यांनी मलिकाकडे सोपवलं. "तुझ्या मोठ्या मुलाला तू शाळेत पाठवते आहेस, या दोन मुलींच्या प्रकृतीची काळजी घेण्यासाठी धडपडते आहेस, आपल्या बहिणींच्या व्यवसायात मदत करून तू आपल्या कुटुंबाचीही काळजी घेते आहेस. हे सारं खूप मोठं आणि धाडसाचं आहे मलिका. तुला यातून बाहेर पडणं शक्य नाही. तुला हे असं अर्ध्यावर सोडताही येणार नाही, याची जाणीव आहे मला. पण तू जर स्वत:ची काळजी नीट घेतली नाहीस, तर पुढल्या वेळी या मुलींऐवजी मला तुझ्यावरच उपचार करण्याची पाळी येईल. कळतं आहे ना तुला?"

मलिकानं विमनस्कपणे मान डोलवली. डॉक्टरांच्या खोलीतून बाहेर पडताना तिनं डॉ. मरियमना घट्ट मिठी मारली. खुंटीवर लटकवलेली चादरी अंगावर चढवली आणि मुलींना तिनं छातीशी कवटाळून धरलं.

"तुम्ही दिलेली औषध घ्यायला मी तुमच्या पतीच्या औषधांच्या दुकानात जाते आहे. आणि आणखी काही कपडे शिवून घेण्यासाठी तुम्हाला तुमच्या भाच्यांना घेऊन माझ्याकडे यायचं आहे." मलिकानं जाता-जाता डॉ. मरियमना विनंती केली.

त्या दिवशी संध्याकाळी मलिकानं कमिलाला डॉक्टरांच्या सल्ल्यासंदर्भात सांगितलं. अत्यंत विश्वासू अशा डॉ. मरियम यांच्याशी बोलून तिला खूप बरं वाटतं होतं, हेही तिनं कमिलाजवळ कबूल केलं. गेल्या काही महिन्यांमध्ये घरी कामाला येणाऱ्या प्रत्येक मुलीची करुण कहाणी ऐकून घेण्याची तिलाही आता सवय झाली होती. पण कमिलाही आपलं दु:ख कुणाजवळ बोलू शकत नव्हती. मलिकाबाबतही ती आताशा खूप काळजी करू लागली होती. पण डॉ. मरियम यांनीच तिला विश्रांती घेण्याचा सल्ला दिल्याचं ऐकून तिला हायसं वाटलं.

डॉ. मरियम यांच्या या उद्बोधनाची मलिका ही काही एकमेव श्रोता नव्हती. गेले अनेक दिवस खूप थकवा जाणवू लागल्यानं एक दिवस कमिलाही त्यांच्याकडे गेली होती. कमिलाचा रक्तदाब खूप कमी झाला आहे आणि तिनं जर व्यवस्थित विश्रांती घेतली नाही, तर तिच्या आरोग्याला धोका आहे असं त्यांनी तिला सांगितलं होतं. पण ती आवश्यक विश्रांती तिच्यासाठीही दुर्लभ होती. पण काम शिकण्यासाठी

येणाऱ्या मुलींचा ओघ आजकाल वाढल्यामुळे मिळणाऱ्या शिलाई कामाची पूर्तता वेळेत करून निदान पाच तास तरी झोप घेण्याइतकी सवड तिला आताशा मिळत होती. काम संपवून खोलीत गेल्यावर कमिलाच्या डोळ्यांत झोपेचं चिन्हंही दिसत नसे. येत्या काळात मिळणाऱ्या कामाचा ओघ कमी तर होणार नाही ना आणि मिळालेलं काम वेळेत पुरं झालं नाहीतर काय, अशा विचारांनी तिची झोप उडालेली असायची.

मलिकानं सुचवल्याप्रमाणे कमिला आता काही कुशल कारागीर मुलींना त्यांच्या स्वत:च्या कामात आणखी खुबी आणण्यासाठी प्रोत्साहन देत असे. त्यांनी स्वत:च्या कल्पनाशक्तीचा वापर करत काही नवनवीन डिझाइन्स तयार करावीत, यावर तिचा भर होता. आणखी एक गोष्ट तिच्या लक्षात आली होती. नमुना म्हणून एक ड्रेस शिवणं आणि भरपूर प्रमाणात तेच काम करणं यात फार अंतर होतं. नमुन्याची शिलाई फार लवकर आटपायची. पण तसे कपडे मोठ्या संख्येत शिवण्यासाठी तिला बाजारात कापड आणण्यासाठी वारंवार जावं लागत असे. शिवाय शिलाईसाठी मुलीही जास्त लागतात हे तिला कळलं होतं.

नुकतंच मेहनाजला एक डिझाइन सुचलं होतं. गडद जांभळ्या रंगाच्या कापडावर गळ्यापासून कमरेपर्यंत पिवळ्या-पांढऱ्या फुलांची नक्षी आणि त्यात सोनेरी किनार असलेल्या मणी-मोत्यांची कशिदाकारी! कमिलाला मेहनाजच्या कल्पकतेचा फारच अभिमान वाटला. ती जाम खूश होती. पण आता प्रश्न होता, तो असं नाजूक कलाकुसरीचं काम असलेले कपडे मोठ्या संख्येने तयार करण्याचा आणि ते ही फक्त सात दिवसांत. कारण हमीदला असे काम केलेले कपडे सात दिवसांच्या आत हवे होते.

जर हा व्यवसाय खऱ्या अर्थानं वाढवायचा असेल, तर काम भराभर संपवण्यासाठी या कामात मोठी गुंतवणूक करण्याची नितांत गरज कमिलाला जाणवू लागली होती. एक दिवस ती रहिमला म्हणाली, "आपल्याला आणखी शिवणयंत्रांची गरज आहे आणि ते ही लगेच."

आपल्या या विश्वासू मेहरामला घेऊन ती लगेच लासे मरियमला गेली. विविध प्रकारच्या यंत्रांची तिनं निवड केली. त्यात पाकिस्तानातून आणलेल्या एका कशिदाकारीसाठी आवश्यक अशा यंत्राचीही तिनं निवड केली. अर्थात ते फार महाग होतं. पण कमिलासाठी ते गरजेचं होतं. आणखी एक महागडी वस्तू तिनं विकत घेतली आणि ती म्हणजे जनरेटर. त्यांच्या घराच्या अंगणात ठेवता येईल, असा तो जनरेटर होता.

कमिलाकडे येणाऱ्या निलोफर नावाच्या विद्यार्थीनीच्या भावाने भरतकाम आणि कशिदाकारी करणारं हे यंत्र कसं वापरायचं याचं प्रात्यक्षिक देण्याची तयारी दाखवली होती. असे सुरेख काम असलेले कपडे महाग असतात आणि त्याची किंमत जास्त मिळणार याची शाश्वती कमिलाला होती. थोडे आणखी अफगाणी जर तिला यातून

कमावता आले, तर तिच्या व्यवसायाला आणखी उभारी येईल, हा तिचा विश्वास होता.

खरेदी केलेल्या वस्तू महत्प्रयासानं सांभाळत रहिम आणि ती घरी परतत असताना तिनं पुन्हा रहिमकडे पाहिलं. "हे सगळं हाताशी असताना आता आपल्याला मिळणाऱ्या कामात तिप्पट वाढ होईल, नाही?" कमिलाच्या या वक्तव्यावर त्यानं फक्त मान डोलावली. सध्या तो ती मशिन्स सांभाळण्याची कसरत करण्यात व्यग्र होता.

सगळी नवीन यंत्र घरात व्यवस्थित ठेवली होती. एक दिवस सकाळी मेहनाजनं तयार केलेल्या त्या जांभळ्या पोशाखांवर कमिला शेवटचा हात फिरवण्यात गढली होती. मलिकाही तिच्या शेजारी काही कपड्यांच्या नीट चुण्या करण्यात गुंतली होती. त्यामुळे निलाब त्यांच्या शेजारी येऊन उभी आहे, हे ध्यानात यायला त्यांना जरा वेळच लागला. दोघींच्याही शेजारी ठेवलेल्या कापडांच्या ढिगाकडे ती एकटक पाहात होती. कमिला किंवा मलिकानं तिची दखल घेण्याची ती वाट पाहात होती.

"काय गं निलाब, काय झालं?" शेवटी मलिकानं तिला विचारलं.

"काकू, तिकडे आपल्या दारात तीन महिला आल्या आहेत त्यांच्यातील एकीचं लग्न आहे. वधूचे कपडे शिवून देणार का, असं त्या विचारत आहेत." तिनं माहिती पुरवली. नंतर हळूच नजर जरा वर करत ती म्हणाली, "त्यांना कपडे उद्याच हवे आहेत."

मलिका दचकली. कदाचित ऐकण्यात काहीतरी गडबड झाली, असं तिला वाटलं. "काय म्हणालीस? उद्या?"

"हो!" निलाबनं निरागसतेनं उत्तर दिलं. "असंच म्हणाल्या त्या."

खरं तर या दिवसांमध्ये असे तत्काळ होणारे लग्न सोहळे बोटावर मोजण्याइतकेही होत नव्हते. कारण छोटासा समारंभही करायचा असेल, तर त्याच्या जुळवाजुळवीतच लोकांची तारांबळ उडत होती. सामानाव्यतिरिक्त स्थलांतरित झालेल्या नातेवाइकांना एकत्र आणणे, हेच अत्यंत जिकरीचं काम होतं. त्यातही लग्नासाठी योग्य मुलं एक तर अफगाणिस्तान सोडून गेलेली होती किंवा सीमेवर लढाई करण्यात मश्गुल होती.

"बरं एक काम कर. त्यांना आत घेऊन ये!" मलिकानं निलाबला सांगितलं. "बघू, आपल्याला काय करता येईल आणि त्यांना नेमकं काय हवं आहे ते."

थोड्याच वेळात दोन तरुण मुलींनी आणि त्यांच्या चिंताक्रांत आईनं घरात प्रवेश केला.

"अरे व्वा!" घरात सर्वदूर पसरलेली शिवणयंत्र आणि कामात गुंगलेल्या डझनावारी मुली यांना पाहून त्या बाई एकदम उत्साहानं उद्‌गारल्या. पण अजूनही त्यांच्या चेहऱ्यावरील काळजी कमी झाली नव्हती. "आम्ही अगदी अशाच जागेच्या शोधात होतो. माझं नाव नबिला आणि या माझ्या दोन मुली शफिका व मशाल.

शफिकाचा परवा निकाह आहे आणि त्यामुळे तिचे कपडे आम्हाला उद्यापर्यंत शिवून हवे आहेत. आज आमचा अख्खा दिवस शहरात शिलाई करणाऱ्या कुशल महिला कारागिरांना शोधण्यातच गेला. पण आम्हाला हवं असलेलं काम फक्त तुम्हीच करू शकाल, असा विश्वास आम्हाला वाटतो आहे.'' त्या बाई भराभर बोलत होत्या.

बोलता-बोलता त्यांनी हातातील पिशवीतून एक हिरव्या आणि एक पांढऱ्या रंगाच्या कापडांचं बंडल काढलं.

''हे कापड!'' कमिला किंवा मलिकानं काम करण्यासाठी होकार देण्याची जराही वाट न पाहाता त्यांनी ते कापड मुलींच्या हातात दिलं. ''जर हे काम तुम्ही वेळेत करून दिलं, तर तुमचे फार उपकार होतील आमच्यावर!'' त्यांनी पुस्ती जोडली.

मलिका अजूनही धक्क्यातून सावरली नव्हती. एक कसनुसं हसू तिच्या चेहऱ्यावर फुललं आणि तिनं कापड हातात घेतलं. नबिलानं मशालकडे सूचक नजरेनं पाहिलं. ती लगेच त्या खोलीतून निघून गेली.

''हो, हो. नक्की करू आम्ही हे काम.'' जरा स्वत:ला सावरत मलिका उत्तरली. ''तसं हे इतकं मोठं काम करायला निदान चार-पाच दिवस तरी लागतात. पण आम्ही यापूर्वी असे निकाहसाठी लागणारे पोशाख भरपूर प्रमाणात केले आहेत. त्यामुळे आम्ही करू शकू. उद्या संध्याकाळपर्यंत तुमच्या मुलीचे कपडे तयार असतील, याची ग्वाही मी देते.'' मलिका नबिलाला सांगत होती.

मलिका मग शफिकाला घेऊन दिवाणखान्याच्या एका कोपऱ्यात तात्पुरत्या तयार केलेल्या एका कापडी तंबूत गेली. कपडे शिवून घेण्यासाठी आलेल्यांचे माप घेता यावे म्हणून ही सोय करण्यात आली होती.

एकोणीस-वीस वर्षांची शफिका अतिशय कृश आणि दुबळी वाटत होती. पण तिचा चेहरा एखाद्या बाहुलीसारखा सुरेख होता. मापं घेऊन कमिला दिवाणखान्यात परत आली, तेव्हा मशाल आणि नबिला ताटकळत उभ्या होत्या. शफिकाला माप घ्यायला नेलं, तेव्हा मशालला नबिलानं कुठेतरी पिटाळलं होतं. आता ती धापा टाकत आईशेजारी उभी होती. तिच्या हातात एक मोठं पुडकं असल्याचं मलिकाच्या लक्षात आलं.

''माफ करा तुम्हाला मी फारच त्रास देते आहे.'' नबिला पुन्हा बोलू लागली. ''तुमच्या इथे या एवढ्या मुली काम करत आहेत. मला वाटतं तुम्ही आणखी चार पोशाख शिवून देऊ शकाल.'' पुन्हा एकदा मलिकाच्या उत्तराची वाटही न पाहाता तिनं मशालच्या हातातील बॅगमधून आणखी कापड काढलं. ''मशाल आणि मलाही या विवाहासाठी ड्रेस हवेत. तुम्हाला मी सांगितलंच, आज आम्ही शिवणकाम करणाऱ्या बायकांना दिवसभर शोधलं. पण दोन दिवसांत हे एवढं काम करून देण्यास योग्य कुणीही सापडलं नाही. तुम्ही कराल ना एवढं आमचं काम? लग्न दोन दिवसांवर

आहे आणि म्हणून आम्हाला थोडी चिंता वाटते आहे.'' त्या बोलतच राहिल्या.

सहा पोशाख आणि फक्त एक दिवस! मलिकाला काय बोलावं सुचेना. तेवढ्यात नबिलानं तिच्या हातात कापडाचं बंडल दिलंही.

''दोन लग्नाचे आणि चार पार्टीसाठी पोशाख तुम्हाला फक्त एक दिवसात शिवून हवेत?'' मलिकानं प्रश्न केला.

नबिलानं फार उत्साहानं होकार दिला. तिच्या चेहऱ्यावर तिला काय वाटतं आहे, ते स्पष्ट दिसत होतं. तिला हे काम कुठल्याही परिस्थितीत पूर्ण करून देणारं कुणीतरी हवं होतं.

मलिका क्षणभर स्तब्ध होती. अशा प्रकारचं काम करायला कमीत कमी एक आठवडा तरी लागतो. तिला एकटीला हे काम करणं तर अशक्य होतं. तिच्या बहिणी आणि काम शिकायला-करायला येणाऱ्या प्रत्येकाची मदत मिळाली, आणि तीही तत्काळ, तरच हे काम पूर्ण करता येणार होतं, आणि तत्काळ म्हणजे आता या क्षणी काम सुरू करावं लागणार होतं.

तिनं पुन्हा क्षणभर विचार केला. जास्त कामाची गरज त्यांना होतीच....

मलिका नबिला आणि तिच्या मुलींना घेऊन अंगणाच्या दिशेनं गेली आणि त्यांना तिथेच वाट पाहायला सांगून ती आत परतली. कमिला अजूनही आपल्या कामात गढलेली होती.

''कमिला जान, एक बाई आल्या आहेत आणि त्यांच्या मुलीच्या लग्नासाठी त्यांना सहा ड्रेस शिवून हवे आहेत. ते ही फक्त एका दिवसात. मी एकटी तर हे करू शकत नाही, हे तर निश्चितच. पण आपण सगळ्या मिळूनही ते पूर्ण करू शकू की नाही याचीही मला शंका आहे. कारण काम खूप मोठं आहे. तुला काय वाटतं?'' तिनं कमिलाला विचारलं.

कमिलाला विचार करण्याची अजिबात गरज नव्हती. तिनं हातातला पोशाख बाजूला टाकला आणि ताबडतोब उत्तर दिलं.

''आपण करू शकतो. मी आणि या मुली तुला मदत करू. हमीदनं दिलेली ऑर्डर जवळपास पूर्ण होत आली आहे.'' तिनं मलिकाला आश्वासन दिलं. ''आपण नक्कीच करू शकतो... अशी अनेक आव्हानं आपण पेलली आहेत आणि नेहमी काही ना काहीतरी मदत आपल्याला मिळाली आहे. मलिका, तू आम्हाला कितीतरी वेळा मदत केली आहेस. अगणित संकटं सोसण्यास तू आम्हाला आधार दिला आहेस. मग तुझ्यासाठी एवढंही करू शकणार नाही का आम्ही?''

तिच्या या शब्दांनी मलिकाला धीर आला. ''हं, हे काम करताना मजा येणार असं दिसतं आहे.'' मलिकानं कमिलाला मिठी मारली. बाहेर नबिला ताटकळली होती.

''तुम्हा सगळ्यांना आज संध्याकाळी सहा वाजता परत इथे यावं लागणार

आहे. म्हणजे घेतलेली मापं तपासून पाहाता येतील.'' मलिकानं नबिलाला सूचना केली. ''खरं तर आम्ही अंधार पडल्यानंतर कुणालाही असं बोलवत नाही, कारण सैनिकांचा पहारा असतो, आणि महिलांसाठी असं बाहेर पडणं सुरक्षित नाही. पण काम लवकर संपवायचं आहे म्हणून तुमचं सहकार्य हवं आहे.'' ती समजावून सांगत होती. ''कृपया मी सांगितलेल्या वेळेवर या, उशीर करू नका. नमाजच्या वेळी तुम्ही वाटेत किंवा आमच्या दारात असता कामा नये.''

''हो, हो. आम्ही ते लक्षात ठेवू.'' नबिलाच्या डोक्यावरून एक मोठं ओझं उतरलं होतं आणि त्यामुळे तिनं प्रसन्न हसून मलिकाच्या सूचनांचं पालन करण्याचं आश्वासन दिलं. ''आम्ही बरोबर तुम्ही दिलेल्या वेळेवर हजर राहू. मी तुमची खूप खूप आभारी आहे. शुक्रिया... शुक्रिया!''

नबिला गेली आणि दिवाणखान्यात हालचालींना एकदम वेग आला. मलिकानं सर्व मुलींना एकत्र येण्यास सांगितलं आणि काम सुरू करण्यासाठी ती भराभर सूचना देऊ लागली.

''मुलींनो, हे हाती आलेलं काम आपल्याला आता या क्षणापासून सुरू करायचं आहे आणि त्यासाठी मला तुम्हा सगळ्यांची मदत हवी आहे.'' तिनं बोलायला सुरुवात केली. दिवाणखान्याच्या दारात उभी राहून ती या मुलींना उद्देशून बोलत होती. ''या महिलांना माप तपासण्यासाठी संध्याकाळी बोलावले आहे आणि त्यामुळे आपल्याकडे फक्त सात तास आहेत. या वेळेत आपल्याला त्यांच्या मापाचे ढोबळ डिझाइन करून त्यांना घालावयास द्यावे लागणार आहे. निकाहसाठी आवश्यक अशा वधूच्या पोशाखांची जबाबदारी माझी राहाणार आहे. वधूची आई आणि बहीण यांच्या कपड्यांची सगळी जबाबदारी कमिलाकडे असणार आहे. कापड बेतून त्यावर कशिदाकारी आणि भरतकामासाठी डिझाइन काढण्याचं काम मी सामानला सोपवते आहे. यासाठी जे काही साहित्य आवश्यक आहे, त्याची पूर्तता करण्याची जबाबदारी लैला आणि निलाबची असणार. काम व्यवस्थित होत आहे किंवा नाही आणि कुणाला काही मदत लागली, तर ती तुम्ही सारा जानला मागायची आहे. ती या सगळ्या कामावर बारकाईनं लक्ष ठेवणार आहे. कुणाला काहीही अडचण आली, तर कृपया विचारायला लाजू नका. आपल्याकडे वेळ कमी आहे आणि त्यामुळे छोटीशी चूकही आपल्याला मोठ्या संकटात टाकू शकते. आम्ही मदत करायला तत्पर आहोतच. शिवाय आज जर तुम्ही आणखी थोडावेळ इथे थांबू शकलात, तर फार मोठी मदत होईल आम्हाला.''

तिचं बोलणं संपताच तयार केलेले गट आपापल्या कामाच्या जागेकडे रवाना झाले. काम दोन टप्प्यांत विभागण्यात आलं होतं. सर्वांत आधी शफिकानं निकाहसाठी निवडलेल्या हिरव्या पोशाखावर कामाची सुरुवात करण्यात आली. त्यानंतर लग्नानंतरच्या

स्नेहभोजनासाठी आमंत्रित केलेल्या लोकांना भेटण्यासाठी म्हणून ती पांढरा पोशाख घालणार होती. दोन्ही पोशाख अत्यंत साधे आणि कमीत कमी कशिदाकारी केलेले असावेत, असा शफिकाचा आग्रह होता. तिची ती विनंती ऐकून मलिकाला थोडं आश्चर्य वाटलं होतं. कारण कुठल्याही नववधूला आपल्या विवाहाच्या पोशाखासंदर्भात प्रचंड उत्सुकता असते आणि तो अगदी वेगळा दिसावा यावर तिचा खूप भर असतो, असा आजपर्यंतचा मलिकाचा अनुभव होता. "पण हरकत नाही. उलटं कमी काम करावं लागेल आणि त्यामुळे अर्ध्या दिवसाची बचतही होईल." तिनं मनोमन विचार केला.

दुसऱ्या एका गटानं कापडाचं बंडल उघडले आणि नबिला व तिच्या मुलींच्या आवडीनुसार त्यांना वेगवेगळं करण्यास सुरुवात केली. मलिकानं चिठ्ठ्यांवर त्यांची नावं लिहून त्या-त्या कापडांना लावल्या. सामाननं कापडं बेतली की, मग मुली शिलाईची सुरुवात करू शकतील आणि कुणी सलवार तर कुणी स्कर्ट आणि पायजमे तयार करू शकतील, अशी योजना होती. पोशाखाच्या बाह्यांच्या शिलाईसाठी मुलींनी मापाप्रमाणे अतिशय काळजीपूर्वक कापड नीट बेतलं होतं. कमिलानं सांगितलेली पद्धत अवलंबून त्यांनी शिलाईला सुरुवात केली. बेतलेल्या कापडाच्या अगदी वरच्या भागावर शिलाई केली, तर या बाह्या उरलेल्या पोशाखाला जोडताना त्रास होत नाही. शिवाय पहिली शिलाई घालताना त्यांनी बरीच मायाही सोडली होती. पहिल्या मापाची पाहणी झाली की, मग शेवटची शिलाई करायची. त्यांच्या शिक्षिकांनी सांगितल्याप्रमाणे बाह्या कधीही लांब असाव्यात. लहान ठेवून पंचाईत करून घेण्यापेक्षा त्या नेहमी थोड्या लांब असणं कधीही चांगलं; असं मलिका, कमिला आणि साराचं मत होतं.

घरात कामाची धावपळ सुरू झाली होती. कपड्यांची सळसळ, मशिन आणि जनरेटरच्या आवाजानं त्यात भर घातली होती. कमिला आणि मलिका दर दोन मिनिटांनी मुलींना अक्षरश: ओरडून सतत काहीतरी सूचना देत होत्या. प्रत्येकाच्या हातात काम होतं आणि एवढ्या गोंधळातही त्या मुली कामात गढून गेल्या होत्या.

अशात एक तास कसा गेला ते कुणालाच कळले नाही. शिकायला येणाऱ्या एका लहान मुलीनं स्वत:बरोबर आणलेली एक कॅसेट हळू आवाजात लावायची परवानगी कमिलाकडे मागितली. कामाचा ताण निर्माण झाला आहे, हे तिच्याही लक्षात आलं होतं. त्यामुळे अशात थोडं संगीत जर ऐकता आलं, तर बरं वाटेल. ती लगेच उठली आणि कपाटातून तिनं तिच्या वडिलांचा एक चीनहून आणलेला टेपरेकॉर्डर बाहेर काढला. कॅसेट वाजू लागली आणि खोली फरहाद दरयाच्या आवाजानं भरून गेली.

दरया अफगाणिस्तानचा प्रसिद्ध लोकगीत गायक होता. काबूल विद्यापीठात

त्यानं संगीत शिक्षक म्हणून नोकरीही केली होती. १९९०मध्ये त्याल रेडिओ अफगाणिस्ताननं सर्वोत्कृष्ट गायक म्हणून पुरस्कृत केलं होतं. पण रशियन आर्मी अफगाण सरकारला साहाय्य करणार ही अफवा ऐकताच त्यानं देश सोडून युरोपमध्ये पलायन केलं. मुलींना या गायकाची सगळी गाणी मुखोद्गत होती. त्यामुळे कॅसेटसोबत त्या गाऊ लागल्या आणि हातातील कामाचा ताण कमी-कमी झाला.

नववधूच्या पांढऱ्या गाउनची पहिली शिलाई आटोपली होती. पोशाख आकार घेऊ लागला तेव्हा मलिकानं एक नजर सगळ्या मुलींवर टाकली. त्यातील शफिकाच्या उंचीची आणि शरीरयष्टीची मुलगी हेरून तिनं तिला जवळ बोलावलं. मलिकाचा अनुभव अशा क्षणी प्रकर्षानं जाणवायचा. त्या मुलीच्या अंगावर तो ड्रेस चढवून तिनं उरलेल्या कामाचा अंदाज घेतला.

"चला, सुरुवात तर छान झाली आहे." ती म्हणाली. "कमरेपासून खालचा स्कर्ट शिवताना काही गोष्टी अगदी काटेकोरपणे आपल्याला पाळायच्या आहेत. घेराला सगळ्यात खाली अस्तर लावायचं आहे. घेराला चुण्या नसल्यामुळे अस्तर लावणं जरा कठीण जाणार आहे. त्यातच पोशाखाचं कापड सुळसुळीत आहे. नीट काळजीपूर्वक आणि सावकाश होऊ द्या तुमचं काम. अजून नवऱ्या मुलीला यायला भरपूर वेळ आहे."

लगेच मलिकानं उरलेल्या गोष्टी एकत्र करायला सुरुवात केली. बटण, चेन आणि हुक्सची जमवाजमव केली. एकदा मापाची तपासणी झाली की, मग शेवटच्या शिलाईनंतर या सगळ्या वस्तूंची आवश्यकता होती. या मधल्या वेळात लैला स्वयंपाकघरात गेली आणि तिनं मुलींना खायला शिरा तयार केला. रात्रीच्या जेवणाला अवकाश होता. पण तिला आज फक्त नेहमीप्रमाणे १२ लोकांसाठी नाही तर कमीत कमी २० लोकांसाठी जेवण तयार करावं लागणार होतं. तिनं निलाबला कोपऱ्यावरच्या दुकानात पिटाळलं. कारण नान करण्यासाठी कणीक आणि थोडे कांदे तिला हवे होते. मुलींनी घरात आधीच मोठ्या प्रमाणात तांदूळ साठवून ठेवला होता. त्यामुळे सध्यातरी काही काळजी करण्याची गरज नव्हती.

संध्याकाळी बरोबर सहा वाजता फाटक वाजलं. नबिला आणि तिच्या मुलींचं मलिका आणि कमिलानं स्वागत केलं. सर्वप्रथम शफिकाच्या निकाहसाठी तयार केलेला पोशाख त्यांनी तिच्या अंगावर चढवला. ठिकठिकाणी पिना लावून त्याचं माप तपासताना शफिका पिन कुठे बोचू नये म्हणून अगदी एखाद्या बाहुलीप्रमाणे निश्चल उभी होती. कमिला आणि मलिकानं एका वहीमध्ये आवश्यक त्या साऱ्या गोष्टी टिपून घेतल्या. त्यानंतर नबिला आणि मशालच्या पोशाखांची मापं त्यांनी तपासली. दिलेली प्रत्येक सूचना मुलींनी नीट पाळावी, हा कमिलाचा आग्रह असायचा. विशेषतः मापांच्या संदर्भात तिला चूक झालेली खपत नसे. पण मुलींनी

केलेलं काम पाहून तिचा ऊर अभिमानानं भरून आला. तिनं सांगितलेल्या सूचनांचं अगदी तंतोतंत पालन केलं गेलं होतं. येत्या काही दिवसांत त्यांना आपली गरजही भासणार नाही, हा विचार कमिलाच्या मनात आल्यावाचून राहिला नाही. त्या मन लावून शिकल्या आहेत आणि आता अतिशय आत्मविश्वासानं काम करू लागल्या आहेत, हे तिच्या ध्यानात आलं.

काम आटोपल्यावर नबिला जायला निघाली. दाराशी थांबून तिनं आधी आपली चादरी नीट अंगावर घेतली. ''हे काम तुम्हा सगळ्यांसाठीच खूप मोठं होतं, याची मला कल्पना आहे.'' मलिकाला उद्देशून ती बोलली. ''आम्ही सगळेच तुमचे खूप आभारी आहोत. गेल्या काही वर्षांत आमच्या कुटुंबात कुठलाही आनंदाचा प्रसंग, समारंभ झालेला नाही. त्यामुळे हा विवाह सोहळा आमच्यासाठी खूप महत्त्वाचा आहे.''

''आमचं कामच आहे ते आणि ते करू शकलो याचा आम्हालाही आनंद आहे.'' मलिकानं तिच्या आभाराला उत्तर दिलं. ''पोशाख पूर्ण करण्याआधी पुन्हा एकदा तो तुम्हाला घालून पाहावा लागणार आहे. त्यासाठी उद्या पहाटे तुम्हा तिघींना यावं लागेल. कृपया खूप उशीर करू नका. कारण हे काम पूर्ण करण्यासाठी आम्हालाही जास्तीत जास्त वेळ मिळायला हवा आहे.'' तिनं नबिलाला सूचना केली.

त्या रात्री कमिला, मलिका आणि मुली फक्त काम करण्यात गुंतल्या होत्या. शाळेतून परतल्यावर रहिमनंही त्यांना मदत करायला सुरुवात केली. कशिदाकारी आणि भरतकामात तोही तरबेज झाला होता आणि विशेष म्हणजे तो हे काम अतिशय सुरेख करायचा. म्हणून कमिला आणि मलिका त्याच्या परतण्याची आतुरतेनं वाट पाहात होत्या. मलिकानं काम घेताना अंदाज बांधलाच होता की, हे काम पूर्ण करण्यासाठी त्या साऱ्यांनाच मिळून दिवस-रात्र एक करावे लागणार आहेत. झालंही तसंच. मध्यरात्र उलटून गेल्यावर त्यांनी काम थांबवलं. पहाटे उठून त्यांचा नमाज झाल्यानंतर पुन्हा कामाला सुरुवात करावी लागणार होती. सगळेच पार थकले होते. तरीही आपल्या लहान बहिणींची खोडी काढण्याइतका उत्साह कमिलामध्ये होताच.

''हे असं काम पुन्हा मी करू शकणार नाही.'' शेवटच्या कंदिलाची वात बारीक करत सामानकडे नजर टाकून कमिला खट्याळपणे म्हणाली. ''सामान, लग्न करताना आम्हाला कपडे शिवण्यासाठी कमीत कमी दोन महिन्यांचा वेळ तुला द्यावा लागणार आहे, बरं का!''

''कमिला जान, एक सांगू का, माझ्या लग्नाची वेळ येईपर्यंत आपला हा व्यवसायचं अस्तित्वात नसणार. एका विद्यार्थ्यांनी खच्चून भरलेल्या वर्गाला तू साहित्य शिकवण्यात व्यग्र असशील आणि कुणी सांगावं मीही माझ्या मनासारखं काम करत असेन. आणि नाही केलं तरीही आपल्याला हे कपडे शिवायला वेळ

नसणार एवढं मात्र नक्की. आपण एका मोठ्या दुकानात जाऊ आणि कपडे विकत घेऊ.'' सामान स्वप्नरंजनात रमली होती.

मुली भल्या पहाटेच उठल्या आणि पुन्हा कामाला लागल्या. नबिला आणि मुली आल्याचंही त्यांना लक्षात आलं नाही इतक्या त्या कामात गुंगल्या होत्या. शफिकाचा गाउन अगदी तासाभरापूर्वीच मलिकानं हातावेगळा केला होता. शिलाई पूर्ण झाल्यामुळे आता शफिकाला तो पूर्ण घालून पाहाणं शक्य होतं. शिवाय मलिकानं त्यातील सगळ्या पिना काढून टाकल्या होत्या, त्यामुळे आता त्या बोचण्याचं भयही नव्हतं.

''व्वा! किती सुरेख!'' स्वत:लाच न्याहाळत शफिका उद्गारली. ''गळा अगदी व्यवस्थित बसला आहे. आणि ही कशिदाकारी किती सुंदर आहे!!''

''तू दिसतेही आहेस खूप सुरेख!'' कमिलानं तिचं कौतुक केलं. ''तुझा निकाह ही असाच सुरेख होणार हे नक्कीच.'' तिनं शफिकाला शुभेच्छा दिल्या.

तिचा हिरवा पोशाखही तयार झाला होता. मेहनाज त्याच्या कशिदाकारीवर शेवटचा हात फिरवत होती. शफिकाला पहिला पोशाख आवडला होताच. हाही आवडणार याची मुलींना खात्री पटली होती.

त्या दिवशीची दुपार खूप काम असूनही निवांत होती. ''आपलं काम खूप आटोक्यात आहे हं!'' मलिका कमिलाला सांगू लागली. ''ते संध्याकाळी पोशाख घ्यायला येतील, तोपर्यंत आपलं काम आटोपलेलं असेल. आता फक्त आपल्याला या कपड्यांवर शेवटचा हात फिरवायचा आहे. नबिला आणि मशालचे गाउन फार साधे आहेत. त्यांना फार वेळ द्यावा लागणार नाही.''

पण तरीही वेळ त्यांच्या हातून निसटत होता. नबिला तिला दिलेल्या वेळेच्या आधीच घरी पोहोचली होती. या वेळी त्यांना खरंच खूप घाई झाली होती.

''मलिका जान, कपडे तयार आहेत ना?'' तिनं आत शिरताच प्रश्न केला. तिच्या चेहऱ्यावर काळजी ओसंडून वाहात होती. दोन्ही मुली फार केविलवाण्या चेहऱ्यानं आईच्या पाठीशी उभ्या होत्या. ''मी माफी मागते तुमची. पण आम्हाला काही कारणास्तव समारंभात थोडा बदल करावा लागला आहे आणि त्यामुळे कपडे आत्ताच हवे आहेत.'' मलिकाकडे पाहात ती विनवणी करू लागली.

मलिकाला हे ऐकून धक्का बसला होता. पण इतक्या वर्षांचा ग्राहकांचा अनुभव तिच्या पाठीशी होता त्यामुळे आपले भाव चेहऱ्यावर येऊ न देण्याची तिला आता सवय झाली होती. ''सारं काही तयार आहे. फक्त तुमचा पोशाख तयार व्हायला काही मिनिटं लागतील. तुम्ही आधी शांत व्हा! इथे बसा. थोडा चहा घेणार का तुम्ही?'' मलिकानं अगदी सराईतपणे त्यांना थोपवण्यासाठीची सगळी अस्त्रं वापरली.

"माझे कपडे मरू देत. जे झालं आहे, जसं झालं आहे, कृपया मला ते द्या आणि मला जाऊ द्या. आम्हाला खरंच अजिबात वेळ नाही." ती अगदी काकुळतीला येऊन बोलू लागली तेव्हा मलिकालाही खूप दडपण आलं. तिनं एक खोल श्वास घेतला.

"बरं, बरं! पण एकच मिनिट थांबा." ती लगेच बोलली. "तुमच्याही पोशाखाचं फक्त हेमिंग राहिलं आहे. त्याला पाच मिनिटं लागतील. तेवढं झालं की, सगळंच घेऊन जा."

ती बोलत असताना इतर मुलींनी ऐकलं आणि त्यांनी लगेच हालचाल केली. दाराशी टांगलेले पोशाख त्यांनी हाती घेतले. घरात वीज नव्हतीच आणि त्यातही जनरेटरमध्ये घालायला इंधनही नव्हतं. त्यामुळे पोशाखांना इस्त्री करण्यासाठी मुलींनी स्वयंपाकघरात धाव घेतली. निलोफर आणि निलाब यांनी मिळून गॅस पेटवला. निकाहसाठी उभं राहाणाऱ्या मुलीला चुरगाळलेले कपडे घालायला देणं मलिकाला तरी पटण्यासारखं नव्हतं.

दुसरीकडे सारानं मुलींना नबिलाचा पोशाख तयार करण्याचा आदेश दिला होता. आता खूप लक्ष देण्यापेक्षा हातातील काम त्वरित संपवण्याची गरज होती. दोघी-तिघींनी मिळून हेम घालण्याचं काम पूर्ण केलं. "आमचं झालं." दातात सुई धरून एक मुलगी अक्षरश: जोरात ओरडलीच. तेवढ्यात उरलेले पाच पोशाख इस्त्री करून तयार झाले होते. त्यांची व्यवस्थित घडी घालून हुसैनच्या – मलिकाच्या मोठ्या मुलाच्या – हातात दिले. तो धावत बाहेर गेला आणि नबिलाला त्यानं ते पुडकं दिलं. मलिकानं नबिलाच्या पोशाखाची पाहाणी केली. "मुलींनो, काम खरंच खूप छान जमलं आहे. तुम्हाला आणखी वेळ मिळाला असता, तर याहीपेक्षा सरस काम तुम्ही केलं असतं, याची मला खात्री आहे. पण हेही छान जमलं आहे." तिनं मुलींचं तोंड भरून कौतुक केलं.

इकडे नबिला न राहवून आपल्या खुर्चीतून उठून आत आली होती. मुलींच्या हातात तिचा स्वत:चा पोशाख पाहून तिला खूप हायसं वाटलं. तिनं कमिलाला आणि मलिकाला मिठीच मारली. सगळ्या काम करणाऱ्या मुलींचे तिनं मनापासून आभार मानले, पण त्याचवेळी आपल्या मुलींना लगबगीनं बाहेर जाण्यास सांगायला ती विसरली नाही. त्यांना आता निघावंच लागणार होतं.

निलाबनं त्यांच्या बॅग उचलल्या आणि ती त्या तिघींना सोडायला फाटकापर्यंत गेली. तिथे पोहोचताच तिला आश्चर्याचा धक्काच बसला. बाहेर या तिघींसाठी तीन मोठ्या गाड्या उभ्या होत्या. त्यातील दोन टोयोटाचे हायलक्स ट्रक होते, ज्यावर कुराणातील आयत लिहिल्या होत्या. ते पाहून तिच्या तोंडून आरोळीच निघणार होती. पण तिनं स्वत:ला कसंबसं सावरलं. कारण ते ट्रक तालिबानचे होते.

पहिल्या वाहनात काही तालिबानी सैनिक बसले होते. पण ते फारच शांत

आणि सुस्वभावी दिसत होते. त्यातील काहींनी खाली उतरून निलाबच्या हातून कपड्यांच्या बॅग घेतल्या आणि तिला मोबदला दिला. मलिका आणि नबिलाच्या करारानुसार पाचशे अफगाणी एवढी शिलाई घेण्याचं ठरलं होतं. पण निलाबला त्या सैनिकांनी त्याहीपेक्षा थोडे जास्त अफगाणी दिले. दुसऱ्या ट्रकमध्ये एक खूप तरुण मुलगा बसला होता. पाहाताच तो नवरा मुलगा आहे, हे निलाबच्या लक्षात यायला वेळ लागला नाही. अगदी शेवटी एक टोयोटा कोरोला उभी होती; ज्यातून नबिला, मशाल आणि शफिकाला विवाहस्थळी नेण्यात येणार होतं. जुन्या काळी अफगाणिस्तानातील विवाहांमध्ये गाड्यांची फुलांनी सजावट करण्यात येत असे. पण इथे तसं काहीच नव्हतं. तालिबानी राजवटीत अशा थाटमाट असलेल्या निकाहांवर बंदी होती. पण त्या गाड्या पाहून, ही विवाह सोहळ्यासाठीचीच तयारी आहे, हे निलाबनं पक्क ओळखलं होतं.

गाड्या हलताच निलाब धावतच आत आली आणि तिनं एका श्वासात बाहेर जे काही पाहिलं त्याचं वर्णन केलं. मलिका आणि कमिलाला तर काय बोलावं काहीच सुचेना. थोडावेळ परस्परांकडे पाहिल्यावर त्या एकदम हसायला लागल्या. गेले तीस तास खपून त्यांनी जे पोशाख तयार केले होते, ते एका तालिबान्याच्या घरच्या विवाह सोहळ्यासाठी होते. ''ओ मलिका!'' कमिलानं तिला मिठी मारली, ''म्हणून त्यांचा पोशाख साधेपणानं शिवण्यावर भर होता!''

''आणि कदाचित या मुलाला लगेच सीमेवर जायचे असणार म्हणून लग्न घाईघाईत आटोपण्यात येत आहे.'' मलिकानंही निष्कर्ष काढला.

तास-दोन तास लोटले तरीही मलिकाच्या डोक्यातून या दोन दिवसांतील घडामोडींचा आलेख जाता-जात नव्हता. ती अजूनही त्या धक्क्यातून सावरली नव्हती. तिचा आनंदही मनात न मावणारा होता. ''माझा तर अजूनही कशावरच विश्वास बसत नाही आहे.'' ती कमिलाला पुन्हा म्हणाली. आता मात्र ती अगदी निवांत बसली होती. ती दोन दिवस फक्त कामात होती. आता ते सारं संपलं होतं. एक कप चहा आणि थोड्या शेवयांचा आस्वाद घेण्याची उसंत तिला मिळाली होती.

''हे जे काही झालं, ते पाहून मला तरी आनंद झाला आहे.'' कमिलानं बोलायला सुरुवात केली. ''यातून एक तर आपल्याला कळलं की, आपलं काम आवडणाऱ्यांमध्ये काही तालिबानी लोकही सामील आहेत.''

यातून आणखी काही गोष्टी स्पष्ट झाल्या होत्या. कमिला आणि मलिकानं सुरू केलेल्या या व्यवसायाची कल्पना खैरखानाबाहेरील लोकांनाही होती. प्रशिक्षण केंद्राचीही माहिती तालिबानी सैनिकांना असणारच. पण त्याला विरोध करण्याऐवजी ते अगदी शांत राहून व कुठलीही कारवाई न करता, या कामाला एका अर्थानं मदतच करत होते.

कमिलाला याची थोडीफार कल्पना होती. कंदहारमध्ये निर्णय घेणारे आणि काबूल व आसपासच्या परिसरात राहाणारे तालीबानी यांच्यामध्ये हा फरक होताच. इथले रहिवासी असलेले तालीबानी आपल्याला उगाच त्रास देणार नाहीत, हे ती मनोमन जाणून होतीच. काही महिन्यांपूर्वीच दोन मुली तिच्याकडे प्रशिक्षणासाठी विचारपूस करत आल्या होत्या. कमिला त्यांना ओळखत होती. पश्तुनच्या दक्षिणेकडून अनेक वर्षांपूर्वी हे कुटुंब खैरखानाला स्थिरावलं होतं. त्या मुलींचे काका नजीबचे मित्र होते. काही दिवसांपूर्वी कमिलाला कुणकुण लागली होती की, या मुलींचे वडील मुस्तफा यांनी तालिबानसोबत काम करायला सुरुवात केली आहे. ते स्वतः काही मोजक्याच लोकांना घेऊन खैरखानातील गस्तीची जबाबदारी सांभाळत होते. इथल्या शेजाऱ्यांच्या मदतीनं त्यांनी या उपनगरातील सुरक्षिततेची काळजी घेतली होती. उगाच आपल्या वरिष्ठांच्या नजरेस काही पडू नये म्हणून त्यांचा हा खटाटोप होता, हे कमिलाच्या कानावर होतं. त्या मुलींना तिनं आनंदानं आपल्या शाळेत सामावून घेतलं होतं. आपल्या भावाच्या एका मित्राच्या कुटुंबाला मदत करण्याचा तिचा हेतू होताच. पण त्याचबरोबर मुलींचे वडीलच तालिबानसोबत असल्यावर तिला थोडा आधारही वाटला होता.

एक दिवस शिवणकाम करताना या मुलींपैकी वयानं मोठी असलेल्या मसुदानं कमिलाशी एकांतात काहीतरी बोलायचं आहे म्हणून निरोप दिला. कमिला तिला एका कोपऱ्यात घेऊन गेली. "माझ्या वडिलांनी तुमच्यासाठी एक निरोप पाठवला आहे." हातातल्या कापडावर मसुदाची पकड घट्ट झाली होती. "ते म्हणाले की, कमिला जानला सांग की, ती एक व्यवसाय घरातून चालवते आहे याची त्यांना पूर्ण कल्पना आहे, आणि त्या माध्यमातून ती खैरखानातील अनेक गरजू महिलांना व कुटुंबांना आर्थिक आधार मिळवून देते आहे म्हणून तिचा त्यांना अभिमानही आहे. पण फक्त काही गोष्टींची काळजी घ्यायला त्यांनी सांगितली आहे. त्यातील एक म्हणजे कधीही कुठल्याही पुरुषाला कमिलानं घरात घेऊ नये आणि तालिबानींच्या कुठल्याही नियमाचं उल्लंघन होणार नाही, एवढी खबरदारी घ्यावी. असं केलं तर कुठलाही त्रास तिला होणार नाही. आणि ते असंही म्हणाले की, जर शक्य झालं तर तालिबानचे कुणी वरिष्ठ लोक तिच्या या व्यवसायाची चौकशी करायला कधी तिच्या घरी येणार असतील, तर त्याची माहिती आधीच तिला पोहोचवण्याची ते व्यवस्था करतील." मसुदानं दबक्या आवाजात आपल्या वडिलांचा निरोप त्यांच्याच शब्दांत व्यवस्थित सांगितला.

मसुदा बोलत असताना कमिला तिच्याकडे अगदी रोखून पाहात होती. हा निरोप जसाच्या तसा कमिलापर्यंत पोहोचवण्यासाठी तिनं किती मेहनत घेतली होती आणि शब्दन्‌शब्द तिनं घोकला होता, हे कमिलाच्या चटकन लक्षात आलं. त्या लहानगीला

हे सगळं करताना, आपण जराही चुकलो तर काय होऊ शकतं, याची जाणीव होती आणि म्हणून तिनं अगदी प्रयत्नपूर्वक सारं काही कमिलाला सांगितलं होतं.

तिचे दोन्ही हात हातात घेत कमिलानं मसुदाचे अगदी मनापासून आभार मानले. ''तुझ्या वडिलांना सांग की, त्यांचे हे उपकार आम्ही भावंडं कधीही विसरणार नाही.'' ती बोलू लागली. ''त्यांनी सांगितलेल्या प्रत्येक सल्ल्याचं पालन आम्ही करू, ही ग्वाही तू माझ्यावतीनं त्यांना दे!''

दिवस सरत होते आणि काम वाढतच चाललं होतं. त्यामुळे खैरखानातील मशिदीत याबाबत चर्चा आणि तालिबान्यांकरवी याची चौकशी होत असणारच, याची तिला खात्री होती. कारण मलिकाच्या संदर्भात हे घडलं होतं. पण अजून तरी सरकारकडून तिला कुठलाही आदेश आलेला नव्हता. जाणाऱ्या प्रत्येक दिवसासाठी ती अल्लाचे आभार मानत होती.

आतापर्यंत जसे सारे नियमबद्ध चालले होते, ते तसंच सुरू ठेवण्यावर तिचा भर होता.

नव्या संधीचं आगमन

संध्याकाळ झाली आणि खैरखानाचे रस्ते विजेच्या दिव्यांनी उजळून निघाले. कधी तरी येणारी ही वीज आली की सिद्दीकींच्या घरी आनंदाला उधाण येई. तसं ते आजही झालं. कारण वीज राहिली, तर मुलींना आपापली शिवणयंत्र चालवता येणार होती. शिवणयंत्रांची घर्ऽऽ घर्ऽऽ आणि इतर आवाज मिसळून या घरात एक वेगळंच संगीत निर्माण झालं होतं. फक्त बीबीसीच्या रात्रीच्या बातम्या ऐकण्यासाठी ते थांबलं होतं. उत्तरेकडून येणाऱ्या बातम्या आता जास्त भीतिदायक वाटायला लागल्या होत्या. पण त्यात काही नवीन नव्हतं. काबूलसंदर्भात सांगायचं झालं, तर रस्त्यांवर भरपूर सुरक्षा व्यवस्था ठेवायला तालिबानींनी हात आखडता ठेवला नव्हता. पण शांतता मात्र या राजधानीच्या शहरापासून खूप दूर होती.

अचानक मुलींना समोरचं फाटक उघडल्याचा आवाज आला. शिवणयंत्रावर चालणारे त्यांचे पाय क्षणात थांबले. शिवणयंत्राच्या बॉबीन्स आणि सुया कुठल्याही मार्गदर्शनाशिवाय चालत राहिल्या. मुली परस्परांकडे पाहू लागल्या. कमिलाला हृदयातील धडधड कानात ऐकू येत होती. कोण असेल? आपल्याशिवाय फाटकाची किल्ली कुणाकडे आहे? आणि एवढ्या रात्री कोण असेल बरं? तिच्या डोक्यात प्रश्नच प्रश्न होते.

"मी... मी बघते..." ती उठली.

हातातलं काम तिनं तसंच खाली टाकलं. कपाटाच्या कोपऱ्याला टांगलेला काळा रुमाल तिनं काढून घेतला आणि तो लपेटून ती समोरच्या दाराकडे झेपावली. सामान तिच्या मागे काहीतरी बोलत होती. लैला रहिमला बोलावण्यासाठी मागच्या

दाराशी आरडाओरड करू लागली. कमिला आणखी थोडी पुढे गेली आणि एक सावली तिच्याच दिशेनं झेपावली. त्या शांत आणि थंडगार वातावरणात तिनं उच्चारलेलं वाक्य घरात मुलींना एका वेगळ्याचं वातावरणात घेऊन गेलं.

"अब्बा... तुम्ही!" ती ओरडलीच.

हे ऐकताच सगळ्याच आनंदानं ओरडू लागल्या. "तुम्हाला पाहून किती आनंद झाला आहे ते सांगूच शकत नाही." त्यांना मिठी मारत त्या सगळ्याच एकत्र बोलत सुटल्या. कुणी त्यांचं सामान हातात घेतलं होतं, तर कुणी त्यांना हाताला धरून घरात आणण्याचा प्रयत्न करत होतं. "तुम्हाला इथे पोहोचायला फार वेळ लागला असेल ना? खूप भूक लागली असेल ना?" मुलींचे प्रश्न थांबतच नव्हते.

"हो, खूप वेळ लागला." शेवटी त्यांनी बोलायला सुरुवात केली. "जागोजागी चौक्या आहेत. विशेष म्हणजे शहरात येणारा आणि शहरातील एकही रस्ता त्यांनी मोकळा ठेवलेला नाही." त्यांनी कमिलाकडे एक नजर टाकली. ती नजर तिच्या परिचयाची होती. त्यात प्रेमाच्या आधी थोडी जरब होती. "परवानच्या आत-बाहेर जाणं अगदीच सोपं राहिलेलं नाही." हे सांगताना त्यांच्या करड्या नजरेत आता सौम्यता आली. "तुला तर ठाऊकच आहे ना कमिला!"

कमिलानं मान डोलावली. नुकताच एक महिन्यापूर्वीच तिनं तालिबानी आणि उत्तरेकडे तालिबानला टक्कर देणाऱ्या गटांची पर्वा न करता आदील नावाच्या आपल्या भाच्यासोबत बस आणि काही अंतर पायी चालत परवानचा प्रवास केला होता. तो फक्त दहा वर्षांचा होता, पण मेहराम म्हणून त्याला नेताना सैनिकांचं लक्ष आपल्याकडे जाणार नाही, याची कमिलाला खात्री होती. प्रवासाची सुरुवात त्यांनी पहाटे पाच वाजता केली होती. काबूलमधून बाहेर जाण्यासाठी त्यांनी एक बस घेतली. तालिबानींच्या अखत्यारीतील प्रदेश सोडणं या बसमुळे शक्य होतं. ती त्यांना हिंदूकुश डोंगराच्या पायथ्याशी असलेल्या दोरानामा नामक जिल्ह्यापर्यंत घेऊन जाणार होती. तिथे उतरून किमान सहा तास या दोघांना तो डोंगर पार करून दुसऱ्या बाजूला बस मिळणार होती. त्यात बसून खाचखळग्यांचा रस्ता पार करत त्यांनी गुलबहार गाठलं.

तिला घरात पाहून तिच्या अब्बांचा पारा चढला होता. "तू इथे काय करते आहेस?" त्यांच्या आवाजात अजूनही सैनिकी बाणा होता. "तुला कल्पना आहे ना इथवर प्रवास करणं किती धोकादायक आहे ते?" ते बोलतच राहिले.

त्यांचा तो अवतार पाहून कमिलाचे तर हात-पायच गळाले. तिच्या तोंडून शब्दही फुटत नव्हता.

"मी... म्हणजे आम्ही इकडे तुम्हाला आणि अम्मीला भेटायला आलो होतो. गेले काही दिवस आम्ही सगळ्या जणी जरा चिंतेत होतो. तुमची काळजी वाटत

होती. म्हणून मी आदीलला घेऊन इकडे यायचा विचार केला. तुम्हाला एकदा पाहायचं होतं.'' ती अडखळत काहीतरी उत्तर देण्याचा प्रयत्न करत होती. त्यांच्या अनुपस्थितीत व्यवसाय सुरू करून जी कमाई केली होती, त्यातील काही अफगाणी आई-वडिलांना देण्याचा तिचा प्रयत्न होता. ते त्यांच्याकडे सोपवत ती म्हणाली, ''...म्हणजे, तुम्हाला जर गरज असेल तर... हे....!''

''कमिला जान हा शुद्ध मूर्खपणा आहे.'' सिद्दीकी चिडले होते. ''एका तरुण मुलीनं हा असा प्रवास करणं योग्य आहे का? किती धोकादायक आहे हे सगळं? तुला जर प्रवासात काही झालं असतं तर? काहीही होऊ शकलं असतं, ठाऊक आहे ना तुला? घरासाठी आणि कुटुंबाला मदत म्हणून तू जे काही केलंस त्याचा मला अभिमानच आहे. पण तू मला एक वचन दे की, तू पुन्हा इकडे येणार नाहीस. आईची काळजी तू करू नकोस. आम्ही अगदी नीट आहोत आणि राहू. कारण तिकडे खैरखानाला तुम्ही सुरक्षित आहात, याची आम्हाला खात्री आहे.''

दुसऱ्या दिवशी लगेच निघण्याचं वचन तिच्याकडून घेतल्यावरच ते जरा शांत झाले आणि मग उरलेली संध्याकाळ आनंदात गेली. तिथे राहाणारे नातलग आणि काही शेजारी त्या रात्री जेवायला आले होते. काबूलला काय-काय घडतं आहे, तिकडे काय-काय झालं, असा सगळा वृतांत आलेल्यांनी कमिलाकडून ऐकला. आलेल्या एका चुलत भावानं तिला दुसऱ्या दिवशी अगदी पहाटे काबूलला जाणाऱ्या एका गटाची माहिती दिली. कमिलाला त्यांची मदत झाली असती. कमिला आणि आदील त्यांच्याचबरोबर जातील, अशी घोषणाच सिद्दीकींनी तत्काळ केली.

भल्या पहाटे उठून कमिला आणि आदीलनं परतीच्या प्रवासाची तयारी केली. पुन्हा त्यांना हे सगळं दिव्य पार करायचं होतं. परवानहून दोन तास बसचा प्रवास करून ते पुन्हा डोंगराच्या पायथ्याशी पोहोचले. काही महिला आणि पुरुषांचा एक जत्था जात असल्याचं त्यांना दिसलं. त्यांच्या सोबतीनं हा पायी प्रवास करण्याचा त्या दोघांनी निश्चय केला. कमिलाची नायलॉनची चादरी घामानं थबथबली होती. पण तिला ती बाजूला करता येणं शक्य नव्हतं. पायाखालची वाट सोपी नव्हती. काही वयस्कर महिलांनी मात्र चेहऱ्यावरून परदा बाजूला केला होता. अडखळून पडण्याची त्यांना जास्त भीती वाटत होती. कमिलाला त्यांची असुया वाटली. पण जागोजागी पसरलेले सैनिक आणि काही दरोडेखोर यांचं भक्ष ठरण्यापेक्षा त्या चादरीमुळे होणारी घुसमट सहन करायला ती केव्हाही तयार होती. तिनं ती घट्ट धरून ठेवली होती आणि कुठल्याही परिस्थितीत त्यातून चेहरा दिसू नये म्हणून ती धडपडत होती.

पण हे सगळं तिच्यासाठी इतिहासजमा झालं होतं. आज तिचे वडील तो कठीण प्रवास करून त्यांना भेटायला आले होते. त्यांचं रक्षण केल्याबद्दल आणि त्यांना सुखरूप घरी पोहोचवल्याबद्दल तिनं मनोमन अल्लाचे आभार मानले. पण

नंतर मात्र पुन्हा शंकांनी तिला छळायला सुरुवात केली. ते इकडे का आले? नक्कीच काहीतरी महत्त्वाचं असणार. नाहीतर त्यांनी असा धोका पत्करलाच नसता. परवान सोडून काबूलला येणं तर शक्यच नव्हतं.

त्यांना दिवाणखान्यात बसण्याची व्यवस्था करून दिल्यावर लैला आणि सामाननं त्यांच्यासाठी चहा आणला आणि लगेच पुन्हा प्रश्नांची सरबत्ती सुरू केली. आई कशी आहे? परवानला कसं काय वातावरण आहे? युद्धाची स्थिती काय आहे तिकडे? तुम्ही किती दिवस राहाणार इकडे? या खोलीत जे पोशाख टांगलेले आहेत ते पाहिलेत का तुम्ही?

"मुलींनो, मुलींनो... मला तुम्हा सगळ्यांना भेटून खूप आनंद झाला आहे. आणि हा तुमचा जो काही 'उद्योग' चालला आहे, तोही मी पाहिला आहे." ते थोडं खिजवत म्हणाले.

पण क्षणांत ते गंभीर झाले. आपल्या मुलींच्या चेहऱ्यांना न्याहाळत त्यांनी बोलायला सुरुवात केली. "तुमच्यासाठी इथे असं एकटं राहाणं किती कठीण आहे, याची मला जाणीव आहे. तुमचं शिक्षण, मित्र-मैत्रिणी, शाळा हे तुम्हाला प्रिय होतं आणि त्याची तुम्हाला उणीव भासते आहे. सगळ्या स्वप्नांना तुम्हाला तात्पुरतं विसरावं लागलं आहे. पण हे जे काम तुम्ही सुरू केलं आहे त्यामुळे फक्त कुटुंबालाच नाहीतर आपल्या पूर्ण समाजातील लोकांना याचा लाभ होतो आहे. हे मोठं पुण्याचं काम आहे आणि त्याबद्दल मला तुमचा खूप अभिमान वाटतो आहे. अल्लाची मर्जी झाली, तर पुन्हा एकदा शांततेनं जगण्याची संधी आपल्याला नक्की मिळेल. मग तुम्ही पुन्हा आपापलं शिक्षण सुरू करू शकाल. पण तोपर्यंत हे जे काही काम तुम्ही सुरू केलं आहे, ते मन लावून करत राहा. आपल्या मोठ्या बहिणीचं ऐका. मला खात्री आहे, तुम्ही माझ्या सूचना पाळाल."

"हो अब्बा! आम्ही सगळं काही व्यवस्थित करू." फक्त लैलाच उत्तर देऊ शकली. बाकी सगळ्यांना भरून आलं होतं.

"आणि आता..." चेहऱ्यावर हसू आणून ते म्हणाले, "आपण सगळे एकत्र मस्त जेवणार आहोत. त्यानंतर मला कमिला जानशी थोडं निवांत बोलायचं आहे."

नेहमीच्या नान, पुलाव आणि बटाट्यांशिवाय आज जेवणात थोडं मटणही होतं. अब्बा आल्याचा आनंदोत्सव मुलींना साजरा करायचा होता. कमिला आणि सिद्दीकी दिवाणखान्यात एका कोपऱ्यात बसले होते. सगळीकडे शिवणयंत्र आणि भिंतींवर टांगलेले कपडे पाहून त्यांना आपल्याच घराचा दिवाणखाना अपरिचित वाटत होता. वीज पुन्हा गेली होती. त्यामुळे कमिलानं कोपऱ्यांमध्ये ठेवलेले कंदील पेटवले होते.

"कमिला जान!" त्यांनी बोलायला सुरुवात केली. "मी उद्या इथून नजीबकडे इराणला जाणार आहे. इथली युद्ध परिस्थिती चिघळली आहे आणि माझ्यासाठी ती

फार धोकादायक आहे. मसूदशी संबंध असलेल्या सगळ्याच लोकांची चौकशी तालिबानींनी सुरू केली आहे. परवानला आता शेजाऱ्या-पाजाऱ्यांकडे माझ्याबाबत चौकशी सुरू झाली आहे. जर मीच इथून निघून गेलो, तर आपल्या सगळ्यांच्या सुरक्षिततेच्या दृष्टिकोनातून ते चांगलं होईल.''

आपल्या वडिलांचं देशावर किती प्रेम आहे, याची कमिलाला पुरेपूर जाणीव होती. त्यामुळे हा असा निर्णय घेताना त्यांना किती मानसिक त्रास होत असेल, याची तिला कल्पना येत होती. कितीतरी संकटं यापूर्वीही त्यांच्यावर आली होती. पण असं देश सोडून पळून जाण्याची त्यांच्यावर कधी पाळी आली नव्हती आणि त्यांना ते मान्यही नव्हतं. ''शिवाय मला करण्यासारखं कुठलंही काम इथे नाही. युद्धानं सगळाच बट्ट्याबोळ केला आहे. अशा परिस्थितीत माझं निघून जाणंच योग्य आहे.'' सैनिकी खाक्यामुळे आपल्या भावनांना उघड न करण्याचं कसब त्यांच्यात होतं खरं. पण मुलगी म्हणून कमिला आपल्या वडिलांना चांगलं ओळखून होती. त्या भावना या पहाडासारख्या माणसाला किती यातनादायक आहेत, हे तिला जाणवत होतं.

''मला तुला फक्त एक सांगायचं आहे. मला तुझा खूप-खूप अभिमान आहे कमिला जान. तू कुटुंबाची काळजी नीट घेशील की नाही, याबाबत मला कधीही शंका नव्हती. कारण मनात आणलं, तर तू काहीही करू शकतेस याची मला खात्री होती. तू हातात घेतलेलं हे काम पूर्ण करच. इतरांनाही तुझी गरज आहे. हा देश आपला आहे आणि इथे जे काही घडत आहे, ते पाहाणं आणि सहन करणंही आपलं कर्तव्यच आहे. खरं तर याकडे एक संधी म्हणूनही पाहाता येईल. तुला केव्हाही कशाचीही गरज पडली, तर फक्त मला निरोप धाड. मी सदैव तुझ्या पाठीशी आहे. कळलं ना?''

त्यांनी सांगितलेल्या प्रत्येक गोष्टीचं पालन करण्याचं कमिलानं त्यांना वचन दिलं. दु:ख वगैरे करून घेण्याची गरज नाही, असं तिला वाटलं. कारण आज तिच्या कुटुंबातील प्रत्येक व्यक्ती सुरक्षित होती आणि उदरनिर्वाहाची सोय तिनं सुरू केलेल्या व्यवसायातून झाली होती. आता हे काम सुरू ठेवणं एवढंच तिच्या आयुष्याचं ध्येय होतं. तिच्या अब्बांनी त्याचा फक्त पुनरुच्चार केला होता इतकंच. फक्त ते आता आणखी लांब जाणार होते आणि त्यांच्या या प्रवासातील धोक्यांचा विचार करून तिच्या अंगावर शहारा आला होता.

भल्या पहाटे सिद्दीकी इराणला जायला निघाले. एका पाकिटात कमिलानं नजीबसाठी एक पत्र आणि तिच्या कमाईतून साठवलेले जितके शक्य असतील तितके अफगाणी वडिलांकडे दिले.

ते इराणला रवाना झाल्यानंतर काही आठवड्यांनी कमिलाची आई खैरखानाला परत आली. इराणला जाण्यापूर्वी त्यांनी रहिमला परवानला जाण्यास सांगितलं होतं. कारण बायकोच्या हृदयविकाराची त्यांना कल्पना होती आणि तिनं एकटीनं असा

प्रवास करणं त्यांना धोक्याचं वाटत होतं. आपल्या अकराव्या अपत्याला जन्म दिल्यानंतर त्यांना हा त्रास सुरू झाला होता. शिवाय आपलं जाणंही ती फार मनाला लावून घेईल, याची त्यांना खात्रीच होती. त्यांचे केस आता हळूहळू पांढरे होऊ लागले होते. त्यांची वेणी त्यांच्या एका खांद्यावर कायम विसावलेली असे. प्रत्येक श्वास घेतानाही त्यांना फार त्रास व्हायचा.

त्या दारात आल्याबरोबर मुलींनी त्यांना अगदी सावकाश घरात आणलं. लगेच एक चादर दिवाणखान्यात अंथरण्यात आली आणि त्यांना चहा व गरम नान खायला आणला. आई शेजारी बसून कमिलानं मग गेल्या काही महिन्यांमधील घटनाक्रमाची पुन्हा उजळणी केली. ती गेल्यानंतर कसं लगेच मलिका इकडे राहायला आली आणि कसं तिनं त्यांच्याकडून शिकलेल्या सगळ्या गोष्टी इतर बहिणींना शिकवल्या, हे सारं कमिलानं त्यांना सविस्तर सांगितलं. मलिकाच्या मदतीमुळेच हा शिवणकामाचा व्यवसाय सुरू करणं शक्य झालं, असा उल्लेख ती वारंवार करत होती.

दुसऱ्या दिवशी पहाटे कमिलाला जाग यायच्या आधीच त्यांच्या आईनं आपल्या स्वयंपाकघरावर ताबा मिळवला होता आणि आपल्या मुलींसाठी न्याहारी करण्यात त्या व्यग्र झाल्या. ती कशी काय सगळ्यांच्या आधी उठते, याचं कमिलाला नेहमीच आश्चर्य वाटायचं. अंघोळ करून आणि नमाज झाल्याबरोबर कमिला स्वयंपाकघरात गेली. तोपर्यंत गरमागरम नान तयार झाले होते आणि एका छोट्या गॅसवर चहासाठी आधण ठेवलेलं होतं. आज कितीतरी महिन्यांनंतर ती आईच्या हातचे पदार्थ खाणार होती. बऱ्याच काळानंतर या मुलींना त्यांचे पालक पुन्हा मिळाले होते.

चहाचा आस्वाद घेताना मुली आईला इकडच्या घडामोडी सांगू लागल्या. त्यांनी आपल्या एका चुलत बहिणीच्या – रेहानाच्या लग्नात नुकताच सहभाग घेतला होता. लग्न काबूललाच झालं होतं. अशा समारंभांमध्ये त्यांना आपल्या व्यवसायाचा प्रचार करण्याची संधी मिळायची. त्या संधीचा पुरेपूर फायदा घेण्यासाठी म्हणून मग त्यांनी स्वत:साठीच काही विशिष्ट डिझाइनचे पोशाख शिवले होते. लासे मरियम किंवा मांडवी बाजारात पुरवल्या जाणाऱ्या कपड्यांपेक्षा ते खूप वेगळे होते. स्नेहभोजनासाठीचे पोशाख तर तालिबानींच्या नियमांचं जराही उल्लंघन न करणारे, पण तरीही आधुनिक पद्धतीचे होते. मलिकानं फिकट निळ्या रंगाच्या पोशाखावर गडद निळ्या आणि सोनेरी रेशमानं भरतकाम केलं होतं. बाह्या लांब अगदी मनगटापर्यंत आलेल्या होत्या. कमिलाचा पोशाख लाल रंगाचा होता, ज्याच्या गळ्याजवळ आणि बाह्यांच्या शेवटी सुरेख कशिदाकारी केली होती.

लग्न आटोपताच मुलींच्या चुलत बहिणींनी आणि आलेल्या पाहुण्यांमधील तरुणींनी त्यांना गराडा घातला आणि स्वत:साठी अगदी तसेच पोशाख शिवून देण्याचा आग्रह त्यांच्याकडे धरला. लवकरच सगळे ईद-अल-अधाच्या तयारीला

लागणार होते. या सणासाठी म्हणून काही विशिष्ट प्रकारचे कपडे शिवण्याची तयारी सुरू असल्याचं लैलानं आईला सांगितलं. मुली फार क्वचित घरातून बाहेर पडायच्या. त्यामुळे कुणाला त्यांच्या घरी जाऊन भेटण्याचा प्रसंग त्यांच्यावर फारच कमी येत असे. पण आता त्यांच्याकडे येणाऱ्या विद्यार्थ्यांचे पालक घरी येऊ लागले होते. अशा सणांना येऊन ते या बहिणींचे आभार मानत. इतर कुठल्याही रक्ताच्या नातेवाइकांपेक्षाही या लोकांशी त्यांचं एक वेगळं नातं निर्माण झालं होतं. या मुली त्या घराला आर्थिक आधार पुरवू शकल्या होत्या आणि म्हणून त्या अशा कुटुंबांच्या जगण्याचं अविभाज्य अंगच बनल्या होत्या.

सगळ्यांनी न्याहारी केली. रहिमही खाऊन शाळेत निघून गेला. मग मुलींनी आईला घरभर फिरवून त्यांच्या कामाची पूर्ण माहिती देण्यास सुरुवात केली. लैलानं कामाच्या विभागणीचं जे वेळापत्रक बनवलं होतं, ते अत्यंत अभिमानानं आईला दाखवलं. ती कसं पोशाखांसाठी कापड बेतून देते आणि कशिदाकारीसाठी डिझाइन्स बनवते, याचीही माहिती तिनं दिली. रहिमच्यासंदर्भात कमिलानं आईला इत्थंभूत माहिती दिली. त्याचा या कामात अगदी महत्त्वाचा वाटा आहे, हे तिनं आवर्जून सांगितलं. तसंच लैलानं एवढ्या लहान वयात दिलेली जबाबदारी किती यशस्वीरीत्या सांभाळली हेही तिनं सांगितलं. घरी येणाऱ्या मुलींच्याही खाण्या-पिण्याची जबाबदारी लैलावरच होती आणि त्यात तिनं अजिबात कसूर केली नाही, याचं कमिलाला कौतुक होतं.

सकाळ सरता-सरता शिकायला येणाऱ्या मुलींचं घरात आगमन झालं. सिद्दीकींनी प्रत्येकीचं स्वागत केलं आणि स्वत:ची ओळखही करून दिली. त्यांच्या अपेक्षेप्रमाणे तिथे येणाऱ्या बहुतेकींच्या कुटुंबाची माहिती त्यांना होती. त्यामुळे मुलींकडे त्यांनी त्यांच्या आई-वडिलांची आणि इतर नातेवाइकांची अगदी आस्थेनं चौकशी केली. मुलीही मग त्यांच्या घरातील संकटांसंदर्भात त्यांना सांगू लागल्या. आपल्या अडचणी ऐकून घेणारं आणि आपण ज्यांच्याकडे अतिशय विश्वासानं मन मोकळं करू शकतो, असं कुणीतरी सिद्दीकींच्या रूपात भेटल्याचा त्यांना आनंद झाला होता. एकीनं आपली करुण कहाणी सिद्दीकींना सांगितली, तेव्हा सगळ्यांनाच गहिवरून आलं. वडील गेल्यानंतर त्यांच्या घरातील आर्थिकस्थिती इतकी डबघाईला आली की, तिच्या आईला संयुक्त राष्ट्रसंघाच्या विश्व अन्न योजनेअंतर्गत एक रेशन कार्ड देण्यात आलं होतं. सवलतीच्या नाममात्र किमतीत त्यांना जवळच्याच एका बेकरीतून नान किंवा रोटी मिळत असे. पण आठ लोकांच्या कुटुंबाला पोटभर अन्न मिळणं त्यांना शक्य नव्हतं. त्यामुळे तिच्यावर कमाई करण्याची पाळी आली होती. तिचा लहान भाऊदेखील रस्त्यावर चॉकलेट-गोळ्या विकून घराला हातभर लावत होता.

सिद्दीकी प्रत्येक मुलीचं बोलणं अगदी काळजीपूर्वक ऐकायच्या. स्वानुभवावरून त्यांना त्या मुलींच्या मन:स्थितीची पूर्ण कल्पना होती. अशात थोडा आधारही खूप

आवश्यक असतो, हे त्या जाणून होत्या. "पण मुलींनो आपल्या शाळेचा अभ्यास मात्र विसरू नका हं!" जरा वेगळा विषय काढून त्यांना शांत करण्याचा त्या प्रयत्न करायच्या. "पुन्हा शाळा सुरू झाल्या तर तुम्ही मागे पडायला नको!" त्यांचं हे घर नेहमी या मुलींच्या पाठीशी असेल असं आश्वासनही त्यांनी दिलं.

सामान आणि लैला सकाळच्या प्रशिक्षण केंद्राचं काम करत असताना सिद्दीकी त्यांना न्याहाळत बसल्या होत्या. त्यांची पूर्ण सकाळ मुलींचं कौतुक पाहाण्यात गेली होती. आई-वडिलांच्या अनुपस्थितीत या मुलींमध्ये जबाबदारीची जाणीव निर्माण होऊन त्या सारं काही काळजीपूर्वक सांभाळू लागल्या आहेत, हे त्यांनी ओळखलं होतं. कमिलाशी बोलताना त्यांनी याचा उल्लेख केला. वडील देशात नसताना कमिलानं मलिकाच्या साहाय्यानं हे काम असंच सुरू ठेवावं. अगदी काहीही झालं तरी तुम्ही बहिणींनी एकमेकींची साथ सोडू नका, अशी विनंतीच त्यांनी कमिलाला केली. अल्लाची मेहरबान नजर त्यांच्यावर राहील हा आशीर्वाद त्यांनी मुलींना दिला.

काही दिवस मुलींसोबत घालवून त्यांना पुन्हा परवानला परत जायचं होतं. पण जाताना लवकर परतण्याचं वचन त्यांनी मुलींना दिलं.

✳ ✳

पुन्हा मुली एकट्या पडल्या होत्या. पुन्हा त्यांना त्यांची स्वत:ची काळजी घ्यायची होती. पुन्हा सारं काही एकट्यानं सांभाळायचं होतं. १९९८चा उन्हाळा संपत आला होता. तेव्हाच उत्तरेकडील मजार-ए-शरिफवर तालिबानींनी कब्जा मिळवला. त्यांच्यासाठी हा एक महत्त्वाचा विजय होता. हा विजय तालिबानी सरकारचे हात बळकट करणारा ठरला. रक्तरंजित सरकार म्हणून सतत टीकेची झोड सहन करताना त्यांनी स्वत:वर कुठलाही परिणाम होऊ दिला नाही आणि युद्ध मोहीम सुरूच ठेवली. काबूलला अनपेक्षित क्षेपणास्त्रांच्या माऱ्यांची आता जणू सवयच झाली होती. इथल्या प्रत्येक कुटुंबावर आणि विशेषत: स्त्रियांवर सरकारची करडी नजर होतीच.

महिलांसाठी तर हे शहर म्हणजे तुरुंगाबाहेरची कैद होती. फक्त स्त्रियांसाठीच्या रुग्णालयात जाण्याची त्यांना सक्ती होती. पण अशी इस्पितळे महिला डॉक्टर आणि अपुऱ्या औषध पुरवठ्यामुळे बंद झाली होती. जे एकुलते एक रुग्णालय सुरू होते, त्यात रुग्णांना भरती करून घ्यायला जागाच उरली नव्हती. ज्यांना उपचारासाठी ठेवलं होतं, त्यांना स्वच्छ पाणी पुरवणं, आय.व्ही. पुरवणं किंवा त्यांचा एक्स रे काढणंही शक्य नव्हतं. हिवाळ्याची सुरुवातच शहरातील लोकांसाठी उपासमार आणि कॉलरानं झाली होती. संयुक्त राष्ट्रसंघ आणि सहकारी संस्थांच्या माध्यमातून मदतीचा ओघ काबूलकडे येत होता. गहू, तेल आणि नानचे वाटप लोकांना करण्यात येत होते. पण घेणारे हात हजार आणि देणारे हात बोटांवर मोजण्याइतके.

या संस्थांनाही शेवटी मर्यादा होत्या. पिण्याचं पाणीही दुर्लभ झालं होतं. ज्यांना विकत घेणं शक्य होतं, त्यांचा कसातरी निभाव लागत होता. पण आता ते विकत घेण्यासाठी घरात विकायलाच काही शिल्लक नव्हतं.

किमान आठवड्यातून दोन वेळा कमिला रहिमला घेऊन बाजारात जात असे. लासे मरियम आणि मांडवी बाजारांनंतर आता ते अगदी नियमानं शार-इ-नाऊच्या बाजारातही जाऊ लागले होते. त्यांच्या विश्वासू दुकानदार ग्राहकांनी त्यांच्या विश्वासातील इतर दुकानदारांची माहिती दिल्यावर त्यांना भेटून आपल्या कामाची माहिती देण्यासाठी कमिला आणि रहिम तिकडे जात असत. या प्रवासात बसमध्ये बसल्यावर कमिलाला इतर महिलांचे संवाद ऐकण्याची संधी मिळायची. कुणी काय नवीन कलाकारी केली आहे आणि ती कुठल्या दुकानात विकली जाते किंवा कुठल्या प्रकारच्या कलाकुसरीचे किती पैसे मिळतात, याचीच चर्चा या महिला करायच्या. या संकटकाळी प्रत्येक स्त्री एक उद्योजिका बनली आहे, असं कमिलाला वाटू लागलं होतं. पूर्वी या अशा संवादांमध्ये शाळा, शिक्षण किंवा सरकारी विभागांमध्ये उपलब्ध कामांचे संदर्भ असायचे. पण आता फक्त व्यवसाय आणि कमाई हेच विषय सगळीकडे ऐकू येत होते.

अशाच एका हिवाळ्यातील गारठलेल्या दुपारी रहिम आणि कमिला जुन्या मांडवी बाजारातून घरी परतले. पाहातात तर काय दोन महिला थेट दिवाणखान्यातील शेकोटीजवळ हात शेकत बसल्या होत्या. कमिलाच्या व्यवसायासंदर्भात तिच्या एका चुलत बहिणीकडून त्यांना माहिती मिळाली म्हणून एकच दिवस आधी त्या तिच्या घरी येऊन गेल्या होत्या. त्या संयुक्त राष्ट्राच्या 'सेंटर फॉर ह्यूमन सेटलमेंट'मध्ये कमिलाची चुलत बहीण रुखसानाबरोबर काम करत होत्या. काबूलमधील महिलांना नोकऱ्या किंवा कमाईची साधन मिळवून देण्याचं काम या सेंटरच्या माध्यमातून चालत असे. कमिलाला त्यांनी तिच्या कामाबद्दल इत्थंभूत माहिती देण्याची विनंती केली. इथे किती महिला तुम्हा बहिणींसोबत काम करतात? माल कसा आणि कुठे विकला जातो? किंवा प्रशिक्षण केंद्राचं काम कसं सुरू आहे? त्यात येणाऱ्या मुलींना याचा फायदा होतो आहे का? अशा हरतऱ्हेच्या प्रश्नांची उत्तरं तिनं कालच त्यांना दिली होती. त्यामुळे आज त्या का आल्या आहेत, याचं कमिलाला आश्चर्य वाटलं.

मेहबूबा आणि हफिजा अशी या दोन महिलांची नावं होती. दोघींच्याही कामाबद्दल कमिलाला प्रचंड आदर होता. मेहबूबाच्या व्यक्तिमत्त्वात जरब होती. हफिजा दिसायला अत्यंत देखणी होती. तिचे काळेभोर, कुरळे केस तिच्या खांद्यांवर रुळायचे. ती संशोधक होती आणि तिच्या बुद्धीची चमक तिच्या बोलण्यात पदोपदी जाणवायची. ती म्हणते त्यात तथ्य आहे, हे समोरच्याला पटायचं. कमिलाही याला अपवाद नव्हती.

या इतक्या महत्त्वाच्या पाहुण्यांना बसवायलाही दिवाणखान्यात जागा नव्हती. जागोजागी शिलाई मशिन्स आणि त्यावर काम करणाऱ्या मुली, असा सगळा पसारा

होता. दुसऱ्याच दिवशी सकाळी मझारला अलीच्या हसन नावाच्या आणखी एका भावाकडे हे पोशाख पोहोचवायचे होते. सामान त्यात गुंतली होती. तिला हे काम हातावेगळं करणं आवश्यक होतं. निकाह आणि संबंधित सोहळ्यासाठी लागणारे हे कपडे हसन इतर दुकानदारांना विकायचा.

कमिलानं आधी त्या दोघींचं पारंपरिक पद्धतीनं स्वागत केलं. त्यांच्या घरची चौकशी केली आणि लैलाला त्यांच्यासाठी काहीतरी खायला आणायला सांगितलं. मेहबूबानं त्यांच्या येण्याचा उद्देश कमिलाला सांगितला. युएन (UN) हॅबिटॅटमध्ये त्या कशा पद्धतीचं काम करतात, ते तिनं आधी कमिलाला समजावलं. त्या कामासाठीच ती इथे आली होती. कमिलानं हे सारं पहिल्यांदाच ऐकलं होतं. यादवीच्या काळात फक्त या लोकांनी काबूलच्या पाणी वितरण व्यवस्थेची नीट योजना केल्याचं तिच्या ऐकिवात होतं. काही वर्षांनंतर रहेला नावाच्या तिच्या चुलत बहिणीनं या संस्थेत काम करायला सुरुवात केली. रहेला ही रुखसानाची मोठी बहीण होती. मझार-ए-शरीफमध्ये या संस्थेची मुख्य म्हणून काम करणारी सामन्था रेनॉल्डस ही एक अत्यंत उत्साही व्यक्ती होती. तिनंच काबूलच्या या महिलांना एकत्र आणण्याचा प्रयत्न चालवला होता. अजून तिशीही पार न केलेल्या या तरुणीनं शहरातील महिलांच्या माध्यमातून शहराच्या कोलमडलेल्या व्यवस्थेला पुन्हा उभारण्यासाठीचं काम हाती घेतलं होतं. ती येण्यापूर्वी महिलांना बाहेर पडण्याची मुभा नव्हती. त्यांचे पती, भाऊ किंवा वडील जवळच्या मशिदीत जाऊन आंतरराष्ट्रीय मदतकार्य करणाऱ्यांना भेटून आपल्या नागरी समस्यांचा पाढा वाचायचे. कुठे पाणी कमी आहे, कुठे गटाराची कामं करणं गरजेचं आहे आणि कुठे कचऱ्याची विल्हेवाट लावायची आहे, अशा प्रकारच्या तक्रारी ते या लोकांपर्यंत पोहोचवत असत.

पण शहरातील काही मौलवींच्या संमतीनं तिनं रहेलाला या कामात सहभागी करून घेतलं आणि परिस्थितीत बदल घडवण्यासाठी पहिलं पाऊल उचललं. सर्वप्रथम तिनं लोकांना भेटून त्यांना त्यांच्या परिसरातील प्राथमिक गरजांच्या व्यवस्थांचा भार उचलायची विनंती केली. त्यांनी प्रथम आपल्या स्वत:पुरतं तरी पाण्याची आणि गटारांची व्यवस्था नीट करावी, असा तिचा आग्रह होता. त्यानंतर तिनं मुलींसाठीच्या शाळा आणि आरोग्य सेवांची सुरुवात करण्याची तयारी सुरू केली. प्रत्येक परिसरात या व्यवस्था असाव्यात यासाठी तिनं लोकांमध्ये जनजागृती सुरू केली.

काही दिवसांपूर्वी रहेलानं रुखसानालाही यात सामील केलं आणि तिला एक महिला समिती निर्माण करायला सांगितली. या समितीच्या माध्यमातून काबूलच्या महिलांसाठी नोकरीच्या संधी उपलब्ध करून देण्याला प्राधान्य देण्यात आलं. तसंच त्यांना मदत व्हावी यासाठी काही सामाजिक योजनांचीही सुरुवात करण्यात आली होती. या महिलांना होणाऱ्या नफ्यातील किंवा फायद्यातील काही भाग आणखी काही

योजनांच्या निर्मितीसाठी वापरून ही समिती त्या योजना शहरातील प्रत्येक व्यक्ती-परिवारापर्यंत पोहोचण्याचा प्रयत्न करणार होती.

आपण नुकतेच मझारहून काबूलला परत आलो आहोत आणि यादवीमध्ये काबूल विद्यापीठातील नोकरी सोडल्यानंतर मझार इतकी सुरक्षितता तिला इतर ठिकाणी आढळून आलेली नाही, असं मेहबूबानं कमिलाला सांगितलं. गेल्या एक वर्षात तिनं रहेला आणि सामन्थाला महिला समिती स्थापन करण्यासाठी मदत केली होती. या त्यांच्या कार्यक्रमाला मिळणाऱ्या आर्थिक मदतीचा ओघ वाढल्यावर हे काम वाढवण्याचा त्यांनी निर्णय घेतला होता.

''कमिला!'' दिवाणखान्यातील त्या पसाऱ्याकडे पाहात ती म्हणाली, ''तशी रुखसानानं आम्हाला तुझ्या या कामाची माहिती दिली होती. पण त्याचा आवाका इतका वाढला आहे, याची तिलाही काहीच कल्पना नव्हती. काल आम्ही आलो तेव्हा आम्हाला थोडा अंदाज आला. आज तू नव्हतीस तेव्हापासून आम्ही पाहातो आहोत, हे फार मोठं काम आहे गं! हे काम, या मुली, त्यांना मिळालेला आधार... लैला आणि सामानशीही बोललो आम्ही थोडं. तू काम मोठं कष्टानं मिळवतेस, तुझ्या काही ओळखी झाल्या आहेत तिकडे बाजारात आणि शिवाय मोठ्या धाडसानं तू हे प्रशिक्षण केंद्रही सुरू केलं आहेस. एवढं सगळं केलंस आणि ते ही तालिबानींच्या नियमांचं उल्लंघन न करता... कमाल आहे हं, तुझी!''

कमिला त्या कौतुकानं मोहरली. हे काम आहे तसं सुरू ठेवण्याचा आपला हेतू आहे, ती त्यांना म्हणाली. पण आता हळूहळू हे कपडे विकत घेणारे बाजारातील लोक कमी झाले आहेत आणि त्यामुळे सर्वच मुलींना पुरेल इतकं काम मिळवणं कठीण झालं आहे, असं ही तिनं सांगितलं. ''मला आता पुरेपूर लक्षात आलं आहे की, मोठ्या प्रमाणात नवीन ऑर्डर मिळणं दिवसेंदिवस अशक्य झालं आहे. काम मागायला येणाऱ्या मुलींना मी रिकाम्या हातानं पाठवणार नाही, असं वाटलं होतं. पण आता ते कठीण झालं आहे.'' ती मेहबूबाला सांगत होती.

''म्हणून तर आम्ही इथे आलो आहोत.'' मेहबूबा लगेच म्हणाली. ''रहेला जान आणि रुखसानानं सुरू केलेल्या सामाजिक व्यासपीठांची तुला कल्पना आहे ना? काबूलमध्ये अशी व्यासपीठं आम्ही गेल्या एका वर्षात स्थापन केली आहेत आणि आता शहरांच्या इतरही भागांमध्ये ती सुरू करण्याचा आमचा विचार आहे. 'डिस्ट्रिक्ट-१०' म्हणून एक असंच व्यासपीठ आम्ही लवकरच सुरू करणार आहोत आणि त्यासाठी आम्हाला ज्यांना उद्योगांचा खराखुरा अनुभव आहे, अशा तुझ्यासारख्या धाडसी मुलींची गरज आहे.''

कमिला शांतपणे सगळं ऐकत होती. तिच्या हातातला कप हातातच राहिला. चहा गार झाला होता. डोक्यात हजारो प्रश्नांनी गर्दी केली होती.

"मी एक विचारू का?" थोडा धीर एकवटून तिनं विचारलं. "तुम्ही इथे असं काही काम कसं करू शकता? मला तर कळलं होतं की, परदेशी लोक आणि परकीय संस्थांसोबत काम करणं बेकायदेशीर आहे? संयुक्त राष्ट्रसंघ अजूनही महिलांना काम देऊ शकतं? त्यांनी नियुक्त केलेल्या बहुतेक सर्व महिला कर्मचाऱ्यांना पाकिस्तानला पाठवण्यात आलं आहे किंवा काहींना घरीच बसण्यास सांगितलं आहे, असंही माझ्या कानावर आलं होतं."

तिच्या या प्रश्नांना हफिजानं उत्तर दिलं. "या सगळ्या व्यासपीठांच्या कामाची सूत्रधार ॲन नावाची फ्रेंच महिला आहे. आपल्या सरकारच्या समाजकार्य मंत्रालयात ती वारंवार जात असते आणि त्यामुळे तिचं बऱ्याच जणांशी तिकडे छान जुळलं आहे. तिनंच या कामाच्या विस्तारीकरणासाठी परवानगी मिळवली आहे. शिवाय मझारला जे कार्यालय आहे, ते सुरू ठेवण्यासाठी रहेला जान स्थानिक तालिबानी मंत्र्यांशी सतत चर्चा करतेच आहे. आपल्या जमातीचं आमच्या या कामाला प्रचंड समर्थन आहे. म्हणूनच ते असं सतत सुरू ठेवणं, आम्हाला शक्य झालं आहे. नाहीतर हे इथवर खेचणं कधीच शक्य झालं नसतं. सध्या काबूलमध्ये जी केंद्र आहेत, तिथे फक्त महिलाच एकत्र येतात म्हणून कुणालाही काही हरकत नाही. त्या इतर महिलांसाठी कमाईच्या छोट्या-छोट्या संधी निर्माण करण्याचं काम करत आहेत. विशेष म्हणजे एका स्थानिक मौलवींची मदत घेऊन आम्ही पुरुषांनी सुरू केलेल्या अशाच एका केंद्रात मुलींना शिकण्यासाठी पाठवण्याची तालिबानकडून परवानगीसुद्धा मिळवली आहे. म्हणजेच आपल्या प्रामाणिक कामासाठी या काही स्थानिक सैनिकांचं मन वळवणं तसं काही कठीण नाही, हे तुझ्याही लक्षात आलं असेलंच!" हफिजा तिला सविस्तर सगळं सांगत होती.

"ही व्यासपीठं कागदोपत्री अफगाणिस्तानातील 'समाज मंच विकास संस्था' (कम्युनिटी फोरा डेव्हल्पमेंट ऑर्गनायझेशन) यामार्फत चालवली जातात. त्यामुळे त्यात परकीय काहीच नाही आणि म्हणून त्यावर बंधनंही नाहीत. पण नियमांचं काय, ते दररोज बदलत आहेत. अशात हे सगळं सुरळीत चालू ठेवण्यासाठी त्यांच्यापेक्षाही थोडं जास्त डोकं लढवावं लागतं. 'लेकीन जहाँ चाह है, वहाँ राह है।' याची प्रचिती तुलाही आली असेलच, नाही?" ती अगदी मुद्देसूद बोलत होती.

कमिलानं मान डोलावली. कारण तिचाही असाच अनुभव होता.

"पण हे सगळं काबूलमध्ये करणं तुम्हाला खरंच शक्य आहे? हे कार्यक्रम कुठे घेता तुम्ही? कारण ऑफिस थाटण्याची परवानगी तुम्हाला नसेल, याची मला खात्री आहे." तिनं पुन्हा त्या दोघींपुढे प्रश्न टाकला.

"हो, खरंच तसं शक्यच नाही." हफिजा सांगू लागली, "हे सगळं काम लोकांच्या घरांमधून चालतं. ही अशी घरं त्या-त्या भागातील महिला भाड्यानं घेतात.

आपल्या समाजातील सगळ्यांना एकत्र येण्यासाठी ते सोपं जातं आणि काही समस्या निर्माण झालीच, तर लगेच ती जागा सोडून देता येते. शिवाय तात्पुरत्या रहिवासाची जास्त चौकशीही होत नाही.''

''काही ठरावीक कार्यक्रमांची तीन प्रकारात विभागणीही केली आहे. पण या सगळ्याची सविस्तर माहिती तुला प्रशिक्षण काळात मिळेलच.'' हफिजाला थांबवत मेहबूबानं पुढील माहिती दिली.

हे सारं ऐकून कमिलाला थोडं हसू आलं. डोकं चालवून तालिबानला चकमा देणाऱ्या आपल्याचसारख्या आणखी दोघींना भेटून तिला आनंद झाला होता.

''शिक्षण हा आमच्या या कार्यक्रमातील प्रमुख भाग आहे. सुमारे १००च्या आसपास मुली आणि काही मुलंही आमच्या शाळांमध्ये शिकायला येतात. त्यांना दोन भागांमध्ये आम्ही शिक्षण देतो. कुराण आम्ही शिकवतोच. ती आमची संरक्षक ढालच आहे, असं म्हटलं तरी चालेल. कुठल्याही क्षणी तालिबानी छापा घालायला आले, तर कुराणाच्या पढाईला ते हरकत घेऊच शकत नाहीत. दारी आणि गणितही इथे शिकवलं जातं. काही वयस्कर स्त्रियांसाठी भाषा साहित्याचे वर्ग ही घेण्यात येतात.

''आम्ही काही समाजोपयोगी सेवाही देतो. काही व्यासपीठांच्या माध्यमांतून आम्ही दवाखाने चालवतो जिथे फक्त महिलांना-मुलींना औषधोपचार पुरवले जातात. सोबतच आरोग्य आणि स्वच्छतेसंदर्भातही प्रशिक्षण दिलं जातं. घराच्या परसदारात भाज्या कशा लावायच्या याबाबतही त्यांना प्रशिक्षित केलं जातं. जर अंगणातच टोमॅटो किंवा लेट्युस लावून ते खाल्लं, तर आरोग्य उत्तम राखण्यास मदत होते.

''एक निर्मिती विभागही आम्ही स्थापन केला आहे, ज्यासाठी आम्हाला तुझी भरपूर मदत होईल. यात महिलांना शिवणकाम, गालीचे तयार करणे आणि विणकामासाठी साहित्य पुरवलं जातं आणि त्यातून तयार झालेल्या मालाच्या विक्रीतून येणाऱ्या कमाईतून मोबदलाही दिला जातो. तो खूप नाही. पण तुला माहिती आहे, आपल्या महिला कारणाशिवाय कुठलीही मदत घेत नाहीत. त्यामुळे हे काम करण्याचं समाधान आणि काही कमाई अशा दोन्ही गोष्टी साध्य होतात. आम्ही हा माल परदेशी पर्यटकांना विकण्याचाही प्रयत्न करतो आहोत. त्यासाठी संयुक्त राष्ट्रसंघाच्या विश्रामगृहात एक काउन्टर उघडण्याचाही आमचा विचार आहे. आणखी तुला काही नवीन सुचवायचं असेल तर सांग हं!'' मेहबूबा एवढं बोलून थांबली.

कमिलाच्या डोक्यात या व्यासपीठांमार्फत करता येतील, अशा अनेक व्यावसायिक कल्पना आत्ताच रुंजी घालू लागल्या होत्या. या महिलांच्या कामाला योग्य मोबदला मिळवून देणं तिला शक्य होतं. लासे मरियमला विकलं जाईल, असं ते काम नसलं तरी त्या साध्या पण कलाकुसरीच्या कामाला कुठे भाव येईल, याची तिला आता

चांगलीच कल्पना होती. तिच्याकडे चालून आलेली ही संधी महत्त्वाची आणि मोठी होती. आणि तिला प्रोत्साहित करणारी तर नक्कीच होती. शिवणकामाचा व्यवसाय, प्रशिक्षण केंद्र आणि आता हे काम! ती स्वप्नरंजनात गुंगली. यापुढे आपण शेकडो महिलांना मदत करण्याच्या स्थितीत असू, या कल्पनेनंच ती शहारली.

"मग करणार का तू आमच्याबरोबर हे काम?" मेहबूबाचा हा प्रश्न कमिलाला अपेक्षित होता आणि तिचं उत्तरही तयार होतं. "मला अगदी निश्चित हे काम करायला आवडेल." ती लगेच म्हणाली. मग क्षणभर ती थांबली. "पण मला एकदा माझ्या बहिणींशीही सल्लामसलत करावी लागेल. मलिका जान याबाबत काय निर्णय देईल, याची मला कल्पना नाही. कारण आधीच आमचा हा कामाचा व्याप खूप वाढला आहे." तिनं मेहबूबा आणि हफिजला स्पष्ट सांगितलं.

कमिलाच्या आवाजातील आश्वासकता तिनं नंतर केलेल्या या वक्तव्यात अजिबात नव्हती, हे मेहबूबाच्या ध्यानात आलं. रुखसानानं तशी आधीच कल्पना दिली होती. मलिका जान घरात मोठी आहे आणि तिच्या परवानगीशिवाय कमिला एक पाऊलही पुढे टाकणार नाही, हे तिनं आधीच सांगितलं होतं.

"कमिला जान, मला ठाऊक आहे या कामात धोका आहे. पण जरा विचार कर. हे काम सुरू केल्यापासून या स्त्रियांच्या आयुष्यात मोठा फरक पडला आहे. उत्पन्नाचं साधन उपलब्ध करून देणार म्हटल्याबरोबर तुला माहिती आहे किती जणींनी आमच्याशी संपर्क केला? इतक्या कडक हिवाळ्यातही सेंटर समोर दररोज ४०० ते ५०० स्त्रिया रांगेत उभ्या राहातात. दरवर्षी हिवाळ्यात मदतकार्य पुरवताना यातील अर्धी संख्याही आम्हाला गाठता आलेली नाही. खरं तर त्या गरजा जीवन-मरणाशी संबंधित असतात; पण काम म्हटल्याबरोबर यातील एकाही महिलेनं कामासाठी नाही म्हटलेलं नाही. रुखसानानं आम्हाला तुझ्याबद्दल जे काही सांगितलं त्यावरून आम्हाला विश्वास आहे की, तू या कामाला नाही म्हणणार नाहीस. कारण आपल्या समाजाच्या आणि महिलांच्या उत्थानासाठी तू नाही म्हणून शकत नाहीस. तुझ्या कलागुणांचा इतरांना उपयोग करून देण्यासाठी तू नाही म्हणणार नाहीस." हे बोलताना मेहबूबाचा आवाज जरा चढला होता.

त्यांनी देऊ केलेली कामाची संधी हा खरं तिचा सन्मान आहे आणि त्या जे काही बोलल्या त्याचा मनापासून विचार आपण करू, असं आश्वासन कमिलानं त्यांना दिलं. काम करणारी संस्था नामांकित आहे आणि अशा संस्थेत एवढी मोठी जबाबदारी सांभाळण्यासाठी तिची निवड व्हावी, याचा तिला खरंच अभिमान होता. जपान, स्वित्झर्लंड आणि अमेरिकेसारख्या देशात एकाच वेळी काम करणाऱ्या या संस्थेत सहभागी होणं तिच्यासाठी स्वप्नवत होतं. कारण तिचा देश सध्या या साऱ्यांपासून खूप दूर गेला होता.

“तुम्ही अगदी काळजी करू नका. मी माझा निर्णय तुम्हाला लवकरात लवकर कळवेन.” त्यांची चादरी आणि कोट त्यांच्या हातात देत कमिला त्यांना गेटपर्यंत सोडायला गेली. “इथे आल्याबद्दल मी तुमची आभारी आहे.”

त्या गेल्यावर कमिला दिवाणखान्यात बसून होती. त्या बोलल्या ते सारं काही तिच्या कानात आणि मनात निनादत होतं. एवढ्या कठीण परिस्थितीतही कुठलीतरी एक संस्था महिलांसाठी झटते आहे, यावर तिचा विश्वासच बसत नव्हता. तिच्या शहराची दयनीय अवस्था ती जाणून होती. अशामध्ये काहीतरी परिवर्तन करण्याची संधी तिला चालून आली होती. त्याला नाही म्हणायचं? तिला ही कल्पनाही असह्य वाटू लागली. गेल्या आठवड्यात अब्बा इथे आले असताना हेच सारं काही त्यांनी बोलून दाखवलं होतं ना? जास्तीत जास्त लोकांना मदतीचा हात देण्याविषयीच तर त्यांनी मला सांगितलं होतं, नाही? कमिला स्वत:शीच बोलत होती. या अशा संस्थांमध्ये काम करणाऱ्या महिलांकडूनही भरपूर शिकायला मिळेल, हे तिला ठाऊक होतं. आणि असं काम करतानाही घराला मदत होणारच होती. किंबहुना त्यासाठी ती सर्वतोपरी प्रयत्न करणार यात शंकाच नव्हती. चुलत बहिणी आधीच तिथे काम करत असल्यामुळे मलिका आणि आई-वडील आपल्याला नाही म्हणणार नाहीत, असं तिला वाटू लागलं होतं. त्यांना काही हरकत असणार नाही. असेल का? तिचे प्रश्न संपतच नव्हते.

त्या दिवशी रात्रीची जेवणं आटोपताच तिनं मलिकाला गाठलं आणि दुपारी घडलेला प्रकार तिच्या कानांवर घातला.

मलिका काम करत बसली होती. तिच्या जुळ्या मुलींचा पाळणा शेजारीच होता. कमिलाला तिनं तयार केलेला एक बरगंडी पोशाख फारच आवडला होता. त्यावर मलिका शेवटचा हात फिरवत होती.

“अप्रतिम आहे हा पोशाख!” तिच्या शेजारी बसत कमिला तिला म्हणाली. “मला तर माझ्यासाठीही एक शिवून घ्यायची इच्छा होते आहे. देऊ का ऑर्डर?” ती मलिकाला खिजवू लागली.

“बहुत... बहुत शुक्रिया हं, कौतुक केल्याबद्दल!” हातातील काम तिनं बाजूला ठेवलं. “आणि काय म्हणतेस, कशी आहेस तू? आज तर दिवसभरात एक शब्दही बोलणं झालं नाही, तुझं माझं. फार कामात आहेस वाटतं!” तिनंही कमिलाची थोडी चेष्टा केली.

“मलिका जान!” मोठी हिंमत गोळा करत कमिलानं बोलायला सुरुवात केली. “मला काहीतरी महत्त्वाचं सांगायचं आहे तुला. आज दुपारी ना दोन महिला आल्या होत्या. रहेला आणि रुखसाना तिकडे उत्तरेत युएनच्या एका संस्थेसाठी काम करतात हे तुला माहिती असेलच. त्यांनीच मेहबूबा आणि हाफिजला आपल्याकडे पाठवलं होतं.

त्यांना आता काबूलमध्येही काम सुरू करायचं आहे. महिलांना विविध काम करण्याचं प्रशिक्षण देण्याच्या आणि उत्पन्नांची संधी उपलब्ध करून देण्याच्या उद्देशानं ते हे काम करू इच्छितात. अगदी आपण घरी जे काम करतो आहोत ना, तेच काम पण थोडं मोठ्या प्रमाणात करण्याचा त्यांचा मानस आहे.'' ती बोलता-बोलता थांबली कारण मलिकाच्या चेहऱ्यावरचं हसू मावळलेलं तिच्या लक्षात आलं होतं.

''मी त्यांना या कामात मदत करावी अशी त्यांची इच्छा आहे.'' सारं धैर्य एकवटून तिनं हे वाक्य उच्चारलं. ''महिलांना प्रशिक्षण देणं आणि त्यांच्या वस्तूंना बाजारात नेण्याचं काम कसं करायचं यासाठी मी त्यांना मदत करावी, अशी एक योजना आहे.''

ही संधी चालून आली तेव्हा कमिलाला खूप आनंद झाला होता आणि तिला ते खूप आव्हानात्मक वाटलं होतं. तसंच काहीसं मलिकाला वाटेल, अशी तिची अपेक्षा होती. पण तिच्या बहिणीच्या चेहऱ्याकडे पाहाताच त्या अपेक्षा धूळीला मिळाल्या आहेत, याची तिला जाणीव झाली. मलिका कमिलाच्या मागे असलेल्या भिंतीवर नजर खिळवून होती. जणू ती शून्यात पाहात होती. मग एक खूप खोल श्वास तिनं घेतला. तिचं लक्ष विचलित झालं असेल किंवा भावनातिरेकानं काही बोलणं शक्य होत नसेल तर ती असा श्वास घेते, हे कमिलाला पक्क माहिती होतं.

**

''तू या सगळ्यांबाबत खरंच गंभीर आहेस का कमिला?'' अत्यंत मृदू पण नाराजीच्या आवाजात तिनं कमिलाला विचारलं. तिनं आपल्या रागावर कसंबसं नियंत्रण ठेवलं आहे पण तो बांध कधीही फुटू शकतो, याची कमिलाला पुसटशी जाणीव झालीच. कारण नंतरचा संवाद सुरू झाला तेव्हा मलिकाचा आवाज जरा चढला होता. ''अशा परदेशी संस्थांसोबत काम करणाऱ्या मुलींना काय शिक्षा होते याची तुला कल्पना आहे ना? त्यांना तुरुंगात डांबलं जातं आणि त्यांच्यासोबत काहीही होऊ शकतं. तुला माहीत आहे की नाही? काय विचार काय आहे तुझा?''

तिला न दुखावता आणि तिचा राग शांत करण्याच्या अपेक्षेनं कमिलानं आपलं उत्तर आधी मनोमन तयार केलं. तिला मलिकाशी याविषयावर कुठलाही वाद घालायचा नव्हता. पण आपलं म्हणणंही पटवून द्यायचं होतं. यादवीच्या काळात सय्यद जमालुद्दीनला आपलं शिक्षण पूर्ण करण्यासाठी जाण्याचा तिचा आग्रह आणि त्या वेळी निर्माण झालेली परिस्थिती काहीशी अशीच होती. तेव्हाही कमिलानं आपले विचार स्पष्टपणे आणि ठामपणे मांडले होते. आजही तिच स्थिती होती आणि कमिलानं तोच पवित्रा घेतला होता.

''मलिका जान, हे सारं काही खूप महत्त्वाचं आहे.'' तिनं सुरुवात केली,

“आपल्या समाजातील हजारो स्त्रियांसाठी काहीतरी करण्याची ही संधी आहे. त्यांना या दुःखाच्या गर्तेतून बाहेर काढणं आवश्यक आहे. कारण त्यांना आता इतर कुठलाही आधार उरलेला नाही.” तिच्या आवाजात आर्जव होती. पण एक निश्चयही होता.

“आणि हे असं काहीतरी करण्याची मला आणि आपल्या कुटुंबाला संधी मिळाली आहे. मला या व्यवसायातील अजून खूप काही शिकायचंही आहे आणि या सगळ्या मातब्बर लोकांसोबत कामही करायचं आहे. माझ्या भविष्याचाही थोडा विचार कर ना. मला कधीच फक्त एक टेलर व्हायचं नव्हतं. व्यवसाय आणि व्यवस्थापन यांच्यात मला जास्त रस आहे आणि मला ते काम समाधान मिळवून देतं.”

कमिलाच्या वक्तव्यांनी मलिकाचा राग जाण्याऐवजी तिची नाराजी आणखी वाढली. हे काम करण्याची कल्पना तिला मूर्खपणाची वाटत होती आणि हे असलं काहीतरी करण्यासाठी आपली लहान बहीण हटून बसली आहे, हा विचार तिला नक्कीच आवडला नव्हता. कसंही करून तिला परावृत्त करण्यासाठी तीही सरसावली.

“कमिला जान, तुला जर आणखी पैसाच कमवायचा असेल, तर आपल्याकडे तो आहे. आपलं घरं व्यवस्थित चाललं आहे आणि हाती असलेलं कामही पुरेसं आहे. तुला जे काही हवं नको, त्याची पूर्ण काळजी घ्यायला मी तयार आहे. पण तू ही नोकरी स्वीकारणार नाहीस. तुला काहीही झालं, तर ती माझी जबाबदारी असणार आहे. आपले आई-वडील इथे नाहीत. सारं काही माझ्यावर उलटणार हे लक्षात घे. तुझ्या अधिक पगाराची घराला गरज नाही. आणि या नोकरीमुळे खात्रीशीरपणे येणारी संकटंही आपल्याला नको आहेत.”

तिला उत्तर द्यायला म्हणून कमिलानं तोंड उघडलं. पण मलिकाचं बोलणं संपलं नव्हतं. ती रागानं अगदी धुमसत होती.

“तुला जर का अटक झाली, तर माझं आणि तुझ्या या छोट्या बहिणींचं काय होणार याची जरा तरी कल्पना आहे का तुला? आणि माझ्या नवऱ्याचं, या चिल्ल्या-पिल्ल्याचं काय? ते लोक अशा नियम मोडणाऱ्यांच्या कुटुंबीयांनाही छळतात, हे तुला माहिती असेलच! आणि तरीही तू तुझ्यासकट सगळ्यांचा जीव धोक्यात घालण्यास सरसावली आहेस? जर या कुटुंबाची, आपल्या आप्तेष्टांची थोडी जरी पर्वा तुला असेल, तर तू ही नोकरी करणार नाहीस.” मलिकानं कुठलाही पर्याय न ठेवता आपला निर्णय सुनावला.

काही क्षण फक्त शांतता पसरली होती. आपल्या प्रिय व्यक्तीला आपण दुखावलं म्हणून कमिला स्वतःवर चरफडत होती. पण मलिकाच्या या निर्णयानंतर तिचा निर्धार आणखी पक्का झाला. आपलं अस्तित्व टिकवण्यासाठी आणि स्वतःच्या सुरक्षिततेपेक्षाही इतरांसाठी जगणं तिला जास्त महत्त्वाचं वाटायचं.

“मला करावीच लागेल!” मलिकाकडे न पाहाता कमिला उत्तरली. ती थोडा

वेळ जमिनीकडे आणि नंतर आपल्या जुळ्या भाच्यांकडे पाहात राहिली. ज्या बहिणीनं गेले २१ वर्षं आपल्याला प्रत्येक संकटात मदत केली, तीच आज आपल्याला विरोध करते आहे, याचं कमिलाला आश्चर्य वाटत होतं. "माझं रक्षण त्या उपरवाल्याला करावं लागेल कारण मी जे काही करणार आहे, ते आपल्या समाजासाठी आणि महिलांच्या उत्थानासाठी आहे. मी स्वत:ला त्या अल्लाच्या स्वाधीन करणार आहे. त्याच्या बंद्यांची सेवा करण्यासाठी मी जर काही धोका ओढवून घेत असेल, तर त्यालाच माझं रक्षण करावं लागेल. मी हे करणारच आणि तू ही मला एक दिवस समजून घेशील, याची मला खात्री आहे."

कमिला उठून अर्ध्यापर्यंत गेली आणि नंतर ती जे काही बोलली त्याचा तिला पश्चात्ताप झाला. कारण त्या वक्तव्यात प्रचंड तिरस्कार भरला होता, असं तिला वाटलं.

"आणखी एक सांगते..." मलिकाच्या खोलीच्या दारात पोहोचल्यावर वळून ती म्हणाली, "मला जर खरंच काही झालं आणि मी संकटात सापडले, तरी मी तुझ्याकडे मदत मागायला येणार नाही. जे होईल त्याची सर्वस्वी जबाबदारी माझी आणि फक्त माझीच असणार आहे."

✻✻

एक आठवड्यानंतर कमिलानं 'डिस्ट्रिक्ट-१०' या सामाजिक संस्थेत काम करायला सुरुवात केली. तिला दरमाह दहा डॉलर वेतन देण्यात येणार होतं. संस्थेचे नियम, उद्देश आणि कर्तव्य आणि कामाची रूपरेषा यासंदर्भात तयार केलेली पत्रके ती रोज रात्री वाचायची. नेतृत्व, सहमती, सहभागिता आणि पारदर्शकता याबाबत जे काही नियम होते, ते तिनं स्वत:लाच बजावून सांगितले. संस्थेच्या कारभाराची माहिती आणि त्याचे वृत्तांकन करण्याचे काम तिला सर्वप्रथम शिकवण्यात आले. युएनकडून संस्थेच्या प्रत्येक समितीला ९,९०० डॉलर्स एवढा फंड मिळत होता. त्याच्या आणि इतर कमाईच्या पै-पैचा हिशेब ठेवण्याचे काम कमिलाला देण्यात आले.

त्याचबरोबर कमिला स्वत: काहींना कुराण वाचायला शिकवू लागली होती. शिवाय शिवणकामाचा वर्गही ती घ्यायची. रोज सकाळी संस्थेच्या प्रांगणात येणारे ते उत्साही विद्यार्थी पाहिले की, कमिलाला आनंद व्हायचा. तालिबानींच्या नियमांचं उल्लंघन होऊ नये म्हणून स्वत:च्या त्या उत्साहावर नियंत्रण ठेवण्याचा प्रयत्न ही मुलं करायची. हसणं आणि मोठ्यांदा बोलणं, तर अजिबात चालणार नव्हतं. मधल्या काही काळात खैरखानात चर्चेला ऊत आला होता. ज्या अफगाणी मुली देश सोडून पाकिस्तानला गेल्या होत्या त्यांना आता अभ्यासात अजिबात रुची राहिलेली नव्हती. पण तालिबानींनी मुलींच्या शिक्षणावर बंदी घातल्यावर निदान काबूलमधील मुलींना त्याचं महत्त्व कळलं होतं.

संस्थेनं या शिक्षणासाठी अगदी नाममात्र फी ठेवली होती. पण काही कुटुंबांना ती देणंही परवडणारं नव्हतं. काहींची शाळेसाठी लागणारं साहित्य खरेदी करण्याची आर्थिक ताकद नव्हती. पण त्यावरही तोडगा निघालाच होता. मदत करणारेही काही लोक होते. त्यांनी दिलेलं साहित्य, पुस्तके आणि इतर आवश्यक गोष्टी पुरवून-पुरवून वापरल्या जात होत्या. मुलं आपल्याजवळ जे काही असेल, ते इतरांना वापरायला देण्यास उत्सुकच असायची.

घरातून चालवता येणारे उद्योग आणि त्यासाठी महिलांना मदत करणं, हे कमिलाचं आवडतं काम होतं. संस्थेच्या मुख्यालयात महिलांना शिवणकाम, भरतकाम, कशिदाकारी, विणकाम आणि तत्सम गोष्टींचं प्रशिक्षण देण्याचं काम अखंड सुरू होतं. याच महिलांना प्रशिक्षण पूर्ण झाल्यावर काही साहित्य पुरवून मग काही दिवसांनी त्यांच्याकडून त्यांनी तयार केलेल्या वस्तू गोळा करून त्या बाजारात विकायच्या असा क्रम होता. स्वेटर्स, ब्लँकेट्स, गालिचे आणि इतर कलात्मक वस्तू घरी करणं, आता या स्त्रियांना शक्य झालं होतं. त्यातून त्यांना आर्थिक मोबदलाही मिळायचा हे विशेष.

संस्थेत धरलेल्या नोकरीमुळे कमिलानं कामानिमित्त आपल्या शहरातील गरिबीला अगदी जवळून पाहिलं. फक्त उकडलेले बटाटे आणि पाण्यावर आपली गुजराण करणारी असंख्य कुटुंब तिनं या काळात पाहिली. घरात दहापेक्षाही जास्त लोक असताना धड पोटभर जेवणंही त्यांना मिळत नव्हतं. स्वत:च्या घरातील काही सामान, अगदी खिडक्यांच्या चौकटी विकून आपल्या चिल्ल्या-पिल्ल्यांची खाण्याची सोय करणाऱ्या अनेक विधवा महिलांना तर कमिला आधीपासून ओळखायची. पण आता त्यांची खरी संख्या समोर आली होती. काही पालकांनी तर आपल्या आठ-दहा या वयोगटातील मुलांनाच कमाई करण्यासाठी म्हणून पाकिस्तानला पाठवून दिलं होतं. त्यांना पुन्हा पाहाता येईल की नाही, याचीही शाश्वती नसताना अशी शेकडो मुलं विस्थापित झाली होती. हे सारं विदारक चित्र पाहून तर ती स्वत:च्या कामासंदर्भात आणखी आग्रही झाली. देशाला असं निराशेच्या गर्तेत जाताना पाहाणं आणि त्याबद्दल स्वत: काहीच न करणं, हे तिला तरी शक्य नव्हतं. मग जगायचं तरी कशाला? ती स्वत:लाच हा प्रश्न विचारायची.

लवकरच संस्थेच्या व्यवस्थापकांनी कमिला आणि तिची 'डिस्ट्रिक-१०'ची सहकारी नुरिया यांच्यावर इतरही काही समित्यांना मदत करण्याची जबाबदारी सोपवली. नुरिया एक उत्तम शिक्षिका होती आणि आर्थिक व्यवस्थापनातील तिचा अनुभव दांडगा होता. कमिलाच्या काही वर्षं आधी तिनं सय्यद जमालुद्दीनमध्ये आपलं शिक्षण पूर्ण केलं होतं. तिचे वडील आणि दोन भाचे तिच्या या पगारावरच आपली गुजराण करत होते. कितीही थंडी किंवा पाऊस असला तरी नुरीया आणि

कमिला ताईमणीमधल्या या संस्थेच्या केंद्रापर्यंत एकत्र चालत जायच्या. ४० मिनिटांच्या या प्रवासात मग त्या दिवशी वर्गांमध्ये शिकवायच्या अभ्यासक्रमावर चर्चा होत असे. मेहबूबानं आणखी एका केंद्राला विकसित करण्याची जबाबदारी त्या दोघींवर सोपवली होती. त्याबाबतही बरीच सल्लामसलत या दोघींमध्ये व्हायची.

ज्या भागात केंद्रं असतील, तेथील स्थानिक लोकांनी त्यांना होणाऱ्या फायद्याच्या मोबदल्यात या केंद्रात येणाऱ्या महिलांच्या संरक्षणाची जबाबदारी उचलली होती. आपल्या लहान मुलीला शाळेत पाठवताना काही पालक त्यांच्याकडे निरोप द्यायचे. ''कमिला आणि नुरीयाला सांग की, काही तालिबानी सैनिक इकडे गस्त घालताना दिसले, तेव्हा आज सकाळी त्यांनी जरा सावध असावं.'' असे अनेक निरोप त्यांना विद्यार्थ्यांच्या पालकांकडून मिळू लागले होते. अशी धोक्याची सूचना मिळाल्यावर एकदा एका मुलीचे वडील केंद्रावर धावतच आले. त्यानंतर कितीतरी वेळ या तीन डझन मुली आपल्या या धडाडीच्या शिक्षिकांना बिलगून शाळेतल्या जमिनीवर अगदी निमूट बसून राहिल्या होत्या. तालिबानी सैनिक आले आणि वारंवार दार वाजवूनही जेव्हा उत्तर मिळालं नाही, तेव्हा वैतागून निघून गेले. साधारण तासाभरातच कमिलानं आपल्या मनाला समजावलं आणि तिचा वर्ग पुन्हा एकदा सुरू झाला होता.

या सगळ्या परिस्थितीत स्वत:ला सामावून घेण्याची कला आता तिला अवगत झाली होती आणि हेच कमिलाच्या घरातील लोकांच्या संदर्भातही लागू होतं. कमिला बाहेर वेळ देऊ लागली, तसं सामान आणि लैलानं स्वत:च्या जबाबदाऱ्यांची आणि भूमिकांची पुन्हा आखणी केली आणि चालू केलेला व्यवसाय वाढावा म्हणून त्या झटू लागल्या. त्या हे काम करतीलच यात कमिलालाही शंका नव्हती. पण ज्या सफाईनं आणि कमी वेळात त्यांनी या जबाबदाऱ्या उचलल्या त्याचं कमिलाला कौतुक वाटत होतं. शिकवणं आणि येणारं काम वेळेत पूर्ण करणंही त्या अगदी सहज करत होत्या. कमिला अजूनही लासे मरियमला जायची आणि आपल्या व्यवसायाची जाहिरात करण्याचं काम करायची. मांडवी बाजारात जाण्याचा नेमही तिनं आणि रहिमनं चुकवला नाही. तिथले दुकानदार कधीच कमिलाला कपड्यांची आगाऊ ऑर्डर देत नसत. त्यांनी आणलेल्या काही पोशाखांमधूनच ते आपल्या दुकानात ठेवण्यासाठी कपड्यांची निवड करायचे. मांडवी बाजार खैरखानापासून बराच लांब होता. बहिणी इथे जाण्यासाठी अजून लहान आहेत आणि परतताना कधी त्या पकडल्या जाऊ नयेत म्हणून तिनं तिकडे जाण्याची आपली जबाबदारी कुणावरही सोपवली नाही. तिला आणि रहिमला आता या कामाची सवय झाली होती आणि म्हणून ते तसं चालावं, असा कमिलाचा आग्रह होता.

मलिकाच्या रागाचा पाराही काही दिवसांनी उतरला. पण तो उतरायला बराच वेळ लागला. ती मलिकाला जे काही बोलली त्यानंतरचे काही आठवडे दोघींमध्ये

अबोला होता. कमिलाला तो अबोला फारच त्रासदायक होता. तिचं मलिकावर प्रेम होतं आणि तिच्याच आधारानं ती आपल्या पायावर उभी होती, हे सत्य ती विसरणं शक्यच नव्हतं. रोज तिला पाहूनही न बोलता निघून जाणं, कमिलाच्या मनाला वेदना देणारं होतं.

केंद्रात मुलींना भरतकामाचं प्रशिक्षण दिलं जाणार आहे, याविषयी सामान आणि लैलाला कमिला सांगत असताना एक दिवस मलिकानं ऐकलं आणि ती ही 'डिस्ट्रिक१०'च्या कार्यालयात पोहोचली. तिथलं काम पाहून तिला कमिलाचं म्हणणं पटलं. पण तरीही कमिलाशी संवाद सुरू करण्याची किंवा तिचं म्हणणं पटलं आहे, हे कबूल करण्याची घाई तिनं केली नाही.

"मला एक वचन दे की, तू हे काम करते आहेस हे कुणालाही कळू देणार नाहीस. सगळ्या गोष्टींसंदर्भात गोपनीयता बाळगशील. या संस्थेशी संबंधित एकही कागद किंवा कुठलाही फॉर्म तू तुझ्याजवळ ठेवणार नाहीस, हे ही वचन दे. कुणी तुला थांबवून चौकशी केलीच आणि तुझ्या बॅगची झडती घेतली, तर त्यांना काहीही सापडता कामा नये." तिनं कमिलाला सांगितलं. पण हे सगळं सामान आणि लैलासमोर नको म्हणून त्या दोघीही काम संपवून झोपी जाईपर्यंत कमिलाला तिनं थांबवून घेतलं होतं. तिची नाराजी पूर्ण गेली नव्हती, हे तिच्या बोलण्यातून कमिलाला जाणवत राहिलं. पण तिचं प्रेम आणि काळजीही तिला कळत होती. "आणि यदाकदाचित जर या महिलांना शहरात पैसे वाटप करायला जावं लागलं तर कृपा करून रहिमला सोबतीला घे आणि हो, टॅक्सी कर. तू काय करते आहेस याची तुला कल्पना आहे. तुला कदाचित असं वाटत असेल की, हा घरचा व्यवसाय आपण सांभाळला, आणि जरा काम करता आलं म्हणजे आपण काहीही करू शकतो. पण तू अदृश्य होऊ शकत नाहीस. त्यामुळे एकदा का तू त्यांच्या हाती लागलीस, तर दुष्टचक्रच तुझ्या पाठी लागलं म्हणून समज. तुझं नाव, तुझं कुटुंब आणि तुझं आयुष्य उद्ध्वस्त व्हायला क्षणाचाही वेळ लागणार नाही. तुझ्या सहकाऱ्यांव्यतिरिक्त कुणावरही कधीही विश्वास ठेवू नकोस. कामाची चर्चा सार्वजनिक ठिकाणी करण्याचा मूर्खपणा तर अजिबात करू नकोस. रस्त्यात तू एकटी आहेस असं वाटलं तरीही कधी बेसावध राहू नकोस, अगदी क्षणभरसुद्धा नाही. अशाच क्षणी तुला अटक करण्याची संधी त्यांना मिळेल. तेव्हा काळजी घे. कळलं?"

कमिलाला काहीतरी बोलायचं होतं. पण एकही शब्द तिला बोलता आला नाही. ती फक्त मान डोलवत राहिली आणि शेवटी तिनं मलिकाला घट्ट मिठी मारली. तिला दिलेलं प्रत्येक वचन आपल्याला पाळता यावं, अशी ती अल्लाकडे मनोमन दुवा करू लागली.

अस्मानी संकट

कुणी तरी मोठमोठ्यानं बोललं म्हणून आवाज ऐकून कमिला दचकून जागी झाली. चहूबाजूला धुकं दाटलं होतं. थोडावेळ ती भानावर नव्हती. पण थोडं सावरल्यावर तिला आपण एका बसच्या सीटवर आहोत आणि ती बस पाकिस्तानी आहे, हे आठवलं. "आपण पेशावरला जाण्यासाठी या बसमध्ये बसलो होतो..." आता ती पूर्ण सावरली होती. बस थांबली आहे, हे ही तिच्या लक्षात आलं. काही गडबड झाली आहे का...?

चार वर्षं लोटली होती, पण सय्यद जमालुद्दीन ते खैरखाना हा बस प्रवास ती आजही विसरली नव्हती. कारण त्यात तालिबानींचा संदर्भ होता. तिच्या सगळ्या स्वप्नांची माती झाली, तो दिवस विसरणं तिला शक्य नव्हतं. ती नेहमी त्या घटनेचा विचार करायची. चार वर्षं! बरंच काही घडून गेलं होतं, या चार वर्षांत! ती पुन्हा विचारात गढली. ती आणि तिच्या बहिणींनी केवढं काही केलं होतं, या चार वर्षांत. एक सुखवस्तू जीवन ते धकाधकीचं आयुष्य हा प्रवासही या चार वर्षांत घडला होता. बावरलेल्या चेहऱ्यांनी शाळेत जाणाऱ्या लहान मुली ते आत्मविश्वास आणि जिद्दीच्या जोरावर स्वत:ला एक उद्योजक म्हणून परिवर्तीत करणाऱ्या तरुणींपर्यंतची त्यांची या चार वर्षांतील वाटचाल कुणी विसरू शकतं का? स्वत: कमिलातच काय-काय बदल घडले होते! एक शिक्षिका बनण्याचं स्वप्न उराशी बाळगणारी मुलगी संकट येताच घरातील जाणती व्यक्ती म्हणून लहान बहिणींच्या पाठीशी उभी राहिली होती. उदरनिर्वाहासाठी तिनं काम सुरू केलं आणि त्याचं व्यवसायात रूपांतरही केलं. आता उद्योजिका ते समाजाच्या उत्थानासाठी लढणारी आणि त्यांचं नेतृत्व करणारी ती एक तरुणी होती. आज ज्या संस्थेसाठी ती काम करत होती त्याच्या एका कार्यशाळेसाठी पेशावरला निघाली होती.

युएन हॅबिटॅटसाठी काम करणाऱ्या विदेशातील अनेक महिला प्रतिनिधी तिथे एकत्र येणार होत्या. अफगाणिस्तानातील हॅबिटॅटच्या केंद्रांचं अस्तित्व कायम राहावं म्हणून फक्त तालिबानच नाहीतर वेळ पडल्यास स्वत:च्या उच्च अधिकाऱ्याशीही भांडणारी सामन्था आणि काबूलच्या केंद्रांची जबाबदारी सांभाळणारी ॲन यात सहभागी होणार होत्या. केंद्रात काम स्वीकारल्यावर कमिलाला ज्या गोष्टींचं प्रशिक्षण देण्यात आलं होतं, तसंच ते इथेही देण्यात येणार होतं. नेतृत्व, व्यवस्थापन आणि व्यावसायिक प्रशिक्षणाचा यात अंतर्भाव करण्यात आला होता. कमिलासाठी ही एक सुवर्णसंधी होती. यात तिला इतर विदेशी महिलांशी आपल्या कल्पनांची देवाण-घेवाण करता येणार होती. त्या कसं काम करतात, अडचणी आल्या तर त्याचा सामना कसा करायचा किंवा अफगाणिस्तानच्या विविध प्रांतांमध्ये काम करण्याचा त्यांचा कसा आणि काय अनुभव आहे, हे सारं तिला आता जाणून घेता येणार होतं. या सगळ्यांना काबूलमध्ये एकत्र आणणं अशक्य होतं. तालिबानींची टांगती तलवार असताना असे काही कार्यक्रम करणं म्हणजे संकटांना आमंत्रण देण्यासारखं होतं. म्हणून हा कार्यक्रम पाकिस्तानात घेण्याचा निर्णय झाला होता. युएननं नियुक्त केलेले अनेक अफगाणी लोक आधीच इकडे स्थलांतरित झाले होते.

पुन्हा प्रचंड गोंधळानं कमिलाच्या विचारांची तंद्री भंगली.

तिनं चादरी पांघरली होती. त्यातून काही अंदाज घेता येतो का म्हणून तिनं प्रयत्न केला. एक तालिबानी सैनिक हफिजाला काही प्रश्न विचारत होता. हफिजा कमिलासोबतच प्रवास करत होती आणि त्या दोघीही पेशावरला निघाल्या होत्या. तिच्या शेजारी हॅबिटॅटमध्ये काम करणारी आणखी एक सीमा नावाची तरुणी बसली होती. जलालाबादच्या सरकारी तपासणी नाक्यावरून हा सैनिक बसमध्ये चढला असावा असा अंदाज कमिलानं बांधला. नेमका तिचा त्या वेळीच जरा डोळा लागला होता.

"कुठून आला आहात तुम्ही?" तो सैनिक हफिजाच्या अंगावर अक्षरश: ओरडलाच. "तुमचा मेहराम कुठे आहे? कोण आहे तो? जरा दाखवा मला."

या तिघीही धडाडीच्या तरुणी मेहरामशिवाय प्रवासाला निघाल्या होत्या, हे सांगण्याची गरजच नव्हती आणि त्यावरही कडी म्हणजे एका विदेशी मदतकार्य करणाऱ्या संस्थेनं आयोजित केलेल्या कार्यशाळेत त्या सहभागी होणार होत्या. गेल्या काही महिन्यांत अशा काही घटना घडल्या होत्या की, अशा संस्था आणि तालिबानींचं पुन्हा बिनसलं होतं. पुन्हा एकदा अम्र बील-मारूफचे सैनिक विदेशी फंड देणाऱ्या संस्थांना अफगाणी महिलांना किंवा पुरुषांना नोकरीवर ठेवण्यापासून परावृत्त करत होते, याची सूचनाही धमकीवजाच होती. बसमधील या सैनिकांनी आता सीमाची चौकशी सुरू केली होती. घाबरलेल्या या मुलीनं जर तिच्या कामासंदर्भात अवाक्षरही काढलं, तर त्या तिघींच्याही जीवाला धोका होता.

कमिला तरीही शांत बसली होती. या सगळ्या परिस्थितीतून काय मार्ग काढता येईल आणि या सैनिकांपासून त्यांना सोडवून घ्यायला काय करता येईल, याचाच विचार तिच्या डोक्यात होता. मांडवी बाजार किंवा लासे मरियममध्ये रहिमसोबत कामानिमित्त फिरताना तिनं काही गोष्टी शिकून घेतल्या होत्या. या परिस्थितीतून मार्ग निघणं शक्य होतं. फक्त तिला योग्य शब्दांचा वापर करून बोलण्याची गरज होती.

काही आठवड्यांपूर्वीच कमिलानं अशाच एका प्रसंगाचा सामना केला होता. अलीच्या दुकानात तयार कपड्यांचं बंडल सोडत असतानाच अचानक काही लोक दुकानात शिरले होते. त्यांनी काहीही विचारण्यापूर्वीच तिनं त्यांना स्पष्टीकरण द्यायला सुरुवात केली होती. आपण इथे अलीला भेटायला आलो आहोत आणि तो आपल्या कुटुंबातील सदस्य आहे, असं तिनं स्वत:च सांगितलं. ''आमची चौकशी करायला आल्याबद्दल मी तुमचे मनापासून आभार मानते. आमच्या शहरात सुरक्षा ठेवण्याबद्दल आम्ही सगळेच तुमचे ऋणी आहोत. तुम्ही आम्हाला सुरक्षित ठेवण्यासाठी केवढे झटता! म्हणूनच अम्र बील-मारूफबद्दल आम्हाला प्रचंड आदर आहे.'' ती त्यांना सांगत होती.

''या माझ्या चुलत भावाच्या दुकानात मी शिवलेले काही कपडे नमुन्यादाखल आणले होते. ते विकले गेले, तर मला आणि माझ्या भावंडांना थोडी मदत होईल एवढाच माझा प्रामाणिक उद्देश आहे.'' त्या सैनिकांना तिचं बोलणं खरं वाटू लागलं होतं. पण अजून त्यांची पूर्ण खात्री झालेली नव्हती. ''खरं तर आमच्यामुळे तुमचा वेळ वायाच गेला, नाही? तुम्हाला कायद्याचं उल्लंघन करणाऱ्यांना शोधून आमचं आयुष्य सुरक्षित करण्याची केवढी मोठी कामगिरी निभवायची आहे, नाही का?'' तिनं शेवटचा प्रयत्न केला.

आता ते जरा शांत झाले होते आणि त्यांनी कमिलाला काही सूचना केल्या. आपल्या कुटुंबातील पुरुषांशीच फक्त बोलावं आणि तिनं तडक घराची वाट धरावी, हे सांगायला ते विसरले नाही. ''स्त्रियांनी अशा भलत्या वेळी घराबाहेर राहू नये.'' अशी तंबी देत ते दुकानातून बाहेर पडले होते.

हा संवाद चालू असताना अली मात्र पूर्ण वेळ एका दडपणाखाली होता. त्याच्या तोंडून अवाक्षरही बाहेर आलं नव्हतं. कमिलाच्या धाडसाचं त्याला कौतुक वाटलं. ती हे असं कसं काय करू शकते, याचं आश्चर्य वाटून त्यानं कमिलाला शेवटी विचारलंच. पण हेच ती लासे मरियमला सतत येऊन शिकली होती. ''मी जर त्यांच्याशी बोलले नसते, तर त्यांना उलट आपला संशय आला असता. आपण खरंच कुटुंबातीलच तर आहोत. आपल्या घरातील लोकांच्यावतीनं आपण ही कामं करतो आहोत ना! मग त्यात चूक काय? आणि त्यासाठी शिक्षा का व्हावी? म्हणून मी बोलले.'' कुठल्याही सरकारी व्यक्तीला जर शांतपणे, आदरानं आणि व्यवस्थित

तर्कशुद्ध पद्धतीनं समजावून सांगितलं, तर त्यांची मनं वळवणं शक्य होतं, हा धडा कमिलानं व्यवस्थित गिरवला होता.

हफिजा आणि सीमाची विचारपूस करणारे सैनिक अजूनही त्यांच्याशी फक्त बोलत होते आणि हे एक चांगलं चिन्ह होतं. असंच सगळं शांततेत पार पडलं, तर त्यांना काही धोका नव्हता.

तेवढ्यात सीमा वळली आणि मागे बसलेल्या एका मध्यमवयीन माणसाकडे बोट दाखवून ती म्हणाली, "ते आहेत आमचे मेहराम!"

प्रेमळ चेहऱ्याची ती दाढीवाली व्यक्ती आत्तापर्यंत अगदी शांत बसली होती. पण सीमाचं ते वाक्य ऐकताच त्याच्या चेहऱ्यावर भय दाटून आलं.

काजळ घातलेला तो सैनिक त्या माणसाकडे चालत गेला. एखाद्या पहाडासारखा तो त्या माणसासमोर उभा ठाकला.

"ती सांगते आहे ते खरं आहे का?" अक्षरश: दरडावून त्यानं त्या माणसाला विचारलं.

आता घाबरण्याची पाळी कमिला आणि तिच्या सहकाऱ्यांची होती. त्या तिघी परस्परांकडे नजर वळवायलाही तयार नव्हत्या. रहिम आणि सीमाच्या मुलाची परिक्षा असल्यामुळे या मुलींना मेहरामशिवाय प्रवासाला निघावं लागलं होतं. कारण ही संधी त्यांना दवडायची नव्हती. धोका होताच. पण त्या आपल्या निर्णयावर ठाम होत्या. बाकी मदत रहिमनं केली होती. त्याच्या स्वत:च्या नावावर त्यानं त्या तिघींना तिकीटं काढून दिली होती. पण त्याचा फारसा काही उपयोग होणार नव्हता. कुणी टोकलंच तर तिघीही पेशावरला आपल्या नातेवाइकांकडे जातो आहे, असं सांगायचं ठरलं होतं. थोडयावेळानं त्यांना लक्षात आलं की, कुणीही त्यांची फारशी चौकशी करत नव्हतं, मग त्यांनी इतर प्रवाशांसोबत बोलायला सुरुवात केली. त्यातच आता ज्या व्यक्तीची सीमानं त्यांचा मेहराम म्हणून ओळख करून दिली होती, त्यांनी मदत करण्याचं आश्वासन दिलं होतं. आपण या मुलींचे काका असून त्यांना पेशावरला घेऊन निघालो आहोत, असं ते सांगणार होते. काबूलमध्ये हे असं फार चालायचं. विधवा स्त्रियांना बाजारात खरेदीला मदत करणारे अनेक पुरुष असायचे जे तालिबानला आपण त्या महिलेचे मेहराम आहोत, अशी ओळख देत असत. या बसमधल्या माणसानंही तेच करण्याचं ठरवलं होतं. "घाबरू नका. मी आहे सोबत!" असंही तो काही वेळा पूर्वी म्हणाला होता.

पण कल्पनेतील संकट आता पुढ्यात उभं होतं. आता त्याचा धीर सुटला होता. सैनिकाच्या हातातील एके-४७ पाहाताच तो गर्भगळीत झाला आणि त्या मुलींना दिलेला शब्द तो विसरला.

"नाही. ते खरं नाही!" तो पटकन उत्तरला. "मी त्यांचा मेहराम नाही आणि मी त्यांच्यासोबतही नाही."

हे ऐकून त्या सैनिकाचं माथं भडकलं.

"कशा स्त्रिया आहात तुम्ही?" तो हफिजा आणि सीमावर डाफरला. मग बसच्या ड्रायव्हरला उद्देशून तो बोलू लागला. "मी या स्त्रियांना तुरुंगात घेऊन जातो आहे. तू दुसरी बस मागवून घे आणि इतर प्रवाशांना सीमेपर्यंत घेऊन जा."

आता कमिलाला मध्ये पडावंच लागणार होतं.

"भाईजान, माफ करा आम्हाला. मला तुमचा अतीव आदर आहे म्हणून तुम्हाला सांगते की, आमचा मेहराम आम्हाला सीमेवर भेटणार आहे." कमिलानं सगळं धैर्य गोळा करून बोलायला सुरुवात केली. "माझं नाव कमिला आहे आणि माझा भाऊ रहिम आमचा मेहराम आहे. तो आमच्यासोबत होता. पण मीच मूर्ख आहे. माझं सामानं घरी राहिलं म्हणून त्याला परत जावं लागलं आणि आता तो या बॉर्डरपासून आमच्या सोबतीला येणार आहे."

तिच्या या बोलण्याचा त्या सैनिकावर काहीच परिणाम झाला नाही.

"तुम्ही कुठल्या तोंडानं स्वत:ला मुस्लीम म्हणवता? कशा कुटुंबात तुम्ही जन्माला आला आहात? अत्यंत लाजिरवाणी गोष्ट आहे ही." त्याच्या एके-४७चं एक टोक आता कमिलाच्या अगदी माथ्याजवळ आलं होतं.

लगेच कमिलाला तिकीटांची आठवण झाली. ती रहिमनं स्वत:च्या नावानं काढली होती. थरथरत्या हातानं तिनं बॅगमधून ती तिकीटं काढली आणि त्या सैनिकासमोर धरली.

"हे पाहा. हा पुरावा आहे. यावर माझ्या भावाचं म्हणजे आमच्या मेहरामचं नाव आहे. तो खरंच आमच्या सोबत होता आणि आता या सीमेपासून तो बसणार आहे."

सीमा आणि हफिजा हा संवाद फक्त ऐकत होत्या. नजर वळवून मागे पाहाण्याची हिंमत त्यांच्यात नव्हती.

"आम्हाला कायद्याचं उल्लंघन अजिबात करायचं नाही." कमिला बोलतच होती, "मेहराम न घेता प्रवास करणं माझ्या काकूंना आणि मला शक्यच नाही. आम्हाला सगळे नियम माहिती आहेत आणि आम्ही त्यांचा आदरही करतो. पण सामान घेतल्याशिवाय आम्ही पाकिस्तानला जाणार तरी कसं ना? तिकडे आमचे नातेवाईक आहेत आणि काही लहान मुलं आहेत. त्यांना काही भेटवस्तू देणंही आवश्यक आहे. माझा भाऊ येणारच आहे तिकडे हे सगळं सामान घेऊन."

पण हा तिढा सुटला नव्हता. आता त्यानं तिची चौकशी करायला सुरुवात केली. तिचं नाव, वडिलांचं नाव, घराचा पत्ता, भावाचं नाव, असे सर्व प्रश्न तो विचारत सुटला. वीस मिनिटं अशीच गेली. आपल्याला आता खरंच तुरुंगात जावं लागणार याची कमिलाला खात्री वाटू लागली होती. आईला आणि मलिकाला काय उत्तर द्यायचं? हे असंच काहीतरी होणार म्हणून मलिकानं तिला ही नोकरी करण्यास विरोध दर्शवला होता. तिला दिलेलं उत्तरही आता कमिलाच्या कानात घुमत होतं.

"मला काही झालं तर मी वचन देते की, मी तुझी मदत मागायला येणार नाही. ती संपूर्णत: माझी जबाबदारी असेल."

आपल्या या बोचऱ्या आणि क्लेशकारक शब्दांसाठी मलिकानं आपल्याला माफ करावं, अशी मनोमन विनंती ती करू लागली. जलालाबादलाच जर आपल्याला तुरुंगात डांबण्यात आलं, तर आपलं काय होणार? मलिकाचा अंदाज अगदी बरोबर होता.

मनात दाटून आलेल्या भीतीशी ती मनातल्या मनात झगडत होती. सगळ्यांसमोर मात्र ती बोलत होती, अगदी शांतपणे पण थोडसं अंतर राखून. थोड्याच वेळात तिला त्या सैनिकाचा वैताग जाणवू लागला होता. तिचं बोलणं आणि या सगळ्यातून काहीही निष्पन्न होत नसल्यानं तो थोडा विचलित झाला होता. त्याचा राग शांत झालेला नव्हता आणि त्याची अस्वस्थताही लपलेली नव्हती. यापेक्षाही जास्त गंभीर गुन्हेगार शोधण्याचा त्याचा प्रयत्न होता. त्यामुळे अशा फुटकळ गोष्टीत वेळ घालवणं त्याला आवडलेलं नव्हतं.

कमिलाच्या चादरीच्या जाळीदार भागावर आपली नजर गढवून त्यानं तिच्याकडे पुन्हा एकदा पाहिलं. आता त्याच्या आवाजात जरब होती.

"तुझ्याकडे जर हे तिकीट नसतं, तर मी तुला पाकिस्तानला अजिबात जाऊ दिलं नसतं, समजलं. पुन्हा कधी जर मेहरामला न घेता प्रवासाला निघालात, तर यानंतर तुरुंगात जावं लागेल, हे निश्चित!"

एवढं बोलून तो वळला आणि त्या मिनी बस मधून खाली उतरला. पुन्हा तो आपल्या चेकपोस्टवर जाऊन बसल्यावर ड्रायव्हरनं बस पुढे काढली. कमिलानं आपली नजर तो सैनिक गेला त्या दिशेनं चुकूनही जाऊ नये, याची खबरदारी घेतली. तिच्या इतकाच तो ड्रायव्हरही भीतीनं गारठला असल्याचं तिला जाणवलं.

नंतरचे काही तास कुणाचीही ब्र काढायचीसुद्धा हिंमत झाली नाही. जे घडलं त्यानं त्यांची गाळण उडाली होती. मघाशी गोळा केलेली सगळी शक्ती एकदम नाहीशी झाल्यासारखी कमिला आता आपल्या सीटला खिळली होती. खिडकीच्या गजावर डोकं टेकवून तिनं अल्लाची दुवा मागायला सुरुवात केली. या संकटातून सहीसलामत बाहेर काढल्याबद्दल तिनं अल्लाचे आभार मानले. आता काही तासांनी ती पेशावरला पोहोचणार होती आणि मग उद्यापासून प्रशिक्षण सुरू होणार होतं.

* *

पेशावरची कार्यशाळा संपवून कमिला काबूलला परतली होती. पण तिनं झालेली घटना कुणालाही सांगितली नाही. मलिकाला हा प्रकार कळायला नको होता. कारण, तिच्या मनातील भीती खरी ठरली होती, हे कमिलाला ठणकावून सांगायला तिला कारणच मिळणार होतं. शिवाय आपल्या लहान बहिणी आणि

शिकायला येणाऱ्या मुलींनाही असं काही सांगून त्यांना कायमचं भयभीत करण्याची तिची इच्छा नव्हती. या घराच्या हिरव्या दाराच्या बाहेरचं जग संकटांनी भरलेलं आहे, हा त्यांचा समज पक्का करण्यात तिला काहीही स्वारस्य नव्हतं. दारिद्र्य, धान्याचा तुटवडा आणि दुष्काळाच्या माऱ्यानं आधीच लोकांच्या अंगातील त्राण गेलं होतं.

तालिबानींच्या सैनिकांचीही स्थिती काही वेगळी नव्हती. हाडं गोठवणाऱ्या थंडीत फक्त सलवार-कमिज घालून रात्र-रात्र शहराच्या कानाकोपऱ्यांत गस्त घालणाऱ्या या सैनिकांचेही हालच होत होते. या सैनिकांची आणि लोकांची जगण्यासाठीची धडपड एकच होती. माणसांची ही परिस्थिती होती. पण प्राण्यांचेही हाल होते. जर्मनीनं काबूलच्या प्राणीसंग्रहालयाला फार पूर्वी एक सिंह भेटीदाखल दिला होता. सद्यपरिस्थितीत या मार्जान नावाच्या सिंहाची अवस्थादेखील अगदी दयनीय झाली होती.

कमिलानं तो प्रसंग आपल्या मनातच गाडून टाकला. एके दिवशी कम्युनिटी फोरमच्या एका केंद्रात काम करणाऱ्या तिच्या वाझ्मा नामक मैत्रिणीला अटक झाली. तिच्या शेजारच्या एका महिलेनं तिची चहाडी केली. जवळच्याच एका जिल्ह्यात ही मुलगी युएनच्या मदतीनं शिक्षिकेचं काम करते, हे कळल्यावर अम्र बील-मारूफचे सैनिक तिला अटक करण्यासाठी एक दिवस भल्या पहाटेपासून तिच्यावर पाळत ठेवून होते. ती बाहेर पडताच तिला त्यांनी पकडून नेलं.

हा या मुलींसाठी एक मोठा धक्का होता. सामन्था आणि ॲन वाझ्माच्या सुटकेसाठी झटत होत्या. पण तालिबानी काहीही ऐकण्याच्या मन:स्थितीत नव्हते. तिचं जेलमध्ये जाणं, तिथे तिचा होणारा छळ आणि यातना यांच्या अफवांना पेव फुटलं होतं. कुठलीही गोष्ट सिद्ध करण्याच्या भानगडीत न पडता सगळे फक्त काहीही बोलत सुटायचे.

तुरुंगात असताना वाझ्मानं एका आणखी सहकारी मैत्रिणीकरवी कमिलासाठी निरोप पाठवला होता. तिचं म्हणणं होतं की, कमिलानं कम्युनिटी फोरमच्या शाळेत जाणं तूर्तास रद्द करावं. ती खूप तरुण आहे आणि तिनं स्वत:वर अशी संकटं ओढवून घेऊ नयेत. ''काम फार महत्त्वाचं आहे यात शंकाच नाही. पण कुठलीही गोष्ट ही आपल्या जीवापेक्षा मोठी नाही. ती वयानं फारच लहान आहे आणि अशात तिनं जीवावर उदार होऊन असं काम करणं मला तरी योग्य वाटत नाही.'' असंही वाझ्मानं कळकळीनं सांगितलं होतं.

कमिलानं तो कळकळीचा निरोप अगदी शांतपणे ऐकला. मात्र अशा कुठल्याही भीतीनं मागे हटणाऱ्यांपैकी ती नव्हती. उलट ती आणखी जोमानं कामाला लागली. ती जास्त खबरदारी घेत होती. पण जे अनुभवलं होतं, ते परत घडण्याची शक्यता आहे, याची तिला जाणीव होती. ''माझं रक्षण करायला अल्ला आहे.'' ती स्वत:ला आठवण करून देत असे. ''...आणि माझा माझ्या भक्तीवर दृढ विश्वास आहे!''

हे असं सगळं एकीकडे घडत होतं आणि तेवढ्यात शहरात आणखी एक लाट आली. सुदैवानं तिचा तालिबान्यांच्या लहरी नियमावलीशी किंवा कायद्यांशी कवडीचाही संबंध नव्हता. हा ज्वर 'टायटॅनिक' नामक हॉलीवुड चित्रपटाचा होता. अवघ्या अफगाणिस्तानला कवेत घेणारं हे टायटॅनिक प्रत्येक वयोगटाच्या लोकांना 'बुडवायला' निघालं होतं.

चित्रपटसृष्टीला वेड लावल्यानंतर टायटॅनिकचा या देशात प्रवेश झाला होता. दु:खाच्या गर्तेत बुडालेल्या अफगाणिस्तानला आणि तरुणाईला दिलासा देण्यासाठीच जणू ते इकडे आलं होतं. सारेच या चित्रपटामुळे खुळावले होते. त्याच्या व्हिडीओ कॅसेट कशा कोण जाणे, पण या देशात आल्या होत्या आणि प्रत्येकाला त्या मिळाव्यात यासाठी एक छुपी मोहीमच शहरात सुरू झाली होती. नातेवाईक, शेजारीपाजारी आणि मित्रांमध्ये याची देवाणघेवाण करण्यासाठी विविध मार्ग शोधले जात होते. जसे कमिलाच्या एका नातलगानं एका सूप पॉटच्या तळाशी ही कॅसेट दडवून चक्क पाकिस्तानातून इकडे पाठवून दिली होती. रहिमच्या वर्गमित्रानं आपल्या सदऱ्यात गुंडाळून ती सूटकेसच्या अगदी तळाशी लपवली आणि इराणहून तो काबूलला घेऊन आला होता. काबूलच्या बाजारांत भूमिगत व्हिडीओ दुकानांमध्ये त्याच्या अनेक प्रती तयार करण्यात आल्या होत्या. त्या नादात खरं तर सत्यप्रतीची पार वाट लागली होती. पण त्याची कुणालाही पर्वा नव्हती. सतत प्रती केल्यामुळे चित्रपटातील किती तरी भागाचं स्वरूप आपसूकच बदललं आणि ते दिसणंही शक्य होईनासं झालं. पण तेवढा भाग पुढे करून उर्वरित सिनेमा पाहाण्यासाठी आणि त्यातील *'माय हार्ट विल गो ऑन'* या गाण्याच्या चार ओळी कानावर पाडून घेण्यासाठी ही मुलं काहीही करण्यास तयार होती. चित्रपटातील प्रेमी युगुलाच्या करुण अंतानं जीवाला चुटपुट लावून घेणारे आणि हळहळणारे यात अधिक होते.

टायटॅनिकनं तालिबानींच्या हुकूमशाही नियमांचाही पार धुव्वा उडवला होता. या सिनेमानं ज्या प्रथा अफगाणिस्तानात आणल्या त्यांच्याशी लढण्याची ताकद या तालिबानी सैनिकांमध्ये नव्हती. त्यांचा प्रत्येक प्रयत्न निष्फळ ठरत होता. जे खुळ तरुणाईला टायटॅनिकमुळे जडलं, त्यात पहिला क्रमांक होता केशरचनेचा. सिनेमाच्या नायकाप्रमाणं म्हणजे जॅक डॉसनची भूमिका करणाऱ्या लिओनार्डो द कॅप्रिओच्या हेअरस्टाईलसाठी न्हाव्यांना आग्रह होऊ लागला. तालिबानींनी अशा मुलांना उचलून तुरुंगात डांबायला सुरुवात केली. पण त्याचा काहीच परिणाम झाला नाही. मग त्यांनी न्हाव्यांविरुद्ध अटक सत्र सुरू केलं. लग्नांसाठी टायटॅनिकच्या आकारातील केक तयार होऊ लागले. हे सगळं इस्लामच्या विरुद्ध आहे आणि हे देशाच्या संस्कृतीला मारक आहे, असं म्हणत तालिबानींनी यालाही कडाडून विरोध केला.

पण परिस्थितीत काहीच बदल झाला नाही. याचा फायदा करून घेण्याचा उद्योजकांनी निर्णय घेतला. मग काय, शहरातील बाजारांमध्ये प्रत्येक दुकानात 'टायटॅनिकीकरणाचा' प्रयत्न दिसू लागला. पाट्यांपासून ते दुकानातील वस्तूंच्या वेष्टणांपर्यंत आणि नावांपर्यंत या लाटेची शेकडो प्रतीकं बाजारात दिसू लागली. सुकलेल्या काबूल नदीच्या पात्रातील बाजाराचं तर नामकरणच 'टायटॅनिक बाजार' असं करण्यात आलं. टॅक्सी, अंगाला लावायचे क्रीम, लिपस्टिक, पावडर, जोडे आणि इतकंच नाहीतर भाज्यांनाही टायटॅनिकची कुठल्या ना कुठल्याप्रकारे 'चव' चाखावी लागली होती. कारण त्यांचंही नामकरण करण्यात आलं होतं.

कमिलानंही हा चित्रपट तिच्या मैत्रिणीकडे पाहिला होता. तिचे वडील तालिबानी सरकारात काम करायचे. हा चित्रपट पाहिल्यावर रोज आणि जॅक यांच्या प्रेमकथेनं सगळ्यांना वेड लावलं आहे आणि आता त्यातून बाजारातील कुठल्याच गोष्टीची सुटका नाही, असं भाकीत कमिलानं रहिमजवळ केलं होतं. ते खरं ठरलं. ''यालाच व्यवसाय करणं म्हणतात. आलेल्या संधीचा पुरेपूर उपयोग करणं आणि स्वत:चा फायदा करून घेणं, हे असंच असतं.''

एका बाजूला त्यांचं आयुष्य पूर्वीप्रमाणेच पुढे जात होतं. मध्येच कमिलाच्या अब्बांचं इराणहून एखादं पत्र आलं की, या निश्चल आयुष्यात थोडी खळबळ उडायची. आठवणींनी गलबलायचं. पण मुली आपल्या कमाईतून नजीब आणि अब्बांना जी आर्थिक मदत करत त्यासाठी आभार व्यक्त करणारे अब्बांचे शब्द वाचले की समाधान वाटायचं. आता त्यांची आई अधिकाधिक खैरखानाला मुलींजवळच असायची. त्यांना होणाऱ्या हृदयविकाराच्या त्रासाचा आता त्यांच्या शरीरावरही परिणाम दिसू लागला होता. पण त्यांनी हार मानली नव्हती. मुलींना आईच्या ढासळत्या तब्येतीची चिंता वाटायची. पण त्या माऊलीला मात्र पोरींशिवाय इतर काही सुचत नसे. घरातील कामांमध्ये तिनं स्वत:ला गुंतवून घेतलं होतं. तिच्या लेकी आणि घरी शिकायला येणाऱ्या मुलींच्या गराड्यातच बहुधा तिला आपली शक्ती आणि आनंद मिळत असावा. कारण घरात मुली आल्या की, त्या खूप खूश असायच्या. त्यांची प्रकृती आणि तालिबानची नियमावली यांनी त्यांना बाहेरच्या जगात मिसळण्यावर बंधन घातली असली, तरीही या मुलींच्या माध्यमातून त्यांनी त्या जगाशी कायम संपर्क ठेवला होता.

दरम्यान, मुलींच्या शिवणकाम व्यवसायाला भरभराटीचेच दिवस आले होते. त्यामुळे घरातील कामाची आणि काम करणाऱ्यांची वर्दळ कायम होती.

कामाची ददात नव्हती. एका दुपारी सामान आणि लैला अशाच कामाच्या रगाड्यात लग्नासाठी लागणाऱ्या पोशाखांवर काम करत बसल्या होत्या. शिवाय शेजारच्या तरुणाच्या होणाऱ्या बायकोला निकाहसाठी विशेष ड्रेस तयार करून द्यायचा

होता. आंतरराष्ट्रीय समुदायाशी संबंध असलेला तो एकमेव मुलगा सिद्दीकी कुटुंबाच्या परिचयाचा होता. सोव्हिएत सैन्यानं जागोजागी पेरून ठेवलेल्या सुरुंगांना शोधून त्यांना निकामी करणाऱ्या संस्थेच्या कार्यालयात तो सुरक्षारक्षकाचं काम करत असे. जवळच्याच ताईमणी जिल्ह्यात एका मित्राच्या कला शाळेत मुलांना चित्र काढायला शिकवण्याचं काम करणाऱ्या त्याच्या भावाला जेव्हा अटक झाली, तेव्हा या आंतरराष्ट्रीय संस्थेतील नोकरी आणि मिळणाऱ्या पगारामुळेच त्याचं कुटुंबं तग धरू शकलं होतं.

हिरव्या आणि पांढऱ्या रंगाचे पोशाख शिवण्याचे मुली काम करत होत्या. ते करत असताना थोडं मन रमवण्यासाठी अहमद झहीरच्या गाण्यांची कॅसेट अगदी हळू आवाजात लावली होती. दोन दशकांपूर्वीच इहलोकी गेलेल्या या गायकाची लोकप्रियता जराही कमी झालेली नव्हती. त्याच्या त्या दर्दभऱ्या आवाजाची जादू आजही कायम होती. मुळचा शिक्षकीपेशा सोडून पत्रकारितेच्या क्षेत्रात झहीर यांनी प्रवेश केला होता. काबूल टाइम्सचा वार्ताहर म्हणून त्यानं केलेलं काम सोव्हिएतांना न रुचणारं होतं. त्यामुळे १९७९मध्ये या गायकाला मृत्युदंड ठोठावण्यात आला. त्या वेळी त्याचं वय होतं; फक्त ३३!

झहीरच्या आवाजानं त्या खोलीतील वातावरण अगदी भारावून गेलं होतं.

एक मन सांगते, मला दूर-दूर जायचे
दुजे मन सांगते, मला या इथेच थांबायचे
दुबळा असा, शक्तिहीन मी
सोडूनी तुला कसे राहायचे?

घडाळ्यात पाचचा ठोका पडला आणि धाडकन गेट उघडून कमिला आत आली. ती आता विस्थापितांसाठी काम करणाऱ्या आणखी एका संयुक्त राष्ट्र संस्थेसोबत काम करत होती. गरजू अफगाणी लोकांना कपडे आणि आहार पुरवण्याची जबाबदारी तिच्यावर होती. आज तिची एक बैठकही होती. त्यामुळे तिचं असं अवेळी येणं सगळ्यांनाच बुचकळ्यात टाकणारं होतं. लालबुंद चेहऱ्यानं धापा टाकत तिनं घरात प्रवेश केला.

"तुम्हाला बातमी कळली का?" तिनं बहिणींना विचारलं. "त्यांनी मसूदची हत्या केली."

तिचं वाक्य संपताच लैलानं रेडिओकडे धाव घेतली. वातावरण एकदम गंभीर झालं होतं. बीबीसीचा (BBC) पर्शिनय बातमीदार थेट लंडनहून बातम्या देत होता. तो प्रत्येक शब्द ऐकून कमिलाच्या आईच्या चेहऱ्यावरचे भाव क्षणाक्षणाला बदलत होते. साऱ्याच मुली आता रेडिओजवळ गोळा झाल्या होत्या.

"अफगाणिस्तानच्या तखार प्रांतातील अहमद शाह मसूदच्या मुख्यालयावर आज हल्ले झाल्याची माहिती हाती आली होती..." बीबीसीसाठी वार्तांकन करणाऱ्या दाऊद कारीझादांचा आवाज आता खोलीत भरला होता. कारीझादाचे उत्तरेतर आघाडीच्या काही आतल्या गोटाच्या नेत्यांशी चांगले संबंध होते. त्यामुळे त्याला मिळालेली माहिती नक्कीच बरोबर होती. "या हल्ल्यात मसूद आणि त्याचे काही सहकारी मारले गेले होते."

पत्रकारांच्या वेषातील काही लोकांनी हा हल्ला केल्याचंही या बातमीपत्रात सांगण्यात आलं. कॅमेऱ्यात लपवलेल्या बॉम्बचा स्फोट झाला ज्यात मसूद आणि सहकाऱ्यांसह हल्ला करणाऱ्यांचाही मृत्यू झाला होता. तालिबानींच्या विरोधात लढणाऱ्यांपैकी मसूद ही एकमेव बलशाली व्यक्ती होती. तालिबानींना संपूर्ण देशावर ताबा मिळवण्यापासून रोखणारी मसूदची फौज होती, याची सिद्दीकी आणि मुलींना चांगलीच कल्पना होती. मसूद मारला गेला म्हणजे आता तालिबानींना रोखणारं कुणीही शिल्लक उरलं नव्हतं. पण म्हणून युद्ध थांबणार होतं का? नाही. कारण आता मसूदचे सहकारीतालिबानींवर उलटणार, हे नक्की होतं.

मुली स्तब्ध बसून होत्या. कमिला आईच्या चेहऱ्याकडे निरखून पाहात होती. ती हबकून गेली होती. भीती आणि अस्थिरतेचं सावट तिच्या नजरेत स्पष्ट दिसत होतं. तिच्यासाठी मसूदचा – शेर-ए-पंजशीर – मृत्यू शक्य नव्हता. अगदी बॉम्बहल्ला झाला असला तरीही तो त्यातून बाहेर येणारच असा काहीसा तिचा विश्वास होता. त्यानं असे शेकडो हल्ले आजपर्यंत परतवून लावले होते. तो त्यातून अगदी सहीसलामत बाहेर आला होता आणि पुन्हा तालिबानींशी दोन हात करण्यास सज्ज झाला होता. आधी रशियाशी, मग संरक्षण मंत्री बनून मुजाहिदीनांशी आणि आता तालिबान्यांशी, तो फक्त लढला होता. त्यामुळे तो असा अचानक लढाई सोडून जाणं कसं शक्य आहे?

दुसऱ्या दिवशी मिळालेल्या बातम्यांनी आणखीनच गोंधळाची परिस्थिती निर्माण केली आणि त्यातून आणखी प्रश्न निर्माण झाले होते. बुऱ्हानुद्दीन रब्बानी यांनी आपला हा माजी संरक्षण मंत्री जिवंत असल्याची खात्री दिली होती. मसूदच्या उत्तर आघाडीच्या प्रवक्त्यानंही तो जिवंत असल्याचा दावा केला होता. पण पत्रकार आणि सरकारी अधिकारी मात्र तो हल्ल्यात मृत्युमुखी पडल्याचं ठामपणे सांगत होते. कशावर आणि कुणावर विश्वास ठेवावा, हे कुणालाही कळतं नव्हतं. पण काहीतरी वाईट घडले आहे. याची शंका सर्वांनाच आली होती.

सारा आपल्या नेहमीच्या वेळी घरात दाखल झाली आणि तिनं सरळ आपल्या कामाला हात घातला. तिला या बातमीतून आपलं लक्ष काढायचं होतं. "जर ही बातमी खरी असेल आणि तो जर खरंच मेला असेल..." तिनं

एकटीनंच बोलायला सुरुवात केली, "...तर आता परिस्थिती आणखी बिकट होणार हे नक्की. यादवीच्या काळात जितका राडा झाला नाही, तितकं अंतर्गत युद्ध आता पेटणार. तुम्हा मुलींना कदाचित आता हा देशच सोडून जायला लागणार. माझी मेलीची जीभ झडो आणि हे सगळं खोटं ठरो! पण तसं झालं नाहीतर तुम्ही आजपर्यंत ज्याची कल्पनाही केली नव्हती, ते सारं काही या डोळ्यांनी पाहाण्याची पाळी तुमच्यावर येणार आहे."

क्षणभर कमिला वडिलांच्या आठवणीनं व्याकूळ झाली. त्यांची विवेकबुद्धी आणि आश्वासक वृत्ती या सगळ्याचीच तिला आठवण झाली. पण क्षणांत तिनं स्वत:ला सावरलं. हार मानायची तिची वृत्ती नव्हती.

नंतरच्या २४ तासांत या घरातील कामाच्या गतीला अचानक खिळ बसली. यातून सावरण्यापूर्वीच आणखी एक बातमी येऊन थडकली. दोन विमानांनी न्यू यॉर्कच्या वर्ल्ड ट्रेड सेंटरचा वेध घेतला होता आणि हजारो लोक त्यात मारले गेले होते. या पाठोपाठ आणखी एक विमान वॉशिंग्टन डीसी जवळील पेंटॅगॉनवर धडकलं आणि चौथं विमान त्याच्या ठरलेल्या जागेपर्यंत पोहोचू शकलं नाही. पण बऱ्याच जणांच्या मते ती ठरलेली जागा म्हणजे अमेरिकेच्या राष्ट्रपतींचं निवास्थान म्हणजेच व्हाइट हाउस हीच होती. संपूर्ण जग या घटनांनी हादरलं होतं.

नशीबानं रहिम त्या दिवशी लवकर घरी आला. वर्गात कुणाचंच लक्ष अभ्यासात लागणं शक्य नव्हतं. गेल्या दोन दिवसांतील घटनांवर चर्चा जास्त रंगात आल्या होत्या. आता पुढे काय, हा प्रश्न सगळ्यांनाच पडला होता. अमरिकेतील विमान हल्ल्यासंदर्भात एक नाव खूप वेळा चर्चेत आलं, ते म्हणजे ओसामा बिन लादेन. या हल्ल्यामागे तोच आहे, असंही ठामपणे सांगितलं जात होतं. या सौदी अरेबियाच्या गर्भ श्रीमंत माणसाला तालिबानींनी आसरा दिला होता आणि तो अफगाणिस्तानात होता. काही वर्षांपूर्वी त्याच्या ठिकाणांची माहिती मिळताच अमेरिकेनं अफगाणिस्तानच्या पूर्वोत्तर भागात बॉम्ब हल्ले केले होते. याशिवाय अमेरिकेनं तालिबानींना बिन लादेनला सोपवण्याची 'विनंती'ही केली होती. पण ती धुडकावून लावण्यात आली होती. बिन लादेनवर जे काही आरोप अमेरिकेनं लावले आहेत, त्यासाठी जर शिक्षा करायचीच झाली, तर ती तालिबानी अफगाणिस्तानात करणार, असा पवित्रा तालिबानींनी घेतला आणि त्यानंतर या दोन देशांतील संबंधांमध्ये कधीच सुधारणा झाली नाही. त्यांच्या देशावर हल्ला झाल्यावर आता मात्र अमेरिकेनं बिन लादेनलाच आरोपी ठरवलं होतं. ताबडतोब त्याला अमेरिकेच्या हवाली करण्यात यावं म्हणून तालिबानींनवर दबाव आणायला सुरुवात केली होती. तालिबानींनी पुन्हा एकदा स्पष्ट नकार दिला.

इतर अफगाणी लोकांप्रमाणेच सिद्दकींपुढेही तालिबानींचे हे 'अरब' मित्र कोण हा प्रश्न होताच. हे सगळे सौदी अरेबिया, इजिप्त, चेचन्या, येमेन आणि सोमालियाहून आलेले

तालिबानींचे हितचिंतक आहेत आणि बिन लादेनच्या म्हणण्यावरून ते तालिबानसाठी काम करायला आले आहेत, असाच सगळ्यांचा अंदाज होता. तालिबानींनी आपली मोहीम सुरू करताना एक वेगळाच पवित्रा घेतला होता. पाश्चिमात्यांशी आपलं वैर नाही; फक्त आपल्या स्वत:च्या देशातील अधार्मिक वृत्तींचा नायनाट करून शांतता प्रस्थापित करण्यासाठी आपण हा लढा आरंभला असल्याचं त्यांचं म्हणणं होतं. पण लवकरच त्यांचं खरं रूप लोकांसमोर आलं. त्यांच्या प्रत्येक कृतीतून अमेरिकेबद्दलचा तिरस्कार व्यक्त होऊ लागला होता. शिवाय बिन लादेनच्या अल कायदाशी वाढलेली जवळीकही त्यांच्या या उद्दिष्टांचं पितळ उघडं करण्यासाठी पुरेशी होती. अरबी भाषेत 'अल कायदा' म्हणजे 'पाया' आणि पाश्चिमात्यांचा तिरस्कार करणे, हा तालिबानींच्या या संघटनेशी असलेल्या मैत्रीचा पाया होता. या घनिष्ट मैत्रीसाठी अमेरिकेनं अफगाणिस्तानवर लष्करी आणि आर्थिक निर्बंध लादले. जागतिक राजकीय पटलावर आधीच ज्यांना फक्त तीन देशांमध्ये ओळखलं जात होतं, त्या तालिबानला आणखी एकटं पाडण्यात अमेरिकेला थोडं यश आलं होतं.

हळूहळू बातम्यांमधून मसूदच्या मृत्यूची बातमी खरी असल्याचं लोकांना कळत असतानाच या हल्ल्यात अल कायदाच्या सैनिकांनी तालिबानची मदत घेऊन ही कामगिरी पार पाडल्याचंही उघड झालं होतं. आता अमेरिकेवरील हल्ल्यातही अल कायदाचा हात असल्याची अफवा होती.

आत्तापर्यंत सिद्दीकींच्या कानावर आलेला वृत्तांत बीबीसीच्या बातम्यांमधून आणि रहिमच्या शाळेतून आला होता. पण जे काही घडलं होतं, ते अफगाणिस्तानसाठी वाईट आहे एवढं मात्र त्यांना पुरेपूर उमगलं होतं. यावर होणारी आंतरराष्ट्रीय प्रतिक्रिया काय असू शकते, याचाही त्यांना अंदाज बांधणं कठीण नव्हतं. लादेनला जर अमेरिकेच्या स्वाधीन केलं नाहीतर तालिबानला नेस्तनाबूत करण्यासाठी अमेरिकेनं तयारी करायला सुरुवात केली होतीच. आणि लादेनला दिलेलं संरक्षक कवच तालिबानी काढणार नाही, हेही आता प्रत्येक अफगाणी माणसाला कळलं होतं. कैक वर्षं कुठल्याही चर्चेचा विषय नसलेला आणि अगदी उपेक्षिताचं जिणं जगणारा अफगाणिस्तान आता जागतिक स्तरावर चर्चेचं केंद्रस्थान बनला होता.

आणि मग वाट पाहाणं सुरू झालं. अफगाणी नागरिकांचे श्वास रोखले गेले. जे काही आर्थिक आणि सामाजिक व्यवहार सुरू होते, ते सारेच अचानकपणे संपूर्णत: थांबले. त्यांचं नशीब कंदहार, वॉशिंग्टन, लंडन आणि इतर काही अपरिचित व दूरवर असलेल्या राजधानींच्या शहरांमधील लोकांच्या हातात होतं. अफवांचं पेव फुटलं होतं आणि बातम्या वणव्यासारख्या सर्वदूर पसरत होत्या. कुटुंबीयांकडून, नातेवाइकांकडून, शेजाऱ्या-पाजाऱ्यांकडून आणि दुकानदारांकडून या बातम्यांची देवाणघेवाण चालू होती. शहरातील जुने-जाणते लोक, आता अमेरिका तालिबानी सरकारला वेठीवर आणण्यासाठी अफगाणिस्तानवर हल्ला करणारच, या

आपल्या मतावर फारच ठाम होते. आता युद्ध होणार अशी अटकळ असल्यामुळे संयुक्त राष्ट्रसंघानं आपल्या अफगाणिस्तानात नियुक्त केलेल्या लोकांना स्थलांतरित करायला सुरुवात केल्याचंही सिद्दीकी भगिनींच्या कानावर आलं होतं. या आंतरराष्ट्रीय स्तरावर काम करणाऱ्यांना आणखी काय-काय माहिती मिळाली आहे, याबाबत या मुलींना तरी निदान कुतूहल होतं.

एकत्र येणं, परस्परांच्या आधारानं घराच्या चार भिंतीत राहाणं आणि अल्लाकडे दुवा करणं, एवढंच आता काबूलमधील लोकांच्या हाती होतं. ज्यांना निघून जाणं शक्य होतं, ते पलायन करण्यास आतुर होते. कमिलाच्या घरांच्या रांगेत जेवढी काही लहान कुटुंबं होती, त्यांनी आधीच आपलं सामान आवरायला सुरुवात केली होती. शक्य झालं, तर पाकिस्तानात जायचं किंवा मग निदान या राजधानीच्या शहरापासून तरी थोडं दूर जायचं असं या लोकांच्या मनात होतं. श्रीमती सिद्दीकींनीही असंच करावं, हा त्यांचा आग्रह होता. अमेरिकन बॉम्बचा वर्षाव आता अटळ असल्यामुळे या तरुण मुलींचा जीव धोक्यात घालण्यापेक्षा हे शहर सोडणं कधीही योग्य असा सल्ला सारेच सिद्दीकींना देत होते. खैरखानावर हल्ले करण्याची कारणंही अनेक होती. विमानतळ, इंधनाचे साठे आणि तालिबानींच्या शस्त्रात्र निर्मितीची अनेक केंद्र इथे होती. कमिलाच्या घराच्या दोन ते तीन मैलाच्या अंतरावर ही सारी ठिकाणं होती. सारानंही तोच घोशा लावला होता. तिनं तर मुलांना घेऊन विमानतळापासून दूर असलेल्या ठिकाणी स्वत:ची व्यवस्था केली होती. विमानतळावर टाकायचा बॉम्ब चुकून जरी इकडे-तिकडे पडला, तर आसपास राहाणाऱ्यांच्या जिवावरच बेतेल असेही ती सांगत होती.

९/११च्या अमेरिकेवरील हल्ल्यानंतर इकडे अफगाणिस्तानातील आर्थिक व्यवस्था पूर्ण कोलमडली होती. त्यांतच देशातून पलायन करण्यासाठी जे काही मार्ग होते, ते वापरण्यासाठी मोजायला लागणारी किंमतही एकदम वाढली. मिळतील त्या वाहनांनी या हजारो लोकांना जीव वाचवण्यासाठी पळायचं होतं. पण त्यासाठी त्यांना कधीकधी ५०० डॉलर्स इतकी रक्कम मोजावी लागत होती. काबूल नदीकाठच्या चलनाची देवाणघेवाण करणाऱ्यांकडे लोकांनी धाव घेतली होती. हातातील पाकिस्तानी किंवा इराणी चलन देऊन अफगाणी मागणाऱ्यांची संख्या वाढली होती आणि पोटाची खळगी भरण्यासाठी या पैशांतून धान्य विकत घेतलं जात होतं. पण त्याचे दर प्रत्येक तासाला बदलत होते. शिवाय युद्धानंतर लगेचच अमेरिकेचं चलन देशात लागू होणार ही आणखी एक अफवा राजधानीत पसरली होती. आता काबूलच्या जनतेच्या तोंडचं पाणी पळण्याची वेळ आली होती.

मिसेस सिद्दीकीही हे सारं काही उघड्या डोळ्यांनी पाहात होत्या. शेजाऱ्यांची पळून जाण्यासाठीची तयारी आणि धावपळही त्यांना दिसत होती. पण त्या जराही

विचलित झाल्या नाहीत. आपलं कुटुंब जिथे आहे तिथे सुरक्षित आहे आणि कुणालाही कुठेही पाठवायची गरज नाही, या आपल्या विश्वासावर त्या ठाम होत्या. काही अघटित झालंच, तर ते त्यांच्या स्वत:च्या घरात होईल आणि अल्ला आपलं रक्षण करण्यास समर्थ आहे, या एकमेव विचारावर त्या अढळ होत्या. पण अशा अस्थिरतेला बळी पडून आपल्या तरुण मुलींचे जीव धोक्यात घालणं त्यांना अजिबात मंजूर नव्हतं. स्थलांतर करणंही सोपं नव्हतं. देश सोडून जाताना चोर, दरोडेखोर किंवा वाटमारी करणाऱ्यांच्या तावडीत सापडून मुलींना धोक्यात टाकण्यापेक्षा घरात राहाणं, त्यांना पसंत होतं. त्या आपल्या घरात सुरक्षित होत्या आणि त्यांच्या मुली त्यांच्या नजरेसमोर होत्या. यातच त्यांना समाधान होतं.

**

मसूदच्या हत्येनंतर आणि अमेरिकेवरील हल्ल्याच्या चार आठवड्यांनंतर केलेली सगळी भाकीतं खरी होण्यास सुरुवात झाली. एके दिवशी रात्रीचं जेवण आटोपून मुली आवराआवरी करत असतानाच आकाशात मोठा आवाज झाला आणि एक रॉकेट शहराच्या दिशेनं झेपावलं. स्फोटाचा भयंकर आवाज त्या दिवशी सगळ्या काबूलनं ऐकला. कमिलाला तिच्या बेडरूमच्या खिडक्यांची तावदानं फुटतात की काय, असं वाटलं. लैला आणि नसरीन आपापल्या खोल्यांतून किंचाळत दिवाणखान्याकडे धावल्या आणि आई व मोठ्या बहिणींना हाका मारू लागल्या. त्या भेदरलेल्या होत्या. आकाशात घिरट्या घालणाऱ्या विमानांना शहर दिसू नये म्हणून तालिबानींनी वीज पुरवठा बंद केला आणि क्षणार्धात सिद्दीकींच्या घरात काळोख दाटला. रस्त्यांवर तालिबानींच्या काळ्या ट्रकमध्ये बसलेले सैनिक आपल्या हातातील बंदुकांनी त्या अमेरिकी विमानांचा वेध घेण्याचा प्रयत्न करत होते. त्यांच्या बंदुकांच्या फैरींचा आणि वाहनांचा आवाज तेवढा सगळीकडे ऐकू येत होता.

काही वेळानं सगळं शांत झालं.

चौदा वर्षांच्या नसरीनचं डोकं मांडीवर ठेवून कमिला तिला शांत करण्याचा प्रयत्न करत होती. ''बघ, झालं सगळं शांत.'' तिनं अगदी हळुवार आवाजात तिचं सांत्वन करण्याचा प्रयत्न केला. ''आपण सगळे सुरक्षित आहोत. बघ, कुणालाही काहीही झालेलं नाही. आपण सगळे घरातच आहोत.'' तिच्या पाठीवर हात फिरवताना कमालीच्या थरथरणाऱ्या आपल्या हातांची जाणीव त्या लहानगीला होऊ नये म्हणून कमिला प्रयत्न करत होती.

दिवस उजाडला आणि काल जणूकाही झालंच नव्हतं, या आविर्भावात दुकानं आणि कार्यालयं उघडली होती. पण या राजधानीला पहिला हादरा बसला होता आणि त्याची जाणीव साऱ्यांना झाली होती. लोकांमध्ये घबराट पसरली होती आणि

पुन्हा रात्री हल्ले होण्यापूर्वी हे शहर सोडावं यासाठी त्यांच्या जीवाचा आकांत चालला होता. बाजारातून परत आल्यावर रहिमनं शहराचं वर्णन केलं. सगळे रस्ते कब्रस्तानासारखे भासत आहेत, या त्याच्या वक्तव्यानं सगळ्यांच्या अंगावर शहारा आला. सगळेच इथून निघून जाण्याच्या तयारीत गुंतलेले असल्यामुळे दुकानं सताड उघडी आहेत आणि त्यामुळे खाद्यपदार्थ मिळवणं फारसं कठीण नाही, हेही त्यानं सांगितलं.

हे हल्ले आठवडेच्या आठवडे होत होते. कधीकधी शुक्रवार शांततेत जायचा कारण तो इस्लाम मानणाऱ्यांसाठी पवित्र दिवस मानला जातो. रात्री हल्ला होणार म्हणून शहरात उरल्यासुरल्या कुटुंबांना लवकर जेवायची सवय लावून घ्यावी लागली होती. जेवण झालं की, आपापल्या घरात खिडक्या नसलेल्या खोल्यांमधून विमानांचे आवाज ऐकत बसण्यापलीकडे आता त्यांना कुठलाही पर्याय शिल्लक नव्हता. कुठल्या विमानाचा कसा आवाज येतो, हे सांगण्याइतपत काबूली नागरिकांना आता या आवाजांचा परिचय झाला होता. कमिला आणि रहिम तर रोज या विमानांचे प्रकार त्यांच्या आवाजावरून ओळखायचे. बी-५२, बी-२, एफ-१४ आणि एसी-१३० कुठलं याचा अंदाज ते अंधारातही घ्यायचे. जमावासाठी वापरले जाणारे बॉम्ब आणि स्मार्ट बॉम्ब कुठले हेही त्यांनी शिकून घेतलं होतं. ते पडल्यानंतर वातावरणात भरणाऱ्या विविध वासांचीही ओळख होण्याइतपत या हवाई हल्ल्याची संख्या होती.

खैरखानाला या हवाई हल्ल्यांचा सर्वाधिक सामना करावा लागत होता. आताशा अंधार व्हायच्या आतच हल्ल्यांना सुरुवात होऊ लागली होती. साराचा अंदाज खरा ठरला होता, कमिला विचार करू लागली. या भागात कुणीही सुरक्षित नव्हतं. कधीकधी तर हल्ला इतक्या जवळ व्हायचा की, त्या हल्ल्यातून आपण आणि आपलं घर बचावलो की नाही, ही खात्री करून घेण्यासाठी डोळे उघडायचीही तिची हिंमत होत नसे. आपण आता खचितच वाचणार नाही, याची तिलाही खात्री पटू लागली होती. तिच्या घरालगतच्या तालिबानी केंद्रांवर अमेरिका रोज हल्ला करत होती. कानाचे पडदे फाटतील असा स्फोटांचा आवाज आणि भेगा पडलेल्या रस्त्यांची संख्या दिवसागणीक वाढत होती.

अमेरिकेनं तालिबानविरुद्ध युद्ध पुकारल्यानंतरच्या आठवड्यातच एका बॉम्बनं खैरखानाच्या अगदी सीमेवर असलेल्या दोन घरांतील सात लोकांचा बळी घेतला होता. यात त्यांच्या मुख्य निशाण्यावर तिथून काही अंतरावर असलेलं तालिबानचं शस्त्रास्त्र भांडार होतं. ही खबरही खैरखानातील घराघरांत पोहोचली आणि भीतीची छाया गडद झाली होती.

खैरखानाच्या रस्त्यावर गस्त घालणारे तालिबानी लोकांना आपापल्या घरातच राहाण्याची सूचना देत फिरायचे. काबूलमधील सर्व मुख्य रस्ते वापरण्यावर सरकारनं

बंदी घातली होती. शिवाय कर्फ्यूची वेळही फार आधीची केली गेली होती. कारण अमेरिकेच्या हल्ल्याची वेळ निश्चित नव्हती. सैनिकांच्या त्या सूचना ऐकताना कमिलाला आता हसू यायला लागलं होतं. त्यांनी काळजी करण्याची गरजच नाही. अख्खं शहर पेटलं असताना कुणी घराबाहेर मरायला जाईलच कशाला, ती स्वत:शीच बोलायची.

रोज संध्याकाळी कमिला आणि सामान बॅटरीवर चालणाऱ्या रेडिओवर न चुकता बीबीसीच्या बातम्या ऐकायच्या. युद्धासंदर्भात आणि अमेरिकेच्या तालिबानसंबंधीच्या भविष्यातील धोरणाबाबत जाणून घेण्यासाठी या बातम्या ऐकणं आवश्यक होतं. तालिबानी सरकारचं उच्चाटन होणार असं लंडनचे वार्ताहर सांगत होते. कंदहारमध्ये दडून बसलेल्या या सैनिकांना अमेरिकेच्या अत्याधुनिक शस्त्रांपुढे शरणागती पत्करावी लागणार, असा त्यांचा ठाम विश्वास होता.

असं झालं तर काय? तालिबानींनी जर यदाकदाचित शस्त्र टाकली तर काय, यावर 'ब्र' काढण्याचीही कुणाची हिंमत नव्हती. पण अंदाज बांधले जात होते आणि हलक्या आवाजात चर्चाही सुरू होती की, देशाचा राजा झहीर खान राज्यकर्ता म्हणून पुन:प्रस्थापित होऊ शकतो. पण हे युद्ध किती दिवस चालणार याचा अंदाज बांधणं मात्र कुणालाही शक्य नव्हतं. तसंच यातून आपण बचावू की नाही, याचीही खात्री या मुलींना आणि त्यांच्यासारख्या खैरखानातील इतर नागरिकांना नव्हती.

कमिलाचा आपल्या देवावरील श्रद्धेवर अढळ विश्वास होता आणि कुठल्याही परिस्थितीत आपल्या बहिणींसाठी आपल्याला शांतपणे या सगळ्या परिस्थितीचा सामना करावाच लागणार, या आपल्या विचारांवर ती ठाम होती. देशाच्या सुरक्षेसाठी आणि तिथे शांतता नांदावी यासाठी कमिला रोज दुवा करायची. अंतर्गत बंडाळी, रक्तपात, युद्ध आणि हल्ले यात या देशाची शांतता लोपली होती. ती परत मिळावी यासाठी ती फक्त दुवाच करू शकत होती. आता जे काही सुरू आहे, त्यापेक्षा वाईट काहीच घडू शकत नाही आणि म्हणून भविष्यात जर काही चांगलं झालं, तर तो सुवर्णकाळ असेल, यावर तिची श्रद्धा होती.

शांतता आणि आपली स्वप्नं साकारण्याची एक संधी, एवढंच कमिलाला हवं होतं. पण असं काही घडण्याची शक्यता तिच्या पायाखालची जमीन हादरवणाऱ्या बॉम्बच्या हल्ल्यानं धुसर व्हायची. आता हे पुरे झालं; एवढाच विचार तिच्या मनात आणि प्रार्थनेत होता.

सरते शेवटी...

नोव्हेंबर १३, २००१मध्ये तालिबानींनी काबूल सोडलं.

रेडिओ शरीया पुन्हा रेडिओ अफगाणिस्तान म्हणून सुरू झाला आणि फरहाद दारयाच्या आवाजातील *'काबूल जान'* हे गाणं पुन्हा एकवार ऐकू येऊ लागलं. या वेळी ते खुल्या आवाजात आणि अम्र बील-मारूफच्या भयातून मुक्त होतं.

मेरे वतन अफगाण की नज्म मुझे गाने दो
उस हिंदूकुश के बाहों में सिमट जाने दो
उसकी पनाह में कुरान की आयतों का लुत्फ तो उठाने दो
जो बिखरे है इरान से लेकर पाकिस्तान तक
मुझे उन भटकें हुए वतन के लोगों को कुछ सुनाने दो

उत्तर आघाडीचे सैनिक शहरात सर्वदूर फिरून तालिबानींच्या जोखडातून मुक्तता झाल्याची वार्ता नागरिकांना देत होते. खैरखानाच्या मुख्य रस्त्यावरच्या दुकानांतून आणि छोट्या ठेल्यांवर पुन्हा भारतीय चित्रपटांची गाणी वाजू लागली. कारचे हॉर्न वाजू लागले. पुरुषांनी सार्वजनिक ठिकाणी हजामती करून दाढी काढून टाकली. मुलांनी त्यांचे फुटबॉल काढले आणि मोकळ्या जागांकडे धूम ठोकली. शहरानं सुटकेचा श्वास सोडला. त्यामुळे आनंदोत्सव तर आवश्यक होताच. सार्वजनिक समारंभाचं आयोजन करायचं ठरलं. गेल्या पाच वर्षांत पुन्हा सगळे शहरवासी कुठल्याही दहशतीविना परस्परांना आनंदानं भेटणार होते.

हा आनंदोत्सव साजरा करण्याची जरा घाई होते आहे, असं काबूलच्या महिलांना वाटत होतं. रस्त्यावर उडालेल्या या गोंधळानं श्रीमती सिद्दीकी तर फारच घाबरल्या होत्या. आधी असं एकदम सरकार बदलणं आणि ही अशी अराजकता!

त्यांनी आपल्या पाचही मुलींची जिन्या खालच्या एका कोठारात रवानगी केली. जोपर्यंत हे सारं शांत होत नाही, तोपर्यंत बाहेर न येण्यास त्यांनी मुलींना बजावलं. "कुणी सांगावं या जल्लोषात कुठे काही झालं तर?" त्या साशंक होत्या. आता तालिबानींना नाही म्हणून लुटालूट करणारे भुरटे चोरच जर नेमके घरात शिरले तर काय? त्यांच्या डोक्यात विचार सुरू होते. "उद्यापर्यंत कुणीही बाहेर यायचं नाही. सारं काही सुरळीत पार पडलं तर मग बघू!" त्यांनी अगदी दरडावून सांगितलं. रात्रभर लोकांनी केलेल्या आनंदोत्सवाचे पडसाद त्या एकही खिडकी नसलेल्या खोलीतील मुलींच्या कानावर पडत होते.

काही दिवस गेले आणि मग सिद्दीकींच्या त्या हिरव्या फाटकातून पुन्हा महिला पाहुण्यांची वर्दळ वाढली. तालिबानी आणि त्यांचे कुठलेच नियम आता राहिले नव्हते. पण कुणीही चादरी टाकून द्यायला धजावलं नव्हतं. गेल्या पाच वर्षांत त्यांच्या शरीराचाच एक भाग बनलेल्या या चादरीला लगेच काढून टाकणं योग्य नाही, यावर कमिला आपल्या मैत्रिणींशी सहमत होती. घाई करण्याचं काहीच कारण नव्हतं. जर बदल घडलाच आहे, तर त्याला अंगीकारायला आणि नवीन गोष्टी करायला अजून भरपूर अवकाश आहे. एवढ्या मुश्किलीनं मिळालेल्या स्वातंत्र्याचा उपभोगही जरा चवीनं आणि राखून-राखून घ्यावा, असं कमिलाला वाटत होतं.

कमिलाला जेव्हा डिसेंबर, २००५मध्ये मी भेटले तेव्हा युद्धांच्या खुणा बऱ्याच प्रमाणात पुसल्या गेल्या होत्या. तसंच तालिबानींच्या जाण्याचा आणि अमेरिकेच्या सैन्यांच्या मदतीला येण्याचा आनंदही पार मावळला होता. अनेक अफगाणी लोकांच्या मुलाखती मी घेतल्या. त्यांना एकच प्रश्न छळत होता आणि तो म्हणजे, इतकं सगळं होऊनही देशात काहीच कसं बदलताना दिसत नाही? परकीय लोक करत असलेल्या कामाची ते निभर्त्सना करताना आढळून येत होते. तालिबानींच्या उच्चाटनानंतर देशाचं भलं (?) करण्यासाठी आलेले हे लोक उद्‌ध्वस्त रस्त्यांवर आपल्या महागड्या वाहनांची मिरवणूक काढताना, त्यांच्या उच्चभ्रू रहिवासांचे प्रदर्शन करताना, आणि मोठमोठ्या आकर्षक विकास योजनांची आखणी करताना दिसत होते. पण यातील कशाचाही सामान्य अफगाणी माणसाच्या आयुष्यावर कुठलाही परिणाम होताना दिसत नव्हता. काबूलमध्ये मी खूप फिरले. अतिशय जवळून हा सारा प्रकार पाहिल्यामुळे मलाही त्यांच्याच इतकी त्याची निरर्थकता जाणवत होती. हे सारं काही उबग आणणारं होतं. अफगाणिस्तानला पुन्हा उभं करण्यासाठी हा जो काही आंतरराष्ट्रीय तमाशा चालला होता, याचा खरंच काही उपयोग होणार की नाही, याबाबत मलाही दाट शंका वाटू लागली होती.

कदाचित म्हणूनच मी जेव्हा कमिलाला प्रथम भेटले, तेव्हा मला तिच्यातील

आशावाद प्रकर्षानं जाणवला. देशातील इतर तरुणाईच्या मतांपेक्षा तिचं मत वेगळं होतं. तिच्या त्या दृढ विश्वासानं माझ्या मनातील निराशेवर मात केली. तिच्या देशाच्या उज्ज्वल भवितव्याबाबत तिला जो विश्वास वाटत होता, त्याबद्दल तिच्या मनात काहीही शंका नव्हत्या. देशानं काय-काय दिलं आणि आणखी काय-काय देण्याची ताकद तिच्या या अफगाणिस्तानमध्ये आहे, याबाबत ती भरभरून बोलत होती. "२००१मध्ये आमच्या देशात आलेल्या या जागतिक समुदायाला जशी या देशाची तीव्रतेनं आठवणं झाली, तितक्याचं झटपट ते या देशाला विसरलेही. सोव्हिएत सैन्यानं आमचा पिच्छा सोडला तेव्हा हेच लोक आम्हाला अक्षरश: वाऱ्यावर सोडून निघून गेले होते." तिनं मला माहिती पुरवली. पण कडवटपणाचा लवलेशही बोलण्यात न येऊ देता कमिलानं आता या समुदायाचा आणि त्यांनी देऊ केलेल्या मदतीचा खुल्या दिलानं स्वीकार केला होता. "अफगाणिस्तानसाठी ही एक सुवर्णसंधी आहे." ती म्हणाली. युद्धानं जे हिरावून नेलं ते परत उभारण्यासाठी अफगाणी नागरिक अमेरिकेच्या मदतीनं खूप काही करू शकतात, असा तिचा विश्वास होता. रस्ते, अर्थव्यवस्था आणि देशाची शैक्षणिक व्यवस्था कोलमडली होती आणि ती आंतरराष्ट्रीय मदतीनं पुन्हा सुस्थितीत आणण्याची वेळ आली होती. त्यामुळे तिच्या आणि त्यापुढच्या पिढीला शांततेत जगण्याची पहिली संधी देण्यात यावी, अशी तिची इच्छा होती. तिच्या परिनं तिनं प्रयत्न सुरू केलेच होते. गेले चार वर्षं ती विविध आंतरराष्ट्रीय संस्थांसोबत काम करून देशाच्या पुनर्बांधणीत आपले योगदान देत होती. आधी संयुक्त राष्ट्रसंघ आणि त्यानंतर मर्सी कॉर्पोरेशन या जागतिक संस्थेसोबत ती काम करत होती. हा असा अनुभव असलेल्या महिलांची व तरुणींची या संस्थांना आणि पर्यायानं त्यांच्या देशाला फार आवश्यकता होती. पण दुर्दैवानं मागणी अधिक आणि पुरवठा कमी हीच स्थिती याही बाबतीत होतीच.

तालिबानचे निष्कासन आणि अमेरिकेचा प्रवेश या दोन घटनांच्या काळात कमिलाच्या कामाचं एकमेव ध्येय महिला आणि उद्योग एवढंच होतं. तालिबानचं सैन्य काबूल बाहेर जाताच तिनं विस्थापितांसाठी काम करणाऱ्या एका आंतरराष्ट्रीय संस्थेतून बाहेर पडून मर्सी कॉर्पोरेशनला काबूलमध्ये महिलांसाठी साक्षरता आणि व्होकेशनल अभ्यासक्रमांचं एक केंद्र उघडण्याची विनंती केली. अल्पबचत आणि छोट्या प्रमाणात आर्थिक साहाय्य मिळवून भाज्यांचे उत्पादन, साबण आणि मेणबत्त्यांचे उत्पादन करून ते बाजारात योग्य ठिकाणी योग्य किमतीला कसे विकायचे याबाबत महिलांना ती या केंद्रामार्फत प्रशिक्षित करायची. या महिलांना जर योग्य मार्गदर्शन मिळालं, तर त्या स्वत:च्या पायवर उभ्या राहातील आणि याच महिलांना कुठल्याही आधाराशिवाय आपला व आपल्या कुटुंबाचा गाडा चालवता येईल, हा या प्रशिक्षणांमागचा उद्देश होता. आंतरराष्ट्रीय मदत आणि आधार निघून गेल्यावरही देशाची घडी नीट

ठेवण्यासाठी अशा छोट्या समूहांचा उपयोग होऊ शकतो, या आशावादावर कमिलानं आपल्या कामाची दिशा ठरवली होती.

यात यश मिळाल्यावर इतर मुलींना शिक्षिका म्हणून तयार करण्याचं कामही तिनं हाती घेतलं. यासाठी ती देशभर फिरली. अशिक्षित आणि ग्रामीण भागातील अफगाणी लोकांशी संवाद साधणं कमिलासाठी फारच सोपं होतं. त्यामुळे आंतरराष्ट्रीय उच्चविद्याविभूषित आणि रग्गड पगार घेणाऱ्या अधिकाऱ्यांपेक्षा ती अधिक चांगलं काम करू शकत होती. अफगाणिस्तानला मदत करण्यासाठी हे लोक आले होते आणि ती मदत आपल्या लोकांना भरपूर प्रमाणात मिळावी, यासाठी कमिला झटत होती. मर्सी कॉर्पला कमिलाची नियुक्ती करणारी तिची एकेकाळची महिला सहकारी अनिता आणि एटी ॲन्ड टी (AT&T)मध्ये कधीकाळी काम करणारी, पण पेशानं पत्रकार असणारी शिरीन यांनी तिच्या ज्ञानातील त्रुटी भरून काढण्यास मदत केली. या दोघींचा तिला खूप आधार वाटायचा.

या संस्थासोबत काम करण्याचा आनंद घेत असतानाही कमिलात असलेली उद्योजिका मात्र कधीच हरवली नव्हती. मर्सी कॉर्पसोबत काम करत असतानाच तिनं बांधकाम उद्योगात शिरण्याचा निर्णय घेतला आणि अमलातही आणला. काहीकाळ ती हा व्यवसाय रेटू शकली. मात्र त्यासाठी लागणारा आर्थिक आधार तिला मिळणं फार कठीण झालं होतं. शिवाय या व्यवसायात स्पर्धा फार होती. शेवटी तिनं हा व्यवसाय बंद केला आणि नवीन संधी शोधू लागली.

शिवणकाम शिकण्यासाठी येणाऱ्या मुली कमिलाच्या कुटुंबाचाच भाग झाल्या होत्या. तेच या जागतिक संस्थांमध्ये तिच्या बरोबर काम करणाऱ्यांचंही झालं होतं. काम मागणाऱ्यांऐवजी आता काम करणाऱ्या महिलांची वर्दळ सिद्दीकींच्या घरात वाढली होती. फ्रान्स, कॅनडा किंवा आणखी एखाद्या देशातील तिचे सहकारी सहज सिद्दीकींच्या घराचं ते हिरवं फाटक पार करून आत यायचे आणि हक्कानं जेवायलाही थांबायचे. हे आता घरच्यांइतकंच शेजाऱ्यांच्याही परिचयाचं झालं होतं. एकीनं तर दारी शिकण्यासाठी त्यांच्या घरीचं तळ ठोकला होता. रोक्झॅन्ड्रा या आयएलओच्या (International Labour Organisation) सल्लागार महिलेची तर कमिलाच्या घरी रोज एक चक्कर ठरलेली होती. या तरुणींना मिळणारे पगार हा तर सिद्दीकी आणि त्यांच्या पत्नीच्या चर्चेचा विषय होता. एका वर्षात कमावणं कठीण होईल इतकी रक्कम कमिला आणि तिच्यासारख्या अनेक मुलींना फक्त एका आठवड्यात पगारापोटी मिळायची. युएन आणि समाजसेवी संस्था त्यांच्या कष्टाची योग्य भरपाई देत असत. कमिलाला मिळणारा हा पैसा तिनं आपल्या भावंडांच्या उच्च शिक्षणासाठी आणि खैरखानातील त्यांचे घर चालवण्यासाठी वापरला. आता सगळी भावंडं या एकाच घरात राहायला आली होती.

नेहमीच मलिका आपल्या लहान भावंडांना प्रोत्साहन देण्यास सरसावलेली असायची. मागितला तर सल्ला द्यायचा आणि नाहीतर गप्प बसायचं असा नियमच तिनं केला होता. तालिबानींच्या जाण्यानंतर बदललेल्या स्थितीला अगदी सहजतेनं स्वीकारून आपल्या कामावर लक्ष केंद्रित केलेल्या कमिलाला पाहून तिला खूप अभिमान वाटायचा. तालिबानींच्या पाशवी कार्यकाळात दडवून ठेवलेल्या हुशारीला, अपेक्षांना आणि स्वप्नांना पुन्हा पंख देण्यासाठी कमिला सरसावलेली पाहून ती मनोमन हरखून जात असे. आंतरराष्ट्रीय स्तरावर अफगाणिस्तानचे संबंध आता इतरांशी जुळून आले होते.

जानेवारी, २००५मध्ये अमेरिकेतील ॲरिझोनास्थित थंडरबर्ड स्कूल ऑफ ग्लोबल मॅनेजमेंटने कमिलाला दोन आठवड्यांच्या एमबीए अभ्यासक्रमासाठी आमंत्रित केलं होतं. तसंच न्यू यॉर्कच्या बीपीस (Bpeace) या संस्थेनंही तिला प्रशिक्षणासाठी आमंत्रित केलं होतं. अचानक ऑक्टोबर महिन्यात एक दिवस कमिलासाठी एक फोन आला. काबूलच्या एका कपडे शिवणाऱ्या आणि बांधकाम व्यवसायातही आपलं नाव कमवण्याची धडपड करणाऱ्या या तरुणीला अमेरिकच्या सचिव कोन्डोलिझा राईस यांनी चक्क वॉशिंग्टन डीसीला बोलावलं होतं. काही दिवसांतच ती एका चकाकणाऱ्या माइकसमोर उभी होती. समोर बसलेल्या हजारो अती महत्त्वाच्या लोकांसमोर तिला बोलायचं होतं. यात अमेरिकेचे संसद सदस्य, नामांकित व्यावसायिक, उद्योजक, उच्चपदस्थ सरकारी अधिकारी आणि स्वत: राईस उपस्थित होत्या. तिची कहाणी ऐकायला हे सगळे आतूर झाले होते.

"मी कमिला सिद्दीकी." तिनं सुरुवात केली. "मी अफगाणिस्तानची एक उद्योजिका आहे..." आणि मग तिनं आपली संपूर्ण कहाणी त्यांच्यासमोर विशद केली. तिनं कसा खैरखानाच्या आपल्या घरातून हा व्यवसाय सुरू केला आणि आपल्या या अनुभवातून ९००हून अधिक महिलांना प्रशिक्षित केलं. त्यांचा स्वत:चा व्यवसाय उभारण्यासाठी त्यांना आधार देऊन एक यशस्वी उद्योजिका होण्यासाठी लागणारं सारं काही तिनं त्यांना दिलं, हेही तिनं आपल्या भाषणात सांगितलं. तिच्या या छोट्याशा प्रयत्नामुळे अफगाणिस्तानातील महिलांना शिक्षण आणि आर्थिक स्वातंत्र्य मिळण्यासाठी व्यवसाय असा दुहेरी फायदा झाला आणि यामुळेच आता दुसऱ्या क्रांतीची सुरुवात होते आहे. ही क्रांती म्हणजे अफगाणिस्तानातील महिलांनी आता राजकारणात उतरण्याची तयारी दाखवली आहे, कमिला अभिमानानं सांगत होती. "माझा देश आणि अमेरिका यांच्यातील मैत्री ही एक उत्तम घटना आहे. यातून अनेक सकारात्मक गोष्टींची पायाभरणी होणं शक्य आहे. मला विश्वास आहे की, या मैत्रीमुळे एका यशस्वी आणि स्थैर्य लाभलेल्या अफगाणिस्तानची निर्मिती होणार आहे."

कमिलाच्या या भाषणानंतर बरोबर एक महिन्यानं माझी आणि तिची भेट झाली. मर्सी कॉर्पच्या ऑफिसमध्ये आम्ही चहा घेत बसलो होतो. हिवाळ्यातील थोडीशी निरुत्साही अशी ती दुपार होती. कमिलाला एक पेच पडला होता. मर्सी कॉर्पकडून तिला नुकतंच इटलीला एका व्यवसाय विकास सेवांसंदर्भातील प्रशिक्षणासाठी पाठवलं होतं. परत आल्यावर कमिलानं मर्सी कॉर्प सोडण्याचा निर्णय घेतला होता. तिला पुन्हा एकदा स्वत:चं काहीतरी काम करायचं होतं. यासाठी तिनं पुन्हा एका नोकरीची नवीन संधी नाकारायचं ठरवलं होतं. खरं तर त्या नोकरीमुळे कमिलाच्या आयुष्यात स्थैर्य येणार होतं आणि एक सुरक्षित व शांत आयुष्य जगण्याची संधी तिला मिळणार होती. पण त्याचा तिला कधीच ध्यास नव्हता. तिची मन:शांती तिच्या स्वत:च्या कामात होती.

''मी जर आंतरराष्ट्रीय संस्थांबरोबर काम करत राहिले, तर मला ते खूप मोठा पगार देतील. पण तो पैसा फक्त मला आणि माझ्या कुटुंबाला उपयोगी पडेल.'' ती मला स्पष्टीकरण देत होती. ''पण त्यातून मी इतरांसाठी नोकऱ्या निर्माण नाही करू शकत. जसं तालिबानचं सरकार असताना शिवणकामाच्या व्यवसायात मी इतरांसाठी कामाच्या संधी उपलब्ध करून दिल्या होत्या, तसंच जर मी माझी स्वत:ची एखादी कंपनी किंवा संस्था स्थापन केली, तर मी गरजू लोकांना प्रशिक्षण देऊ शकेन आणि ते मग स्वत:चा व्यवसाय सुरू करू शकतील. कदाचित त्यांच्याकडून इतर लोकांना प्रेरणा मिळेल आणि ते ही स्वाभिमानानं काम करण्यास सरसावतील. असं एखादं काम किंवा असा व्यवसाय माझ्या देशासाठी आवश्यक आहे.'' ती मनापासून बोलत होती.

या तिच्या नवीन कामासाठी तिच्या मोठ्या भावानं – नजीबनं, एक नावही शोधलं होतं. तालिबानचं राज्य असताना कमिलानं मोठ्या हिमतीनं आणि कष्टानं स्वत:चा व्यवसाय सुरू केला होता आणि त्यातूनच तिनं नजीबलाही मदत केली होती. आपल्या बहिणीच्या या शक्तीला आणि दूरदृष्टीला साजेस असं नाव त्यानं सुचवलं – 'कवेयन!' उत्तर इराणच्या एका साम्राज्याचं हे नावं होतं. त्या काळात हे साम्राज्य त्याच्या भव्यतेसाठी आणि अलौकिक भवितव्यासाठी ओळखलं जायचं. आपल्या बहिणीची किर्ती आणि यशही असंच या साम्राज्यासारखं अनेक वर्षं आठवणीत राहील, याची त्याला खात्री होती.

काम सुरू झाल्यावर कितीतरी दिवस 'कवेयन'मध्ये काम करणारी कमिला ही एकमेव व्यक्ती होती. ऑफिसमध्ये सामान म्हणून मर्सी कॉर्पकडून कमिलाला मिळालेला एक डेलचा लॅपटॉप आणि ध्येयानं प्रेरित, दूरदृष्टी लाभलेली एक मालकीण!

''एकदा हे काम सुरू झालं ना की, मी महिला आणि पुरुष साऱ्यांनाच प्रशिक्षित करणार आहे. अशा तयार झालेल्या लोकांचं एक फिरतं पथकही बनवणार

आहे. ते फक्त अफगाणिस्तानच नाहीतर पाकिस्तान आणि पार तिकडे भारतापर्यंत सगळ्या प्रातांमध्ये फिरून अशा प्रकारचं प्रशिक्षण देईल. कवेयन लोकांना स्वत:च्या व्यावसायिक कल्पनांना विकसित करायला, योजना तयार करायला, अर्थसंकल्प तयार करायला आणि नफ्या-तोट्याचं गणित आणि त्याचं विश्लेषण करायला शिकवणार आहे. यात तरबेज झालो की, कुठल्यातरी कंपनीला वितरण आणि व्यवसायाच्या कल्पना पुरवणार आहोत. कारण अफगाणिस्तानात अमेरिका आणि इतर समुदायांकडून मिळणारी मदत येणं थांबलं की, मग याच उद्योगांची गरज पडणार आहे. मला मात्र विद्यार्थ्यांसोबतच काम करायचं आहे. तालिबानींच्या काळात शिवणकाम प्रशिक्षण केंद्राचं जसं काम चालायचं ना, मी तसंच काम करणार आहे. विद्यापीठात शिकणाऱ्यांना काहीतरी अर्धवेळ काम देण्याचं माझ्या डोक्यात आहे. प्रशिक्षण घेतलेली ही मुलं व मुली देशातील विविध कंपन्यांना त्यांच्या व्यवसायाशी निगडित काही योजना तयार करून देण्यात सक्षम होतील, एवढी त्यांची तयारी कवेयनच्या माध्यमातून करण्याची माझी कल्पना आहे. आपल्या देशात रोजगार नाही. म्हणून उद्योजक आणि ही तयार होणारी मुलं यांची सांगड घालून ही परिस्थिती बदलता येणं शक्य होईल.''

कवेयनचं लक्ष मात्र महिलांवरच असणार, हे कमिलाच्या डोक्यात पक्क होतं. सतत युद्धाच्या छायेत जगणाऱ्या या महिलांना स्वत:चं अस्तित्व शोधण्यासाठी कुठला ना कुठला व्यवसाय उभा करून देणं गरजेचं आहे, हे तिला निरीक्षणातून पटलं होतं.

''हातात पैसा असणं किंवा आर्थिक स्वातंत्र असणं हे महिलांसाठी खूप-खूप आवश्यक आहे.'' कमिला सांगत होती. ''त्यांना जर कमाई करण्याचं साधन मिळालं, तर त्या घराला हातभार लावू शकतील आणि मुख्य म्हणजे कुटुंबाच्या निर्णय प्रक्रियेत त्यांना सहभागी करून घेतलं जाईल. त्यांच्या या आर्थिक सहभागीतेमुळे त्यांचे भाऊ, वडील किंवा नवरे त्यांना सन्मानानं वागवतील. मी हे पुरेपूर अनुभवलं आहे. निदान माझ्या या देशात महिलांना आर्थिकदृष्ट्या सक्षम असणं नितांत आवश्यक आहे. नाहीतर प्रत्येक कामासाठी त्यांना घरातील कर्त्या पुरुषापुढे हात पसरवावे लागतात. त्यांना योग्य प्रशिक्षण मिळालं आणि एखादी चांगली नोकरी किंवा कमाईचं साधन मिळालं, तर त्यांचं आयुष्यच बदलून जाईल. शिवाय घरातही त्यांच्या या सहभागानं परिस्थिती बदलायला वेळ लागणार नाही.''

मी नीट ऐकते आहे, याची खात्री करून घेण्यासाठी ती क्षणभर बोलायचं थांबली. ''मी स्वत:ला खूप भाग्यवान समजते, कारण माझे वडील शिकलेले होते आणि आपल्या नऊ मुलींनी शिक्षण घेतलंच पाहिजे, या विचारावर ठाम असल्यामुळे त्यांनी तशी सोयही केली होती. पण आज जर आजूबाजूला पाहिलं, तर लक्षात येतं

की, ज्यांना सहा किंवा सातपेक्षा जास्त मुलं आहेत, त्यांना सगळ्यांच्या शिक्षणाचा खर्च उचलणं अजिबात शक्य नाही. त्यामुळे ते फक्त मुलांना शिकवतात आणि मुलींना घरी ठेवतात. म्हणून अशा कधीही शाळेचं तोंड न पाहिलेल्या मुली आणि महिलांना प्रशिक्षित केलं, तर त्यांना जे काही येतं त्या आधारावर त्या काहीतरी काम करू शकतील. हे जर झालं तर फक्त कुटुंबांच्या परिस्थितीतच नाहीतर सगळ्या समाजाच्या स्थितीत फरक दिसायला लागेल. तिच्या छोट्याशा व्यवसायातूनही इतरांसाठी नोकऱ्या निर्माण होण्याची जास्त शक्यता असते. एकदा घरात पैसा आला की, पुढच्या पिढीच्या शिक्षणाची चिंता मिटणार, याची मला खात्री आहे. अफगाणिस्तानच्या भविष्याची आखणी करायची असेल, तर आधी इथल्या भावी पिढीच्या शिक्षणाची सोय होणं अत्यावश्यक आहे. म्हणून व्यवसाय निर्माण करण्याची गरज आहे आणि म्हणून मी कवेयनची स्थापना केली आहे.''

मी गेल्या काही वर्षांमध्ये जेव्हा-जेव्हा कमिलाला भेटायचे तेव्हा आम्ही दोघीही परस्परांना चिडवत असू. तुम्ही लग्न कधी करणार, हा प्रश्न आम्हा दोघींनाही आमच्या कुटुंबातील लोक सतत विचारायचे. निदान त्यांना गप्प करण्यासाठी तरी आम्ही लग्न केलं पाहिजे, असा विचार आम्ही शेवटी केला. दोघीही दोन भिन्न देश आणि संस्कृती असलेल्या असलो तरीही आमच्यात ही एक गोष्ट समान होती. दोघींच्याही नातेवाइकांकडून काही बाबतीत मिळणाऱ्या प्रतिक्रिया समान होत्या. आम्ही जे काही करत होतो, त्याचा त्यांना प्रचंड अभिमान होता. पण तरीही त्यांना आम्हाला स्थिरावलेलं पाहायचं होतं.

हे असं सगळं असताना शेवटी २००८ सरता-सरता आम्ही खरंच स्थिरावलो. कमिलानं आपल्या एका नात्यातल्या भावाशी लग्न केलं. मास्कोमध्ये इंजिनियर झाल्यानंतर लंडनला स्थायिक झालेल्या या मुलाशी लग्न करण्यास तिची कधीच ना नव्हती. पण आपण अफगाणिस्तान आणि आपल्या कामावर किती प्रेम करतो, हे त्यालाही कळावं म्हणून ती जरा वेळ काढूपणा करत होती. पण आता ती तयार होती. अगदी नव्या नवरीच्या उत्साहात तिनं मला त्याचा फोटोही दाखवला. एखाद्या चित्रपटातील हिरोसारखं त्याचं हास्य होतं. बुद्धिमत्तेची चमक तर होतीच पण मनानंही तो फार प्रेमळ होता.

या दोघांचा लग्न सोहळा म्हणजे एक उत्सवच होता. दोन दिवस हा सोहळा चालला आणि त्यात ६५० पाहुणे सहभागी झाले होते. अफगाणी पद्धतीप्रमाणे सारं काही पार पडलं. संगीत आणि भरपूर खाद्यपदार्थ, असा सगळा जामानिमा होता. लांब बाह्यांचा एक अत्यंत सुरेख कशिदाकारी असलेला शुभ्र पोशाख कमिलानं या लग्नासाठी निवडला होता. (सामानचा शब्द इथे खरा ठरला. आता कमिलाला असे पोशाख तयार करायला अजिबात वेळ नव्हता. स्वत:च्या लग्नासाठी तिनं एका

मोठ्या दुकानातून हा ड्रेस विकत घेतला होता.) ती खूप सुंदर दिसत होती. इतर कुठल्याही सामान्य मुलीप्रमाणे ती आनंदात होती आणि खूप फोटोही काढून घेत होती. तिचे आई-वडीलही आनंदात होते. आर्मीच्या रुबाबातच मिस्टर सिद्दीकी संपूर्ण सोहळ्यात वावरत होते. आल्या-गेल्यांचं अगत्यानं स्वागत करणाऱ्या कमिलाच्या वडिलांना आज खूप आनंद झाला होता.

लग्नानंतर एक वर्षानं तिनं एका मुलाला जन्म दिला आणि त्याचं नाव ठेवलं नवेयन! कवेयनच्या दुसऱ्या मजल्यावरच्या तिच्या कार्यालयात कमिला त्याला अगदी रोज घेऊन जायची. कुठे कार्यशाळेला जायचं असेल तरीही ती त्याला सोबतच घेऊन जायची. कार्यालयात असताना नवेयन कायम झोपलेला असायचा. भूक लागली की उठायचा आणि रडायचा. कधीकधी दुपारी कमिलाच्या बहिणी येऊन त्याला घरी घेऊन जायच्या. मला एक गोष्ट अगदी मनापासून मान्य करावी लागेल. त्या मुलींना नवेयनला खेळवताना पाहिलं की, मला खूप हेवा वाटायचा. वॉशिंग्टनमध्ये काम करणाऱ्या आयांपेक्षा काबूलच्या 'वर्किंग वुमेन' फार सुखी आहेत.

अफगाणिस्तानातील वार्तांकनाचं काम संपवण्याआधी मी ऑक्टोबर, २००९मध्ये नजीबला भेटले. तालिबानींच्या कार्यकाळात जास्तीत जास्त वेळ तो इराणलाच होता. जिवंत राहाण्यासाठी कसल्या तरी नोकऱ्या करत तो तिथे राहिला होता. परत आल्यावर त्यानं आपलं विद्यापीठाचं शिक्षण पूर्ण केलं आणि आता तो काबूलला नागरी सेवेत मोठ्या हुद्यावर आहे.

मी त्याला 'काबूल इन'मध्ये भेटण्यासाठी बोलावलं होतं. साधं पण अत्यंत सुरेख असं हे हॉटेल होतं. मी एका कोपऱ्यात बसून त्याची वाट पाहात बसले होते. परसात फुलांचे ताटवे होते. वारं आलं की, ती फुलं डोलायची. खोलीतील टीव्हीवर भारतीय चित्रपटातली गाणी जोरात वाजवली जात होती. तासभर लोटला तरी नजीबचा काहीच पत्ता नव्हता. मला जरा काळजी वाटू लागली होती. कदाचित त्यानं भेटण्याचा विचार रद्द केला असेल का? अशा अस्थिर राजकीय परिस्थितीत आपल्या बहिणीसंदर्भात आणखी बोलणं कदाचित त्याला योग्य वाटत नसेल? माझ्या या प्रश्नांची उत्तरं मला समोरच्या दारात मिळाली. नजीब घाईघाईनं आत येताना दिसला. होऊ घातलेल्या राष्ट्रपतीपदासाठीच्या निवडणुकांच्या पार्श्वभूमीवर कुठलाही अनुचित प्रकार घडू नये म्हणून सरकार काही काळजी घेत होतं. त्यामुळे रस्त्यावर वाहतूक खोळंबण्याचे प्रकार वाढले होते. काही मैलाचं अंतर पार करण्यासाठी नजीबला तब्बल ९० मिनिटं लागली होती.

तो काय बोलतो, याची मी वाट पाहात होते.

"गेल जान!" त्यानं बोलायला सुरुवात केली. "मला तुम्हाला भेटायचंच होतं.

कारण मला तुमचे आभार मानायचे आहेत. परदेशातून कुणी तरी यावं आणि माझ्या या बहिणीची कहाणी साऱ्या दुनियेला सांगावी, अशी माझी मनापासून इच्छा होती. ती बहादूर आहे आणि संकटांची पर्वा न करता तिनं आमच्या कुटुंबासाठी व समाजासाठी जे केलं ते अतुलनीय आहे. खैरखाना आणि काबूलमधील कितीतरी परिवारांना नव्यानं जगण्यासाठी तिनं मदत केली आहे. तिच्यामुळेच आम्हाला उच्च शिक्षणाची संधी मिळाली. तिची कथा तू जगासमोर आणणार हे ऐकल्यावर मी किती खूश आहे, हे मी सांगूच शकत नाही. म्हणून मला तुझे आभार मानायचे आहेत.''

अफगाणिस्तानातील डिसेंबरमधल्या 'त्या' गारठलेल्या पहाटे मी पोहोचले होते तेव्हापासून ते वार्तांकनाच्या या काळात पहिल्यांदाच माझे डोळे पाणावले होते. कमिलाची कथा सांगण्याची खरी गरज का आहे, हे इतर कुणापेक्षाही जास्त फक्त नजीबला कळलं होतं. कितीतरी अशा धाडसी तरुणी रोज काहीतरी अद्वितीय काम करतात, रोज नव्या संकटांना सामोरं जातात आणि पारही करतात. कमीत कमी एकीची तरी कथा जगासमोर आणून मी कदाचित हा हिशोब बरोबर करू शकणार होते. उपासमारी आणि जगण्यासाठीची धडपड करणाऱ्या परिवारांना जगण्याची उमेद देणारी ही कथा होती.

ज्या देशाला तिथे होणाऱ्या रॉकेट हल्ल्यासाठी आणि रक्तपातासाठी ओळखलं जातं तिथल्या साहसकथांना जन्म देणाऱ्या असंख्य लोकांना सलाम करून मी ही कथा वाचकांसाठी इथेच संपवते आहे. मी त्यांचा परिचय कमिला सिद्दीकीसारख्या एका तरुणीशी करून दिला आहे. अशी तरुणी, जी कुठल्याही परिस्थितीत फक्त 'पुढे जाणे'च जाणते.

वर्तमान

या कथेत ज्यांचा उल्लेख झाला ते आता कुठे आहेत?

सारा आजही आपलं काम करते आणि आपल्या कुटुंबाची संपूर्ण जबाबदारी सांभाळते आहे. तिची दोन्ही मुलं आता उच्च शिक्षण घेत आहेत. तिला त्यांचा खूप अभिमान आहे. घराचा खर्च ती उचलते आणि त्यामुळे सासरच्यांवर आता ती अवलंबून नाही. तिचं स्वत:चं घर आहे. तिचं शिवणकाम अजूनही सुरू आहे. पण त्याचबरोबर ती स्वयंपाकीण आणि हाउस मॅनेजर म्हणूनही काम करते.

मेहनाजनं आपलं स्वप्न पूर्ण केलं आहे. तिला शिक्षणक्षेत्रात काम करायचं होतं.

साडेपाच वर्षं शाळेपासून दूर राहिल्यानंतर पुन्हा अभ्यासाला लागणं तिच्यासाठी जरा अवघडं होतं. पण तो अडथळा तिनं पार केला आहे. विविध परीक्षा देऊन शेवटी तिनं प्राध्यापकाची नोकरी मिळवलीच. काबूलच्या एका प्रतिष्ठित शिक्षण संस्थेत ती काम करत आहे. तालिबानी गेल्यानंतरही दोन वर्षं मेहनाजनं चादरी घालणं सोडलं नाही. फक्त दुपट्टा डोक्यावर घेऊन भर रस्त्यावर जाणं तिला खूप विचित्र वाटायचं.

मेहनाजची बहीणही कमिलाकडे शिवणकामाला यायची. तिचंही एक स्वप्न होतं, जे तिनं तालिबानींच्या जाण्यानंतर अभ्यास करून पूर्ण केलं. ती डॉक्टर झाली.

तालिबानींनी काबूल सोडल्यानंतर दोन वर्षांनी म्हणजे १९९८मध्ये डॉ. मरियम यांनी आपल्या कुटुंबासह दक्षिण अफगाणिस्तानच्या हेलमांड प्रांतात स्थायिक होण्याचा निर्णय घेतला. अनेक महिला डॉक्टर त्या भागात काम करत होत्या. डॉ. मरियम यांच्या कामाप्रती लोकांमध्ये प्रचंड आदर होता. तालिबानलाही त्यांच्या कामाचं महत्त्व कळलं होतं. कधीही त्यांनी त्यांच्या कामात अडथळा आणला नाही. स्वत:च्या कुटुंबीयांनाही ते त्यांच्याकडे उपचारासाठी घेऊन जात असत.

त्यांनी हेलमांडलाही अनेक स्त्रियांना नर्सिंगचं प्रशिक्षण दिलं. हेच ज्ञान त्यांनी आपल्या समाजातील इतरांनाही द्यावं यासाठी त्या कायम आग्रही होत्या. स्त्रियांचं आरोग्य

जपण्यासाठी त्या वारंवार या महिलांना सूचना द्यायच्या. बालरोगतज्ज्ञ म्हणूनच त्या आजही काम करतात. त्यांच्या दोन मुलीही अत्यंत हुशार आहेत आणि वैद्यकशास्त्रात उच्च शिक्षण घेत आहेत.

संयुक्त राष्ट्रसंघात कमिलाला घेऊन जाणारी तिची चुलत बहीण रहेला आता अफगाणिस्तानच्या सरकारी विभागात मोठ्या पदावर आहे. देशाच्या नागरी सेवेत सुधारणा आणण्यासाठी ती प्रयत्नशील आहे. घर, मुलं आणि स्वत:चं काम सांभाळत असतानाच ती देशाच्या विविध भागात बचत आणि आर्थिक व्यवहारासंदर्भात महिलांना शिक्षित करण्याचा प्रयत्न आजही करते आहे. हेच काम पुढे वाढवण्याची तिची मनिषा आहे.

महिलांसाठी स्थापन केलेल्या विविध समित्यांमध्ये काम करणाऱ्या कमिलासारख्या अनेक मुली आता आपापल्या भागात नेतृत्व करत आहेत. काही सरकारी कार्यालयांमध्ये आहेत, काही शिक्षण क्षेत्रात आपल्या ज्ञानाची चमक दाखवत आहेत, काहींनी स्वत:च्याच विकास संस्था स्थापन केल्या आहेत, तर काहींनी स्वत:चे व्यवसाय सुरू केले आहेत. या साऱ्यांचं श्रेय आंतरराष्ट्रीय संस्थांनी सुरू केलेल्या महिलांसाठीच्या विविध कार्यक्रमांना जातं. सामान्यातील सामान्य महिलेतही असामान्य ताकद दडलेली आहे आणि त्या जगातील कुठलीही गोष्ट साध्य करू शकतात, हा विश्वास या व्यासपीठांनीच त्यांच्यात निर्माण केला आहे.

या कार्यक्रमावर आधारित एक योजना तयार करून ग्रामीण भागातील महिलांच्या उत्थानासाठी ती राबवण्याचा अफगाणिस्तान सरकारनं निर्णय घेतला आहे. 'द नॅशनल सॉलिडॅरिटी प्रोग्रॅम' नावानं तयार केलेली ही योजना लोकांना निर्णय प्रक्रियेत सामील करून घेण्यासाठी तयार केलेली होती. नागरिकांना त्यांच्या भागात कुठल्या प्रकारच्या विकास कामांची गरज आहे, याचा निर्णय घेण्यासाठी या योजनेद्वारे प्रवृत्त करण्यात येत असे.

कमिलाला काम पुरवणारा अली आणि त्याची भावंडं अजूनही काबूलमध्येच आहेत. आता त्यांनी आपली दुकानं बंद केली आणि उदरनिर्वाहासाठी ते आता दुसरा व्यवसाय करतात. काबूलची अर्थव्यवस्था कोलमडली असताना आपण काही भव्य दिव्य केलं, असं अली मानत नाही. यातील फक्त एकाच भावाला काही काळानंतर रोयाला भेटण्याची संधी मिळाली होती. तालिबानी निघून गेल्यानंतर २००४मध्ये तो तिला भेटला. त्यानं तिला ओळखण्याचा प्रश्नच नव्हता. कमिला एका टॅक्सीत बसली होती आणि तिनं गाडी चालवणाऱ्याला ओळखलं. तो हमिद होता. नेहमी चादरी पांघरूण वावरणाऱ्या कमिलाला त्यानं ओळखलं नाही. पण तिनं स्वत:ची ओळख करून दिली. आपल्या एका जुन्या नातलगाला भेटल्याचा तो आनंद होता. तिनं त्याच्या घरातील लोकांची चौकशी केली आणि आपल्या शुभेच्छाही दिल्या. या भावंडांमुळेच संकटाच्या वेळी ती आपल्या कुटुंबाचा सांभाळ करू शकली होती आणि आज जे काही तिच्या नशिबात आलं त्यात अली आणि त्याच्या भावांचा खूप मोठा वाटा होता, हे सांगायला ती विसरली नाही.

कमिलाच्या बहिणींनीही आपापल्या स्वप्नांची पूर्तता करण्यासाठी आवश्यक ती पावलं उचलली होती. कठीण काळ असताना आपल्या कविता आणि साहित्याच्या आवडीला बाजूला सारून उत्साहानं कमिलाच्या प्रत्येक कामात मदत करणाऱ्या सामाननं आपलं शिक्षण पूर्ण केलं आणि साहित्यात पदवी प्राप्त केली. लैलानंही आपलं शिक्षण पूर्ण केलं. मलिका काबूलमधील सगळ्यात व्यग्र असणारी व्यक्ती आहे. नवरा, घर, चार मुलं आणि कमिलाच्या कवेयनचं काम ती अत्यंत कुशलतेनं सांभाळते आहे. एवढंच नाहीतर तिनं एवढ्या व्यग्रतेतही आपलं उच्च शिक्षण पूर्ण केलं.

तालिबानींचं राज्य असताना मलिकानं जे काही काम केलं आणि ज्या मुलींसोबत तिनं आपला काळ घालवला त्या सगळ्या आठवणींनी ती आजही भावूक होते. पण तिला आपल्या कलाकुसरीचा फार अभिमान आहे. त्यात तिला समाधान मिळायचं. त्यामुळे तिनं पुन्हा ते काम सुरू केलं आहे. सामानच्या साथीनं आता ती काही विशिष्ट ग्राहकांसाठी विविध प्रकारचे कपडे तयार करण्याचं काम करते.

मिस्टर आणि मिसेस सिद्दीकींनी परवानलाच स्थायिक होणं पसंत केलं आहे. तिथल्या निसर्ग सौंदर्यांचा आस्वाद घेत ते आपलं आयुष्य निवांतपणे जगत आहेत. वेळ मिळाला की, त्यांची मुलं आपल्या मुलांसोबत परवानला येतात. सिद्दीकी आजही मुलींच्या शिक्षणासाठी हिरिरीनं आवाज उठवणाऱ्यांपैकी एक आहेत. अशी व्यक्ती मी प्रथमच पाहात होते. ते नेहमी मला म्हणायचे की, 'ताकद आजमावून सत्ता मिळवण्यापेक्षा ती लेखणी चालवून मिळवलेली उत्तम!' त्यांच्या प्रत्येक मुलीनं उच्च शिक्षण घेतलं आणि त्या अत्यंत यशस्वी झाल्या आहेत, याचा त्यांना प्रचंड अभिमान आहे.

कमिलाच्या भावांनीदेखील आपलं शिक्षण पूर्ण केलं. दोघांच्याही शिक्षणाचा खर्च कमिलानं केला आणि त्यांनी आपल्या बहिणीच्या कष्टाचं चीज केलं. ''कमिला फक्त माझी बहीण नाहीतर ती माझी मैत्रीण आणि आमच्या परिवारातील मुख्य व्यक्ती आहे, असं मी मानतो.'' नजीबनं मला सांगितलं होतं.

अफगाणिस्तानचा आणि देशाच्या भवितव्याचा विचार कमिलाच्याच नाहीतर तिच्या कुटुंबातील प्रत्येक व्यक्तीच्या मनात आहे. त्यांच्या संवादात तो असतो आणि माझ्याशी बोलतानाही तेच विचार होते. त्यांच्या देशाला एक भवितव्य आहे आणि ते मिळवण्याची प्रचंड शक्तीही आहे, यावर त्यांचा विश्वास आहे. तो विश्वास अढळ आहे, निश्चल आहे आणि मला तर तो अनेक वेळा सांसर्गिक असल्याचंही जाणवतं. कमिलाची स्वप्न भव्य आहेत. कवेयनचा विस्तार करणे आणि देशातील अग्रणी उद्योजिका बनण्याचं स्वप्न ती उराशी बाळगून आहे. पण देशातील परिस्थितीशी तिला रोज सामना करावा लागतो. सतत वाढता हिंसाचार, बोकाळलेला भ्रष्टाचार आणि आंतरराष्ट्रीय समुदायाची या देशाबाबतची अस्वस्थता, अविश्वास या घटकांशी तिलाही झगडावं लागतं.

या देशात ज्या काही स्त्रियांना मी भेटले, त्या प्रत्येकीला फक्त शांतता हवी

आहे. पण ती त्यांना मिळणं जरा कठीण आहे. या महिलांच्या अधिकारांची आहुती देऊन काही गोष्टी साध्य करण्यासाठी हे जग आतुर असल्याची एक अनामिक भीती त्यांच्या मनात आहे. देशाच्या समस्यांना पेलायला पुन्हा एकदा त्यांच्याच आधाराची गरज भासेल, असंही त्यांना सारखं वाटतं. गेल्या दोन वर्षांत मी अनेक अफगाणी नागरिकांच्या मुलाखती घेतल्या. पण त्यातील एकाही व्यक्तीच्या बोलण्यातून देशाच्या सध्याच्या स्थितीत लवकरात लवकर बदल घडून येण्याची आशा दिसत नाही.

पण ही कथा ज्यांची आहे, ते भविष्याकडे अत्यंत सन्मानानं आणि अभिमानानं वाटचाल करत आहेत. नेहमीप्रमाणे त्यांना विश्वास आहे की, येणारा काळ हा उत्तम असेल आणि शांततेचा असेल.

थोडावेळ मलाही वाटतं की, त्यांचा हा विश्वास खरा ठरावा आणि तो ठरेलच!

❖

एक समाजसेविका आणि हजारो अफगाणी महिलांना प्रशिक्षण देणारी एक तरुण उद्योजिका म्हणून कमिला सिद्दीकीला वॉशिंग्टन डिसीला आमंत्रित करण्यात आलं होतं. युएस ग्लोबल लिडरशिप कॅम्पेनच्या १०व्या वर्धापनदिनानिमित्त आयोजित एका समारंभात तिनं भाषण केलं. त्यावेळच्या अमेरिकेच्या सचिव कॉन्डोलिझा राईस यांच्याशी हस्तांदोलन करताना कमिला.